ഇന്ദ്രജാലവും ശാസ്ത്രവും

indrajalavum sasthravum

•

chandrasenan mithrummala

•

first edition
may 2017

•

second edition
september 2018

•

published
chintha publishers, thiruvananthapuram

•

typesetting
star communications, thiruvananthapuram

•

•

cover
midas

•

വിതരണം

ദേശാഭിമാനി ബുക്ക് ഹൗസ്

H O തിരുവനന്തപുരം-695 035
phone: 0471-2303026, 6063026
www.chinthapublishers.com
chinthapublishers@gmail.com

ബ്രാഞ്ചുകൾ

ഹെഡ്ഡാഫീസ് ബ്രാഞ്ച് കുന്നുകുഴി • സ്റ്റാച്യു തിരുവനന്തപുരം • കെ എസ് ആർ ടി സി ബസ് സ്റ്റേഷൻ ആലപ്പുഴ • കെ എസ് ആർ ടി സി ബസ് സ്റ്റേഷൻ എറണാകുളം • മച്ചിങ്ങൽ ലെയ്ൻ തൃശൂർ • ഐ ജി റോഡ് കോഴിക്കോട് • മാവൂർ റോഡ് കോഴിക്കോട് • എൻ ജി ഒ യൂണിയൻ ബിൽഡിങ് കണ്ണൂർ • സെൻട്രൽ ബസ് ടെർമിനൽ കോംപ്ലക്സ് താവക്കര കണ്ണൂർ

CR - 1883 / 4681
ISBN - 978-93-86364-93-7

ഇന്ദ്രജാലവും ശാസ്ത്രവും

ചന്ദ്രസേനൻ മിത്രമ്മല

ചിന്ത പബ്ലിഷേഴ്സ്
തിരുവനന്തപുരം-695 035
വില: ₹ 130

ചന്ദ്രസേനൻ മിത്രമ്മല

സംസ്ഥാന ഭാഗ്യക്കുറി വകുപ്പിൽ ഡെപ്യൂട്ടി ഡയറക്ടർ, കേരള ചുമട്ടുതൊഴിലാളി ക്ഷേമബോർഡ് തിരുവനന്തപുരം, കൊല്ലം ജില്ലാ കമ്മിറ്റികളിൽ ചെയർമാൻ എന്നീ നിലക ളിൽ പ്രവർത്തിച്ചിട്ടുണ്ട്. മജീഷ്യൻ ഗോപിനാഥ് മുതുകാട് എക്സിക്യൂട്ടീവ് ഡയറക്ടറായ മാജിക് അക്കാദമിയുടെ ഡയറക്ടർ, അദ്ധ്യാപകൻ എന്നീ നിലകളിൽ ജാലവിദ്യാ രംഗത്ത് പ്രവർത്തിക്കുന്നു.

പ്രധാന കൃതികൾ: *മായാക്ഷരങ്ങൾ, ഇന്ദ്രജാലപ്പടവുകൾ, ഇന്ദ്രജാലക്കഥകൾ.*

ഭാര്യ	:	കെ ഉഷാദേവി (ഹെഡ്മിസ്ട്രസ് ശാസ്തമംഗലം എൻ എസ് എസ് ഹൈസ്കൂൾ),
മക്കൾ	:	ആതിര, ചൈത്ര
വിലാസം	:	മാസ്മരം, ശാസ്തമംഗലം, തിരുവനന്തപുരം 10
E-mail	:	chandrasenanmithirmala@gmail.com
ഫോൺ	:	9447103723

ഉള്ളടക്കം

പ്രസാധകക്കുറിപ്പ്

ഇന്ദ്രജാലം രഹസ്യനിബദ്ധമാണ്. എക്കാലവും ഇന്ദ്രജാലം രഹസ്യം പുറത്തറിയിക്കാൻ വിമുഖത കാട്ടിയിരുന്നു എന്ന തിനാൽ ഇന്ദ്രജാലത്തിലെ യാഥാർത്ഥ്യം ഇന്നും അന്യ മായിത്തന്നെ നിലനില്ക്കുന്നു. ഇന്ദ്രജാലത്തിൽ പ്രകൃത്യാ തീത ശക്തിയുടെ സ്വാധീനമുണ്ടെന്ന് ഒറ്റനോട്ടത്തിൽ തോന്നുമെങ്കിലും യാഥാർത്ഥ്യം അതല്ല.

ഇന്ദ്രജാലം അവതരിപ്പിക്കുന്നത് കഠിനമായ ഒരു പ്രക്രിയ യാണ്. ഇവിടെ ശാസ്ത്രം കടന്നുവരുന്നു. ഗണിത ശാസ്ത്രവും രസതന്ത്രവും ഭൗതിക ശാസ്ത്രവും മനഃശാ സ്ത്രവും എല്ലാം കടന്നുവരുന്നു.

ഇന്ദ്രജാലത്തിലെ ശാസ്ത്രം അനാവരണം ചെയ്യുന്നതി നുള്ള പരിശ്രമമാണ് ചന്ദ്രസേനൻ മിത്യമ്മലയുടെ *ഇന്ദ്ര ജാലവും ശാസ്ത്രവും* എന്ന ഈ പുസ്തകം. ഇന്ദ്ര ജാലത്തെ ഗൗരവമായി കാണുന്നവർക്കും അതു മനസ്സി ലാക്കുവാൻ ശ്രമിക്കുന്നവർക്കും ഇന്ദ്രജാലത്തിന്റെ ചരി ത്രവും ശാസ്ത്രവും പ്രതിപാദിക്കുന്നതിനുള്ള ഈ ഗ്രന്ഥം സഹായകരമായിരിക്കും.

വളരെ അപൂർവ്വമായി മാത്രം അക്ഷരങ്ങളുടെ ലോകത്തിൽ ഇടംപിടിക്കുന്ന തരത്തിലുള്ള ഇന്ദ്രജാലവും ശാസ്ത്രവും ഞങ്ങൾ വായനയ്ക്കു വയ്ക്കുന്നു. വായിക്കുക, അറിയുക.

ചിന്ത പബ്ലിഷേഴ്സ്

ആമുഖം

നാം ഓരോരുത്തരിലും അന്തർല്ലീനമായിരിക്കുന്ന സങ്കല്പങ്ങളുടെ അതിർവരമ്പുകൾ ഭേദിച്ച് അത്ഭുതത്തിന്റെ കൊടുമുടികളിലേക്ക് ആന യിക്കുന്നതിന് ഇന്ദ്രജാലത്തിന് അനായാസം കഴിയുന്നു. ശാസ്ത്ര സാങ്കേ തിക രംഗങ്ങളിൽ മെച്ചപ്പെട്ട വളർച്ച സംഭവിക്കുമ്പോഴും ഇന്ദ്രജാലം അത്ഭുതങ്ങളുടെ വിശാല വീഥിയിലൂടെ സഞ്ചരിച്ചുകൊണ്ടേയിരിക്കുന്നു. ശാസ്ത്രത്തിന്റെ തിരയടിയിൽ അന്ധവിശ്വാസങ്ങളൊന്നൊന്നായി തകർന്നടിയുമ്പോഴും ഇന്ദ്രജാലം വിജയത്തിന്റെ വെന്നിക്കൊടി പാറിച്ച് പ്രയാണം തുടരുന്നു. ആധുനിക ശാസ്ത്രത്തിന്റെ അപാരസാദ്ധ്യതകൾ അക്കമിട്ട് പഠിപ്പിക്കുന്ന അദ്ധ്യാപകർപോലും അവർ പഠിപ്പിച്ചുറപ്പിച്ച അതേ ശാസ്ത്രം ഇന്ദ്രജാലമായി കടന്നുവരുമ്പോൾ അത്ഭുതം കൊണ്ടന്ധാളി ക്കുന്നു. അതോടെ, അന്ധന്മാർ ആനയെക്കണ്ടപോലെ, ഇന്ദ്രജാലത്തിന് വ്യാഖ്യാനങ്ങളുണ്ടായി. ഇന്ദ്രജാലം കൈകാര്യം ചെയ്തവരാരും ഇതു ഗൗരവമായി കണ്ടതുമില്ല. അങ്ങനെ ഊഹാപോഹങ്ങളുടെ ഫലമായി ഇന്ദ്രജാലത്തിൽ ശാസ്ത്രമില്ലെന്ന വാദം ശക്തിപ്രാപിച്ചു. ഇന്ദ്രജാല ത്തിന്റെ വിളഭൂമിയിൽ കാലുകുത്തുവാൻ പോലും കഴിയാതിരുന്ന ചിലർ ഇന്ദ്രജാലത്തിന്റെ പുറമ്പോക്കുകളിൽനിന്നും ലഭ്യമായ, പരിമിതമായ സാദ്ധ്യതകളുപയോഗിച്ച് ദിവ്യത്വമുള്ളവരായതും ഇന്ദ്രജാലത്തിന്റെ നാല തിരുകളിൽപ്പോലും കടക്കുവാനാകാത്തവർ ഇന്ദ്രജാലത്തെ വ്യാഖ്യാനി ക്കുവാൻ ശ്രമിച്ചതും ഇത്തരം വിശ്വാസങ്ങൾക്ക് ആക്കംകൂട്ടി. ന്യൂറോ സയന്റിസ്റ്റുകൾ പുതുതായി കണ്ടെത്തിയിട്ടുള്ള പല സിദ്ധാന്തങ്ങളും നൂറ്റാണ്ടുകളായി ഇന്ദ്രജാലക്കാർ കൈകാര്യം ചെയ്ത് പോന്നതാണെന്ന വസ്തുത വെളിയിൽ വന്നപ്പോൾപ്പോലും ഇന്ദ്രജാലത്തിലെ ശാസ്ത്ര ത്തെ അംഗീകരിക്കുവാൻ ചിലർ മടി കാണിച്ചു. ശാസ്ത്രത്തെ യഥേഷ്ടം

സമർത്ഥമായി ഉപയോഗിച്ച ഇന്ദ്രജാലക്കാർ ഈ വിഷയത്തിൽ ഒരിക്കലും ചെയ്യാൻ പാടില്ലാത്ത തരത്തിൽ മൗനവും പാലിച്ചു. ന്യൂറോ സയന്റിസ്റ്റു കളിൽ ചിലർ ഇന്ദ്രജാലം അഭ്യസിച്ചതോടെയാണ് ഈ ദുഃസ്ഥിതിക്കൊരു വ്യതിയാനമുണ്ടായത്. കൊഗ്നിറ്റീവ് മനശ്ശാസ്ത്രവും ന്യൂറോ സയൻസും ഇന്ദ്രജാല മേഖലകളിലേക്ക് കൂടുതൽ ശ്രദ്ധ ചെലുത്തുന്നതിന് ഇതു കാരണമായി. ഇതോടെ ഗണിതശാസ്ത്രവും ഭൗതികശാസ്ത്രവും രസ തന്ത്രവും ജീവശാസ്ത്രവും കൊടികുത്തിവാണിരുന്ന ഇന്ദ്രജാലമേഖല മനഃശാസ്ത്ര സാമീപ്യംകൊണ്ട് സമ്പന്നമായി. പ്രകാശത്തിന്റെ അനന്തസാദ്ധ്യതകൾ ഉപയോഗിച്ച് വസ്തുക്കളെ പ്രത്യക്ഷപ്പെടുത്താനും അപ്രത്യക്ഷമാക്കുവാനും അനായാസം കഴിയുമെന്ന് ആദ്യം മനസ്സിലാ ക്കിയത് ഇന്ദ്രജാലക്കാരായിരുന്നു. വസ്തുതകൾ ഇതൊക്കെയായിരുന്നെ ങ്കിലും ഇന്ദ്രജാലം ഒരാഭിചാരക്രിയ മാത്രമാണെന്ന് വിശ്വസിക്കുന്നവരു മുണ്ടായി. അതാണ് ഈ മേഖലയിൽ ഗൗരവമായ ഒരു പഠനം അനിവാ ര്യമാണെന്ന ചിന്തയ്ക്ക് പ്രസക്തിയേറിയത്.

എന്റെ ഗുരുനാഥൻ ശ്രീ. ഗോപിനാഥ് മുതുകാട് നല്കിയ പ്രോത്സാ ഹനമാണ് ഇത്തരത്തിൽ ഒരു പുസ്തകം തയ്യാറാക്കുന്നതിന് തുണയാ യത്. കലാസാഹിത്യരംഗത്തുള്ളവരും ഇന്ദ്രജാലക്കാരും ഗുരുസ്ഥാനീ യരായ ഒരുപിടി സുഹൃത്തുക്കളും ഈ സംരംഭത്തിന് കാര്യമായ സഹാ യവും സഹകരണവും നല്കി. സർവ്വശ്രീ. നീലമ്പേരൂർ മധുസൂദനൻ നായർ, ഡോ. പി സോമൻ, ഡോ. എൽ ആർ മധുജൻ, മാജിക് അക്കാ ദമി പബ്ലിക് റിലേഷൻസ് ഓഫീസർ സുജീവ് എസ് എന്നിവരുടെ അക മഴിഞ്ഞ പിന്തുണയും സഹായവും ഒരനുഗ്രഹമായി എന്നോടൊപ്പമുണ്ടാ യിരുന്നു.

അറിവ് അറകൾക്കുള്ളിൽ അടച്ചുവയ്ക്കാനുള്ളതല്ല. അത് പ്രകാ ശമായി പരന്നൊഴുകേണ്ട ഒന്നാണ്; ഇന്ദ്രജാലമേഖലയിൽ പ്രത്യേകിച്ചും. ഗൂഢകലയെന്ന അന്ധകാരമല്ല, മറിച്ച് ശാസ്ത്രീയകലയെന്ന പുതുവെ ളിച്ചമാണ് ഇന്ദ്രജാലം. ഈയൊരു മഹാസത്യത്തിലേക്കുള്ള പ്രയാണം കൂടിയാണ് ഈ പുസ്തകം.

ചന്ദ്രസേനൻ മിത്യമ്മല

അവതാരിക

ഇന്ദ്രജാലത്തിലെ ശാസ്ത്രത്തെ സംബന്ധിച്ച തർക്കവും ചർച്ചയും ഇന്നും ഇന്നലെയും തുടങ്ങിയതല്ല. പ്രാചീനകാലം മുതൽ നരവംശ ശാസ്ത്രജ്ഞന്മാരും ചരിത്രകാരന്മാരും വളരെ സജീവമായി ഈ വിഷയം ചർച്ച ചെയ്തു പോന്നു. ഇത്തരം ചർച്ചകൾ നയിച്ചവരിൽ പ്രധാനിക ളായ പലരും ഇന്ദ്രജാലം എന്തെന്ന് തിരിച്ചറിയാത്തവരായിരുന്നു എന്ന താണ് രസകരമായ വസ്തുത. ദൂരെ നിന്നും നോക്കുന്ന ഒരാളുടെ ദൃഷ്ടി യിലും മനസ്സിലും പതിയുന്ന തരത്തിലല്ല യഥാർത്ഥ ഇന്ദ്രജാലം. പല ഇന്ദ്രജാല രഹസ്യങ്ങളും നിസ്സാരമാണ്. എങ്കിൽപ്പോലും ആ പരിമിത സാദ്ധ്യതയിലും അത്ഭുതം ഇരട്ടിപ്പിക്കുന്നവനാണ് ഇന്ദ്രജാലക്കാരൻ. ആ മേഖലയിൽ ആഴ്ന്നിറങ്ങി പരിശോധിച്ചാൽ മാത്രമേ ഇന്ദ്രജാലത്തിൽ ഒളിഞ്ഞും തെളിഞ്ഞും പ്രസരിക്കുന്ന ശാസ്ത്രസത്യങ്ങളെ തിരിച്ചറിയു വാൻ കഴിയൂ. നരവംശ ശാസ്ത്രജ്ഞന്മാരിൽ പലരും ഇത്തരം ഒരു പഠനത്തിന് തുനിഞ്ഞിരുന്നില്ല. അതുകൊണ്ടാണ് ഫ്രേസിയർ അടക്കമു ള്ളവർ ഇന്ദ്രജാലത്തിൽ ശാസ്ത്രമേ ഇല്ലെന്ന നിഗമനത്തിൽ ചെന്നെ ത്തിയത്.

ശാസ്ത്രം വസ്തുനിഷ്ഠമാണെന്നും ഇന്ദ്രജാലം ആത്മനിഷ്ഠമാണെ ന്നുമാണ് നല്ലൊരു വിഭാഗം കരുതിപ്പോന്നത്. ഇന്ദ്രജാലത്തിന്റെ പുറം കാഴ്ചകളിൽ മാത്രം അന്വേഷിക്കുമ്പോൾ ഇത് ശരിയുമാണ്. ആദിമകാ ലത്ത് മതവുമായി ബന്ധപ്പെട്ട് സജീവമായി നിലനിന്ന ഒന്നാണ് ഇന്ദ്ര ജാലം. ഒരു ജനതയുടെ സമസ്ത ജീവിതവും അക്കാലത്ത് ഇന്ദ്രജാല വുമായി കെട്ടുപിണഞ്ഞുകിടന്നിരുന്നു. തന്മൂലം ഇന്ദ്രജാലം ഒരു വിശ്വാ സമായി നിലനിന്നിരുന്നു. അന്നും ഇന്നും ഇന്ദ്രജാലക്കാർ ഇന്ദ്രജാല രഹസ്യം പുറത്തറിയിക്കാൻ വിമുഖത കാട്ടിയതുമൂലം ഇന്ദ്രജാലത്തിലെ

യാഥാർത്ഥ്യം സംബന്ധിച്ച സംശയം സജീവമായി നിലനില്ക്കുന്നു. ഈ ഒരു ദുർഘട സന്ധിയിലാണ് ഇന്ദ്രജാലം ഒരു സംശയ വസ്തുവായി മാറിയത്. പ്രകൃത്യാതീത ശക്തിയുടെ സ്വാധീനമുണ്ടെന്ന് ഒറ്റനോട്ടത്തിൽ തോന്നുന്ന ഇന്ദ്രജാലത്തിൽ യഥാർത്ഥ വസ്തുത അല്ല. ഈ സത്യം വിളിച്ചുപറയുവാൻ ഇന്ദ്രജാലക്കാർ കാട്ടിയ വിമുഖതയാണ് അന്ധവിശ്വാ സത്തിലേക്ക് ഇന്ദ്രജാലത്തെ വലിച്ചിഴച്ചത്.

ഇന്ദ്രജാലം കാണിക്കുവാൻ പ്രാഥമിക പഠനം മാത്രം മതി. എന്നാൽ, ഇന്ദ്രജാലം അവതരിപ്പിക്കുവാൻ കഠിനമായ ഒരു തപസ്യ തന്നെ വേണം. അവിടെയാണ് ശാസ്ത്രം കടന്നുവരുന്നത്. ഗണിതശാസ്ത്രവും രസത ന്ത്രവും ഭൗതികശാസ്ത്രവും മനശ്ശാസ്ത്രവും എന്നുവേണ്ട സസ്യശാ സ്ത്രമടക്കം സജീവമായി കടന്നുവരുന്ന ഒരേ ഒരു കല ഇന്ദ്രജാലമാണ്. ആഴക്കടലിന്റെ അടിത്തട്ടിലാണ് മുത്തുകളും പവിഴങ്ങളും ലഭ്യമാകുന്നത് എന്നതുപോലെ, ആഴത്തിൽ ആഴ്ന്നിറങ്ങിയാൽ മാത്രമേ, ഇന്ദ്രജാല ത്തിലെ ശാസ്ത്രം കൈപ്പിടിയിലൊതുങ്ങുകയുള്ളൂ. ഇന്ദ്രജാലത്തിൽ ശാസ്ത്രമില്ലെന്നു വാദിക്കുന്ന പാശ്ചാത്യരും പൗരസ്ത്യരുമായ എല്ലാവ രുടെയും കാഴ്ചപ്പാടുകൾ സവിസ്തരം പഠനവിധേയമാക്കുമ്പോൾ ഇന്ദ്ര ജാലത്തിലെ ശാസ്ത്രം അവർക്കുതന്നെ സമ്മതിക്കേണ്ടി വരുന്നു. ഈ ഒരു നിലയിൽ അനേകമനേകം ശാസ്ത്ര പുസ്തകങ്ങളുടെയും ഇന്ദ്ര ജാല ചരിത്രങ്ങളുടെയും ഒത്ത നടുവിലൂടെയുള്ള ഒരു സഞ്ചാരമാണ് ശ്രീ. ചന്ദ്രസേനൻ മിത്യമ്മലയുടെ *ഇന്ദ്രജാലവും ശാസ്ത്രവും* എന്ന ഈ പുസ്തകം. ഇന്ദ്രജാലത്തെ ഗൗരവമായി കാണുന്നവർക്കും ഇന്ദ്രജാലം മനസ്സിലാക്കാൻ ശ്രമിക്കുന്നവർക്കും മാത്രമല്ല, ഏതൊരു അവതരണ കല യിലും താല്പര്യമുള്ളവർക്കും വളരെയേറെ അറിവു നല്കുന്ന ഒരു പുസ്തകമാണിത്. മാജിക് അക്കാദമിയുടെ ഡയറക്ടർ കൂടിയായ ചന്ദ്ര സേനൻ മിത്യമ്മല അക്കാദമിയിൽ നിന്നും ഇന്ദ്രജാലം അഭ്യസിച്ച ഒരു വ്യക്തികൂടിയാണ്. മാജിക് അക്കാദമിയിലെ പ്രവർത്തനങ്ങൾ, ഇന്ദ്രജാല മേഖലയിൽ വലിയൊരു മുതൽക്കൂട്ടായ, ഈ പുസ്തകത്തിന് നിമിത്ത മായി എന്നത് സന്തോഷം പകരുന്നു. ഇന്ദ്രജാലം ഗൗരവമായി ചർച്ച ചെയ്യുന്ന കൃതികൾ മലയാളത്തിൽ തുലോം വിരളമാണ്. ഇന്ദ്രജാല ത്തിലെ ശാസ്ത്രീയത സജീവമായി ചർച്ച ചെയ്യുന്ന ഈ പ്രഥമ പുസ്തകം ഇന്ദ്രജാല മേഖലയിലും മലയാള സാഹിത്യമേഖലയിലും അത്ഭുതം സൃഷ്ടിക്കും എന്നതാകും യഥാർത്ഥ ഇന്ദ്രജാലം.

ഗോപിനാഥ് മുതുകാട്

മുഖവുര

ക്രിസ്തുവിന് മുമ്പ്, നാലാം നൂറ്റാണ്ടിൽ ഇന്ത്യയിലെ വടക്കുകിഴ ക്കൻ പ്രവിശ്യകളിലെ കുടുംബങ്ങളും ഗോത്രവർഗ്ഗക്കാരും അവരുടെ ആഗ്രഹപൂർത്തീകരണത്തിന് ഏകവഴിയായി കണ്ടിരുന്നത് മാജിക്കിന്റെ പ്രമാണ സൂത്രങ്ങളായിരുന്നു. പല സ്ഥലങ്ങളിലും പലവർഗ്ഗങ്ങ ളിലുംപെട്ടവർ, പ്രകൃതിശക്തികളെ മനുഷ്യനന്മയ്ക്കായി തിരിച്ചുവിടു ന്നതിന്, മാജിക് സഹായിച്ചിരുന്നുവെന്ന് വിശ്വസിച്ചിരുന്നു. അതിനായി അവർക്ക് തെളിവും ലഭിച്ചിരുന്നു. ഈ പ്രവൃത്തിയിലേർപ്പെട്ടിരുന്നവർ എന്ന നിലയിൽ മാന്ത്രികന്മാർക്ക് സമൂഹത്തിൽ രാജാക്കന്മാരെപ്പോലെ ഉന്നത സ്ഥാനം ലഭിക്കുകയും ചെയ്തിരുന്നു. അതുകൊണ്ടു തന്നെ അതീ ന്ദ്രിയ ശക്തിയുടെ പര്യായമായി മാജിക് മാറുകയും ചെയ്തു. *ഋഗ്വേദ സൂക്തങ്ങളിൽ* മാന്ത്രിക പ്രമാണ സൂത്രങ്ങളെക്കുറിച്ച് നിരവധി പരാ മർശങ്ങളുള്ളതും ഇന്ത്യയിൽ ഇത്തരം വിശ്വാസം ഇരട്ടിക്കാൻ കാരണ മായി. തുടർന്ന് ശത്രുസംഹാരത്തിനും ഐശ്വര്യം വർദ്ധിപ്പിക്കുന്നതിനും സ്നേഹത്തിനും വിജയത്തിനുമെല്ലാം മാജിക്കിന്റെ സൂത്രങ്ങളെ ആശ്ര യിച്ചിരുന്നു.

1400 ബി സിയിൽ ഈ പ്രമാണ സൂത്രങ്ങളെല്ലാം ശേഖരിക്കുന്ന തിന് ശ്രമമാരംഭിച്ചു. ബ്രഹ്മന്റെ പുത്രനായ അഥർവ്വനാണ് ഈ ശ്രമം നടത്തിയതെന്നാണ് പരക്കെയുള്ള വിശ്വാസം. നൂറ്റാണ്ടുകളായി ഈ ശ്രമം നടന്നുവെങ്കിലും ഒരു പൂർണ്ണവിജയം ഈ സംരംഭത്തിൽ കണ്ടെ ത്താനായില്ല. അഥർവ്വന്റെ മകനും ദുർമ്മന്ത്രവാദത്തിന്റെയും രോഗശു ശ്രൂഷയുടെയും ആചാര്യനുമായ ബൃഹസ്പതി ദൈവങ്ങളുടെ മാന്ത്രി കൻ എന്ന നിലയിലാണ് അറിയപ്പെട്ടിരുന്നത്. ഔഷധ സസ്യപ്രയോഗ ത്തിലൂടെ നിരവധിയാളുകളുടെ വേദനയകറ്റാൻ ബൃഹസ്പതിക്കായി.

തന്മൂലം വലിയ ജനസമ്മതി നേടുവാൻ അദ്ദേഹത്തിന് കഴിഞ്ഞു. അക്കാ രണത്താൽ നിരവധിയാളുകൾ മാന്ത്രികരംഗത്തേക്ക് കടന്നുവരാനും തുടങ്ങി. അതിൽ പ്രധാനികൾ അഥർവ്വന്മാരെന്നും അംഗിരാസന്മാരെന്നും അറിയപ്പെട്ടു. അപകടകരമായ ആഭിചാരക്രിയ ശീലിച്ച അംഗിരാസന്മാർ സമൂഹത്തിൽ ഭീകരത സൃഷ്ടിക്കുന്നുവെന്ന ധാരണ പൊതുവേ ഉണ്ടായി. ഇത് നല്ലൊരു വിഭാഗത്തിന് അസൗകര്യങ്ങൾ സൃഷ്ടിച്ചു. ഒരു സാമൂഹ്യപ്രശ്നമായി ഇതുമാറിയപ്പോൾ അപകടകരമായ മാന്ത്രിക പരി ശീലനം നിയമംമൂലം നിരോധിക്കേണ്ട നിലവരെ കാര്യങ്ങളെത്തി. തുടർന്ന് ജ്യോതിഷ പ്രവർത്തനങ്ങൾ, ഭാവി പ്രവചനങ്ങൾ, മരുന്ന് നിർമ്മിച്ചു നല്കൽ എന്നിവ ഒഴികെയുള്ള എല്ലാ ആഭിചാര ക്രിയകൾക്കും വിലക്കുവന്നു. എന്നാൽ, ഹിന്ദു ചികിത്സയെന്നറിയപ്പെടുന്ന ആയുർവ്വേദ ചികിത്സ അഥർവ്വവേദം അംഗീകരിച്ചു.

ഏതൊരു ജനതയും തുടക്കത്തിൽ മതവും മാജിക്കുമില്ലാതെ നില നിന്നിരുന്നില്ലെന്ന് റോബർട്ട് റെഡ്ഫീൽഡ് *മാജിക് സയൻസ് ആന്റ് റിലീ ജിയൻ ആന്റ് അതർ എസ്സേസ്* എന്ന ഗ്രന്ഥത്തിൽ സൂചിപ്പിച്ചിട്ടുണ്ട്. എല്ലാ ആധുനിക പഠനങ്ങളുടെയും തുടക്കം മാജിക്കിന്റെയും മതത്തി ന്റെയും തത്ത്വത്തിലായിരുന്നു. ജർമ്മൻ പ്രൊഫസർ പ്രൂസ്സ്, ഇംഗ്ലണ്ടു കാരനായ ഡോ.മാറ്റ്, ഫ്രാൻസുകാരിയായ എം എം ഹുബർട്ട് എന്നി വർ അവരുടെ സ്വന്തം നിഗമനങ്ങളും നിരീക്ഷണങ്ങളും നിരത്തുമ്പോൾ, കുറച്ചൊക്കെ ഫ്രേസിയറെ വിമർശിച്ചും ഒട്ടുമിക്കപ്പോഴും യോജിച്ചും നിന്നു. മാജിക്കും സയൻസുമായി അടിസ്ഥാനപരമായി വ്യത്യാസപ്പെട്ടി രിക്കുന്നു എന്ന നിഗമനത്തിൽ ഇവർക്ക് അഭിപ്രായ വ്യത്യാസങ്ങളില്ലാ യിരുന്നു. സയൻസ് പരീക്ഷണത്തിൽനിന്നും മാജിക് പാരമ്പര്യത്തിൽ നിന്നും ജനിക്കുന്നു. കാരണങ്ങൾ വഴികാട്ടിയായും നിരീക്ഷണങ്ങൾ തിരുത്തലുകളായും ശാസ്ത്രത്തിൽ പ്രവർത്തിക്കുമ്പോൾ ജാലവിദ്യ അത്ഭുതത്തിന്റെ അന്തരീക്ഷത്തിൽ നില്ക്കുന്നു. ശാസ്ത്രം ഏവർക്കും പ്രാപ്യമാകുമ്പോൾ മാജിക് ഗൂഢശാസ്ത്രമായി നിലനില്ക്കുന്നു. ശാസ്ത്രം പ്രകൃതിശക്തിയിലധിഷ്ഠിതമായി നിലനില്ക്കുമ്പോൾ മാജിക് പ്രകൃത്യാതീത ശക്തിയായി ആദിമമനുഷ്യർ മുതൽ കണ്ടുപോരുന്നു. മാജിക്കിന് പ്രകൃതിയുമായി ബന്ധമില്ലാത്തതുകൊണ്ട് പ്രകൃതിയുമായി ബന്ധമുള്ള സയൻസുമായി ബന്ധമില്ലെന്നും വിശ്വസിച്ചുപോന്നു.

വേദകാല വൈദ്യം എന്നത് മാന്ത്രികവും മതാചാരപരവുമായ ഒരു ണർവ്വുമായിരുന്നു. പ്രകൃതി പരിജ്ഞാനത്തിലധിഷ്ഠിതമായ ആയുർവ്വേദ ഔഷധങ്ങളായിരുന്നു ചികിത്സയ്ക്കായി ഉപയോഗിച്ചിരുന്നത്. പുരാതന ജനതയ്ക്ക് മാജിക്, മതം, ഔഷധം എന്നിവ ഒന്നുതന്നെയായിരുന്നു. ഔഷധ പ്രയോഗത്തോടൊപ്പം മാന്ത്രിക സാഹചര്യം സൃഷ്ടിക്കുകയും മാജിക്കിന്റെ സാന്നിധ്യം ബോദ്ധ്യപ്പെടുത്തി മാനസികമായ ഒരു ശക്തി പകരൽ സമർത്ഥമായി നിർവ്വഹിക്കുകയും ചെയ്തിരുന്നു. ഇതിന് പല പ്പോഴും മതത്തിന്റെ പിൻബലം നിർല്ലോഭം ലഭിച്ചു. ഈയൊരു മുൻകാല

സാഹചര്യത്തിൽ നിന്നാണ് മരുന്നും മന്ത്രവും എന്ന പ്രയോഗം തന്നെ രൂപം കൊണ്ടതും. ഔഷധസസ്യങ്ങളുടെ സവിശേഷ സാദ്ധ്യത അസു ഖത്തെ ഇല്ലായ്മ ചെയ്യുമ്പോഴും മാജിക്കിന്റെ പിൻബലത്തോടെയുള്ള പ്രയോഗമായതിനാലാണ് രോഗം വിട്ടുമാറിയതെന്ന് പ്രചരിപ്പിക്കാൻ മത സ്വാധീനമുണ്ടായിരുന്ന മാന്ത്രിക വൈദ്യന്മാർക്ക് അനായാസം കഴിഞ്ഞി രുന്നു. അതിനാൽ ഔഷധം കണ്ടെത്തിയാൽ മാത്രം പോരാ, മാന്ത്രിക സവിശേഷതകൂടി സ്വായത്തമാക്കിയാലേ ചികിത്സ സാദ്ധ്യമാകൂ എന്ന ഒരു ധാരണ ജനങ്ങളിലാകെയുണ്ടായി. നൂറ്റാണ്ടുകളോളം ഈ ധാരണ നിലനിർത്താൻ കഴിഞ്ഞു എന്നതാണ് ഏറെ അത്ഭുതം ജനിപ്പിക്കുന്നത്. സമൂഹത്തിൽ മാറ്റങ്ങൾക്ക് തുടക്കമിട്ട പല പുരോഗമന ചിന്തകരും ജാല വിദ്യക്കാരുകൂടിയായിരുന്നു എന്നത് ഇത്തരം ഒരു സാഹചര്യം സൃഷ്ടി ക്കുന്നതിന് കാരണമായി.

ക്രിസ്തുവിന് മുമ്പ് രണ്ടാം നൂറ്റാണ്ടിൽ, കിഴക്കുപടിഞ്ഞാറൻ ഇന്ത്യ ആക്രമിച്ചു കീഴടക്കിയ സഞ്ചാരികളായ ആര്യന്മാർക്ക് രാജാക്കന്മാരുണ്ടാ യിരുന്നില്ല. ഗോത്രത്തലവന്മാരോ പ്രമാണിമാരോ മാത്രമേ ഉണ്ടായിരുന്നുള്ളു. എന്നാൽ, ഒരു സ്ഥലത്തുതാമസിച്ചു ജീവിക്കുന്ന സമ്പ്രദായം നിലവിൽ വന്നതോടെ രാജപദവിയും രാജാക്കന്മാരുമുണ്ടായി. അത്തരത്തിൽ രാജാ ക്കന്മാരായത് മാന്ത്രിക സിദ്ധിവിശേഷങ്ങളുള്ളവരായിരുന്നു. സെൻട്രൽ ഓസ്ട്രിയയിൽ ആദിവാസികളുടെ തലവൻ മജീഷ്യനായിരുന്നു. മാജി ക്കിലൂടെ പ്രകൃതിശക്തികളെ നിയന്ത്രിക്കുക, അനുയായികൾക്ക് ഭക്ഷണം നല്കുക എന്നിവ ഇവരുടെ ചുമതലയായിരുന്നു. പുരാതന ഹീബ്രു സമുദായത്തിലും ആഫ്രിക്കയിൽ, പ്രത്യേകിച്ച് കിഴക്കൻ ആഫ്രി ക്കയിലും ഗോത്രത്തലവന്മാരെല്ലാം മാന്ത്രികരായിരുന്നു. മഴ പെയ്യിക്കു ന്നതിലെ വൈദഗ്ദ്ധ്യമാണ് ഇവരുടെ പ്രധാന ശക്തിയായി കരുതിപോ ന്നത്. അതിന് സാധിക്കാത്തവരെ അതിനു കഴിയുന്നവർ കീഴടക്കി ഭരണം പിടിച്ചെടുത്തിരുന്നു. കാർഷികവൃത്തിയിലധിഷ്ഠിതമായൊരു ജീവിതശൈലി സ്ഥിരതാമസരീതി അവലംബിക്കുമ്പോൾ രൂപപ്പെട്ടു വന്നി രുന്നു. അതിന് മഴയുടെ സാന്നിദ്ധ്യം അനിവാര്യമായും വന്നു. ജീവന്റെ നിലനില്പു തന്നെ മഴയെ ആശ്രയിച്ചുമാത്രമാണെന്ന ധാരണ പരന്ന തോടെ മഴ പെയ്യിക്കുന്നവർക്ക് (Rain Makers) പ്രാധാന്യവും വന്നു. അതി നാലാണ് മഴ പെയ്യിക്കുന്നതിലെ വൈദഗ്ദ്ധ്യം കണക്കിലെടുത്ത് മാന്ത്രി കരിൽനിന്നും രാജാക്കന്മാരെ തിരഞ്ഞെടുത്തിരുന്നത്.

ഇന്ത്യയിൽ ആഭിചാരക്രിയ ചെയ്ത അംഗിരാസന്മാർക്ക് വില ക്കേർപ്പെടുത്തിയ പോലെ റോമിൽ ഒരിക്കൽ മാജിക് നിയമ വിരുദ്ധമായി പ്രഖ്യാപിച്ചു. സുതാര്യതയില്ലായ്മയും ഭയാനകമായ അവതരണങ്ങളും ഇരുളിന്റെ മറവിൽ അരങ്ങേറുന്ന ആഭിചാരക്രിയകളും തന്മൂലം ശത്രു തയും കുറ്റകൃത്യങ്ങളും വർദ്ധിപ്പിക്കുന്ന രീതിയുമെല്ലാം കൂടിയായപ്പോൾ ഇതൊരു സാമൂഹ്യദുരന്തമായി ചിത്രീകരിക്കപ്പെടുകയും തുടർന്ന്, നിരോ ധിക്കുകയുമാണുണ്ടായത്. പുരാതന മെഡിറ്ററേനിയൻ ലോകത്തിലെ

ജാലവിദ്യകളെ സംബന്ധിച്ച ചിത്രം കാട്ടിത്തരുവാനുതകുന്ന രചനകൾ നടത്തിയ അപ്പുലൂയിസ് മാജിക് എന്ന പദത്തിനുപകരമായി മാജിയ മാലഫിസിയ (ദുഷ്ട പ്രവർത്തനങ്ങൾ) എന്നാണ് മാജിക്കിനെ വിശേ ഷിപ്പിച്ചിരുന്നത് പോലും.

എലിസബത്തൻ മജീഷ്യൻ ജോൺഡീ (John Dee) പ്രേതാത്മാ ക്കളുമായി ബന്ധപ്പെട്ടിരുന്നതായി രേഖപ്പെടുത്തലുകളിൽ കാണുന്നു. 1780 കളിൽ പ്രശസ്തനായ കഗ്ലിയോസ്ട്രോ (Cagliostro) ഒരു പാത്ര ത്തിൽ വെള്ളം നിറച്ച് അതിൽ കുട്ടികളെക്കൊണ്ട് നോക്കിച്ച് പ്രേതാ ത്മാക്കളുമായി സംസാരിക്കുന്ന വിദ്യ അവതരിപ്പിച്ചിരുന്നു. നമ്മുടെ നാട്ടിലെ മഷിനോട്ടത്തിന്റെ അതേ നിലയിലാണ് ഇതവതരിപ്പിച്ചിരുന്നത്. 19-ാം നൂറ്റാണ്ടിൽ ആത്മീയ സത്ത കണ്ടെത്തുന്ന (Spiritual Discovery) തിൽ ശ്രദ്ധേയമായ പഠനം നടത്തിയ പ്രമുഖരിൽ പ്രധാനിയാണ് വിഖ്യാ തകവി തോമസ് സൗത്ത്. പുരാതനകാലത്തെ ആത്മീയരഹസ്യം കണ്ടെ ത്തുന്നതിൽ ഇദ്ദേഹം അതീവ തല്പരനായിരുന്നു. ഹിപ്നോസിസ്, സ്പിരിറ്റ് കമ്യൂണിക്കേഷൻ എന്നിവ അവതരിപ്പിക്കുന്ന സംഘത്തിൽ ഇദ്ദേഹം അംഗമായിരുന്നു. രഹസ്യങ്ങളും അത്ഭുതങ്ങളും പണ്ടുമു തല്ക്കേ നിലനില്ക്കുന്നതാണെന്നും നാമിപ്പോൾ അത് കണ്ടെത്തുക മാത്രമേ ചെയ്യുന്നുള്ളൂവെന്നും വിശ്വസിച്ചിരുന്ന വ്യക്തിയായിരുന്നു അദ്ദേ ഹം. പുരാതന കാലത്തെ ഈജിപ്റ്റിലെയും റോമിലെയും പുരോഹിത ന്മാർ ആത്മീയതയുടെ അത്ഭുതരഹസ്യങ്ങൾ അറിഞ്ഞിരുന്നവരാ ണെന്നും മെസ്മറും മറ്റും ഇത് കണ്ടെത്തുക മാത്രമാണ് ചെയ്തതെന്നും ഇദ്ദേഹം വിശ്വസിച്ചിരുന്നു. ഗ്രീസിന്റെയും റോമിന്റെയും സങ്കല്പങ്ങളിൽ മാജി വർഗ്ഗക്കാരുടെ പ്രവർത്തനത്തിനുള്ള പങ്കിനെപ്പറ്റി സൗത്തും മക ളായ മേരിആനും ഗവേഷണം നടത്തി. 1846 ലാണ് മേരിആൻ *ഏർളി മാഗ്നെറ്റിസം* എന്ന പുസ്തകം പുറത്തിറക്കിയത്. ഹിപ്നോട്ടിക് സാദ്ധ്യ തകൾ മതസംബന്ധിയായ ദിവ്യജ്ഞാനത്താലും അത്ഭുത സാഹചര്യ സൃഷ്ടിയിലും എങ്ങനെ ഉപയോഗിച്ചിരുന്നുവെന്ന് കണ്ടെത്തുകയായി രുന്നു ഈ പുസ്തകത്തിന്റെ ലക്ഷ്യം. ഈ വിശ്വാസ സ്വാധീനത്താൽ സൗത്ത് ഒരു എപിക് കാവ്യം തന്നെ രചിക്കുകയുണ്ടായി. എന്നാൽ, മേരി ആൻ തന്റെ ഗവേഷണഫലങ്ങൾ ക്രോഡീകരിച്ച് ഒരു പ്രബന്ധം തയ്യാ റാക്കി. A Suggestive inquiry into the hermetic mystery with a dissertation on the more celebrated of the Alchemical Philosophers എന്ന ഈ പ്രബന്ധം സൗത്ത് മുൻകൈ എടുത്ത് 1850 ൽ അച്ചടിച്ചു. തുടർന്ന്, ജോൺ ഹെൻട്രി ന്യൂമാന്റെ സ്വാധീന വലയത്തിൽപ്പെട്ട സൗത്ത് ന്യൂമാന്റെ മത പുനരുദ്ധാരണ പ്രവർത്തനത്തിന് ഈ പുസ്തകം എതിർ നില്ക്കുന്നു എന്ന ധാരണയാലും ക്രിസ്തുമത വിശ്വാസികളല്ലാത്തവ രുടെ പ്രചാരണത്തിന്റെ ഫലമായി മതവിരോധ പക്ഷത്ത് ഈ പുസ്തകം ചെന്നെത്തുമെന്ന ഭയത്താലും കിട്ടാവുന്ന കോപ്പികളെല്ലാം തിരിച്ചെടുത്ത് അവയെല്ലാം കെട്ടുകളാക്കി ചുട്ടെരിച്ചു. പിന്നെ 1918 ൽ മേരി ആൻ ഈ

പുസ്തകം വീണ്ടും പുറത്തിറക്കി. 1920 ൽ വെയിറ്റിന്റെ (A E Waite) *The secret tradition in Alchemy* എന്ന ഗ്രന്ഥത്തിൽ മേരി ആനിനെ അതിരൂക്ഷമായി വിമർശിക്കുകയും ഗ്രീക്കുപുരാണങ്ങളിൽ അത്ഭുത പ്രവർത്തനങ്ങളുടെ രഹസ്യപഠനങ്ങൾ ഒന്നുമില്ലെന്ന് സ്ഥാപിക്കുകയും ചെയ്തു.

ഓസ്ട്രേലിയയുടെ വടക്കുകിഴക്കു ഭാഗത്തുള്ള ഒരു കൂട്ടം ദ്വീപിലെ കറുത്ത വർഗ്ഗക്കാരെ മെലനേഷ്യൻസ് എന്ന് വിളിച്ചു പോരുന്നു. ജീവിതം തന്നെ മാജിക്കിലധിഷ്ഠിതമെന്ന് ധരിച്ച ഒരു വിഭാഗമായിരുന്നു ഇവർ. ജീവിതരീതികളിലെ വൈകല്യം, വാർദ്ധക്യം എന്നിവ മൂലം മരണം സംഭ വിച്ചാലും അത് ആഭിചാരക്രിയമൂലമാണെന്ന് വിശ്വസിച്ചവരാണ് മെല നേഷ്യക്കാർ. ഒരു ചെടി വളരുവാനോ ഒരാളുടെ രോഗം ഭേദമാക്കാനോ മാജിക്കിലൂടെ മാത്രം കഴിയില്ലെന്ന് അറിയുമ്പോഴും മാജിക്കിലെ ആഭി ചാര സാദ്ധ്യതയിൽ വിശ്വാസമർപ്പിച്ചവരായിരുന്നു ഇവർ.

പൊതുനന്മയ്ക്കായി ആരാധന നടത്തുവാനും പവിത്രത നില നിർത്തുവാനും ഒരു സമുദായത്തെ ഒന്നാകെ മതത്തിന് ആവശ്യമായി വരുന്നു. അതുപോലെ തന്നെ സഭാചാരക്രമസമാധാനം നടപ്പിലാക്കുന്ന തിന് സമുദായത്തിന് മതവും ആവശ്യമാകുന്നു. ഒരു പരിശീലന കല യെന്നതിനപ്പുറം ആദിമകാലത്ത് ജാലവിദ്യയെ കണ്ടിരുന്നില്ല. പുരാതന ജാലവിദ്യകൾ പലതും അത്ഭുതരഹിതവും അതിവിരസവുമായിരുന്നു. ദുർമ്മന്ത്രവാദിനികളുടെ ആഭിചാര ക്രിയകളിൽ മാന്ത്രിക ദണ്ഡിന്റെ ഉന്നം അത്ഭുതങ്ങൾ സൃഷ്ടിച്ചതായി പലരും വിശ്വസിച്ചു. മുനയുള്ള ഒരെല്ലോ വടിയോ അമ്പോ അതുമല്ലെങ്കിൽ ഏതെങ്കിലും മൃഗത്തിന്റെ നട്ടെല്ലോ ഒരാൾക്ക് നേരെ ചുണ്ടിയാൽ അയാൾ ആഭിചാരക്രിയയുടെ ഫലമായി കൊല്ലപ്പെടുമെന്ന് വിശ്വസിച്ചിരുന്നു. ഇതിനവർക്ക് തെളിവുകളും ലഭ്യ മായിരുന്നു. ഏതൊരാഭിചാരക്കാരനും ചെയ്യുന്ന കാര്യങ്ങൾ ക്രമപ്രകാരം രേഖപ്പെടുത്തുവാനോ വിവരിക്കുവാനോ ഒരാൾക്കും കഴിയുന്നില്ലെന്ന താണ് ഈ രഹസ്യസംരക്ഷണത്തിന്റെ കാതൽ. അത്ഭുതത്തിൽ മാത്രം ശ്രദ്ധതിരിക്കുവാൻ ഏവരെയും പ്രോത്സാഹിപ്പിക്കുന്നതിന് ഒരാഭിചാര ക്കാരന് അനായാസം കഴിയുന്നു. ഒരു ദണ്ഡോ എല്ലിന്റെ കഷണമോ ഒരാളിന്റെ നേരെ ചുണ്ടിയശേഷം നടക്കുന്ന പലകാര്യങ്ങളും അപ്രസ ക്തമായി കരുതപ്പെടുകയും അവയിലൂടെ ആഭിചാരക്കാരൻ വിജയം വരി ക്കുകയും ചെയ്യും. ആഭിചാര ക്രിയ (Black Magic)കളിൽ വളരെ മൂർച്ച യേറിയ വസ്തുക്കൾ, ബോധക്ഷയം വരെ സംഭവിക്കാവുന്ന ഗന്ധം പര ത്തുന്ന വസ്തുക്കൾ, വിഷം എന്നിവ സർവ്വസാധാരണയായി ഉപയോ ഗിച്ചിരുന്നു. ഇതാണ് മരണത്തിന് കാരണമാകുന്നത്. എന്നാൽ, സ്നേഹ ജാലവിദ്യ (Love Magic)യിൽ സുഗന്ധം പരത്തുന്ന പുഷ്പങ്ങൾ, മത്തു പിടിപ്പിക്കുന്ന വസ്തുക്കൾ എന്നിവയാണ് ഉപയോഗിച്ചിരുന്നത്.

കോളിൻവിൽസന്റെ *മിസ്റ്ററീസ്* എന്ന ഗ്രന്ഥത്തിൽ ഇന്ദ്രിയാതീത ശക്തികളെക്കുറിച്ചും പ്രകൃത്യാതീത ശക്തികളെ സംബന്ധിച്ചും ദിവ്യാ

ത്ഭുതങ്ങളെ സംബന്ധിച്ചും സമഗ്രമായ അന്വേഷണം നടത്തുന്നുണ്ട്. അതിൽ അദ്ദേഹത്തിന്റെ ചില നിരീക്ഷണങ്ങൾ രസാവഹമാണ്. ചെസ് കളി പോലെയോ ബോട്ടണി പോലെയോ പ്രകൃതിദത്തമായ ഒന്നാണ് ജാലവിദ്യയെന്ന് പാശ്ചാത്യർ ഒരിക്കലും കരുതിയിരുന്നില്ല. അപരിചിത മായ ഒരാത്മീയ ശക്തിയുള്ളവരാണ് ഇന്ദ്രജാലക്കാരനെന്നും പാശ്ചാത്യർ വിശ്വസിച്ചിരുന്നു. ഇത് സത്യത്തിൽ നിന്നും ബഹുദൂരത്തിലാണ്. മാന്ത്രി കർ അതൃപ്തരായ മനുഷ്യരാണെന്നും ഒട്ടുമിക്ക ഇന്ദ്രജാലക്കാരും മണ്ട ന്മാരും കുറച്ചുപേർ നല്ലവരാണെന്നും ഏറക്കുറെ എല്ലാപേരും നിർഭാഗ്യ വാന്മാരാണെന്നും കോളിൻ വിൽസൻ വിലയിരുത്തുന്നു. മാജിക് പ്രകൃ ത്യാതീത ശക്തികൊണ്ട് സാധിക്കുന്നതല്ലെന്നും നിരന്തര പരിശീലന ത്തിലൂടെ സ്വയം നേടിയെടുക്കുന്ന ഒരു കഴിവ് മാത്രമാണെന്നും മാത്ര മല്ല ഇത് കാറ് നന്നാക്കുന്നതുപോലെയോ ട്രപ്പീസ് ആടുന്നതുപോലെയോ ഒന്നാണ്.

കഴിഞ്ഞ നൂറ്റാണ്ടുകളിൽ ജാലവിദ്യയെ ഒരു ശാസ്ത്രമായി കണ്ടി രുന്നു. ആൽക്കെമിയിൽ നിന്ന് ആധുനിക രസതന്ത്രവും ജ്യോതിഷത്തിൽ നിന്ന് വാനശാസ്ത്രവും വളർന്നുവന്നു. ഐസക് ന്യൂട്ടൻ ജാലവിദ്യയും ശാസ്ത്രവും യാതൊരു വൈരുദ്ധ്യവുമില്ലാതെ ഒരുപോലെ പരിശീലിച്ചി രുന്നു. ഭൂതങ്ങളും പിശാചുക്കളും നിറഞ്ഞ ഇന്ദ്രജാലരീതി ഉപയോഗമി ല്ലാത്തതായി ന്യൂട്ടൻ കരുതി. മാലാഖമാരും ഭൂതഗണങ്ങളുമെന്ന സങ്കല്പ ത്തിന് മദ്ധ്യകാലഘട്ടത്തിൽ സ്ഥാനം ലഭിച്ചില്ല. എലിഫസ് ലേവിയുടെ പ്രശസ്തമായ കണ്ടെത്തൽ 1855 ലാണ് പുറത്തുവന്നത്. ഇദ്ദേഹം മാലാഖ മാരിലും ഭൂതഗണങ്ങളിലും വിശ്വാസമില്ലാത്ത വ്യക്തിയായിരുന്നു. ജങ്കി യൻ കാഴ്ചപ്പാടുകൾക്ക് സമമായിരുന്നു ലേവിയുടെ കണ്ടെത്തലുകൾ. മാക്ഗ്രിഗർ മാതേഴ്സ് സ്വീകരിച്ച പല ആശയങ്ങളും ലേവിയുടേതായി രുന്നു. ഇക്കാലയളവിലാണ് മനശ്ശാസ്ത്രജാലവിദ്യയ്ക്ക് പ്രചാരം ലഭി ക്കുന്നത്. ഒരു റൊമാന്റിക് കവികൂടിയായ ഡബ്ല്യു ബി യീറ്റ്സ് റസ്സലു മായി ചേർന്ന് ഡബ്ലിനിൽ ആതീന്ദ്രിയ രഹസ്യങ്ങളെക്കുറിച്ച് പഠനം നട ത്തുന്നതിന് ഹെർമെറ്റിക് സൊസൈറ്റി (Hermetic Society) എന്ന സംഘ ടനയ്ക്ക് രൂപം നല്കിയതോടെ ഇരുപതാം നൂറ്റാണ്ടിൽ ഇന്ദ്രജാല രംഗത്ത് ഒരു വഴിത്തിരിവുണ്ടായി. മാജിക്കിന്റെ അടിസ്ഥാന തത്ത്വങ്ങൾ സ്വാംശീ കരിക്കുന്നതിൽ യീറ്റ്സ് ശ്രദ്ധ തിരിച്ചു. ഈയൊരു സ്വാധീനംമൂലം അദ്ദേ ഹത്തിന്റെ ആദ്യകാല രചനകളിലെല്ലാം സാങ്കല്പിക രൂപങ്ങളെ അടി സ്ഥാനമാക്കിയതായി കാണാം. 1890 ൽ നിഗൂഢശാസ്ത്രത്തിന്റെ പുനരു ജ്ജീവനം അവസാനിച്ചിട്ടും യീറ്റ്സ് മാജിക്കിന്റെയും ഹെർമിറ്റിസത്തി ന്റെയും പ്രചാരകനായി തുടർന്നും പ്രവർത്തിച്ചു. ആദ്യമെല്ലാം പലരും ഇതംഗീകരിച്ചില്ലെങ്കിലും മാജിക്കിൽനിന്നും കവിതയും കവിതയിൽ നിന്നും മാജിക്കും ഉണ്ടാകുന്നുവെന്ന സത്യം ഒടുവിൽ അംഗീകരിക്കപ്പെട്ടു. (The Poetry sprang out of the magic and the magic out of the poetry) ബ്രൂണോയുടെ ആർട്ട് ഓഫ് മെമ്മറി പുറത്തിറങ്ങുന്നതുവരെ യീറ്റ്സിന്റെ

എ വിഷൻ (*A Vision*) എന്ന കൃതിയായിരുന്നു ഹെർമിറ്റിക് പുസ്തക ങ്ങളിൽ ശ്രദ്ധേയമായിരുന്നത്. ഹെർമിറ്റിക് മെജിസ്റ്റോസിന്റെ അടിസ്ഥാന തത്ത്വമായ as above, so below യാണ് *എ വിഷൻ* എന്ന ഗ്രന്ഥത്തിൽ പ്രതിപാദിച്ചിരുന്നത്.

ഇന്ദ്രജാലത്തിൽ ശാസ്ത്രമില്ലെന്ന വാദത്തിന് ആക്കംകൂട്ടുന്നതിൽ പ്രധാന പങ്കുവഹിച്ചവർ ആൽക്കെമിസ്റ്റുകളാണ്. ആൽക്കെമിസ്റ്റുകളുടെ പ്രവർത്തന ഫലമായി വസ്തുക്കളിൽ രൂപപരിണാമം സംഭവിക്കുന്നു വെന്ന വിശ്വാസം ആറ്റം തിയറി നിലവിൽ വന്നപ്പോൾ തന്നെ ശരിയ ല്ലെന്ന് ബോദ്ധ്യം വന്നതാണ്. എന്നാൽ വിശ്വസനീയമെന്ന് തോന്നിക്കുന്ന ചില കഥകൾ പലരേയും വീണ്ടും ഈ ചിന്താഗതിയിലേക്ക് തിരിച്ചുവിട്ടു. ഇതിൽ നല്ല പ്രചാരം ലഭിച്ചത് നികോളാസ് ഫ്ലേമലിന്റെ കഥയ്ക്കാണ്. 1417 മാർച്ച് 22 ന് ഇദ്ദേഹം മരണമടഞ്ഞപ്പോൾ ആൾക്കാർ സംഘമായി ചേർന്ന് ഇദ്ദേഹത്തിന്റെ വീട് സൂക്ഷ്മമായി പരിശോധിച്ചു. ഫിലോസ ഫേഴ്സ് സ്റ്റോണിന്റെ രഹസ്യം കണ്ടെടുക്കാനായിരുന്നു ഈ ശ്രമം. പലി ശയ്ക്കു പണം നല്കി ധനം സമ്പാദിച്ചിരുന്ന ഫ്ലേമൽ ആൽക്കെമിയുടെ സഹായത്താൽ സ്വർണ്ണം നിർമ്മിച്ച് പണമുണ്ടാക്കി എന്നാണ് ആൾക്കാർ കരുതിയത്. ഫ്ലേമലും താനൊരു ആൽക്കെമിസ്റ്റാണെന്ന് അവകാശ പ്പെട്ടിരുന്നു. രണ്ടുനൂറ്റാണ്ടുകൾക്ക് ശേഷം, 1612 ൽ അദ്ദേഹത്തിന്റെ ഒരു ആൽക്കെമി രചന പ്രസിദ്ധീകരിച്ചു എന്നതാണ് അത്ഭുതം. ഇതിൽ ഫ്ലേമൽ എങ്ങനെ സ്വർണ്ണമുണ്ടാക്കി ധനികനായി എന്ന് പ്രതിപാദിച്ചി രുന്നു! അബ്രഹാമെലിന്റെ ഒരു മാന്ത്രിക രചന കാണാനിടയായ ഫ്ലേമൽ ആൽക്കെമി സൂത്രത്തിൽ ആകൃഷ്ടനായി. യാത്രാമധ്യേ സ്പെയിനിലെത്തിയ ഫ്ലേമൽ അവിടെ ഒരു ജൂതനായ ഡോക്ടറെ കണ്ടെത്തുകയും അദ്ദേഹത്തിൽ നിന്നും ആൽക്കെമി സൂത്രം ഗ്രഹിക്കു കയും ചെയ്തുവത്രേ. അപ്രകാരം 1383 ൽ ചുവന്ന കല്ല് അഥവാ ഫിലോ സഫേഴ്സ് സ്റ്റോൺ നിർമ്മിക്കുന്നതിനും മെർക്കുറിയെ സ്വർണ്ണമാക്കി ധനം സമ്പാദിക്കുന്നതിനും കഴിഞ്ഞുവെന്നാണ് കഥ.

ഗ്യാസ് എന്ന വാക്ക് കണ്ടുപിടിച്ച വ്യക്തിയും രസതന്ത്രത്തിലെ അതിപ്രശസ്തനുമായ ബെൽജിൻ കെമിസ്റ്റ് വാൻഹെൽമോണ്ട് 17-ാം നൂറ്റാണ്ടിന്റെ ആദ്യം നാല് ഔൺസ് മെർക്കുറിയിൽ നിന്ന് സ്വർണ്ണം നിർമ്മിച്ചതായി അവകാശപ്പെട്ടിട്ടുണ്ട്. ഒരപരിചിതൻ നല്കിയ പൗഡർ ഉപയോഗിച്ചാണ് ഇത് സാദ്ധ്യമാക്കിയതെന്നാണ് അദ്ദേഹം അറിയിച്ചത്. ശാസ്ത്രീയമായ നിഗമനങ്ങളും അന്വേഷണങ്ങളും മാത്രം അംഗീകരി ക്കുന്ന ആളായിരുന്നു ഹെൽമണ്ട്. അതുകൊണ്ടു തന്നെ ഈ കഥയ്ക്ക് വിശ്വാസ്യത ഏറി. ആൽക്കെമി വിശ്വാസിയല്ലാത്ത അദ്ദേഹത്തിന്റെ മക നാണ് ഈ കഥ പരസ്യപ്പെടുത്തിയതെന്നതാണ് ഏറെ രസകരം. *The Occult* എന്ന പുസ്തകത്തിൽ ഡച്ച് ഫിസിഷ്യൻ ഹെൽവേറ്റിയസ് അഥവാ ജോൺ ഫ്രെഡിക് ഷെറ്റ്സർ അര ഔൺസ് ലെഡ്ഡിനെ സ്വർണ്ണ മാക്കിയതായി വിവരിച്ചിട്ടുണ്ട്. ഏതോ ഒരു വ്യക്തി നല്കിയ ഫിലോസ

ഫേഴ്സ് സ്റ്റോൺ ഉപയോഗിച്ചാണ് ഇത് നിർവ്വഹിച്ചതെന്നാണ് സൂചിപ്പി ക്കുന്നത്. ആൽക്കെമി ചരിത്രത്തിലെ ഏറ്റവും വലിയ ദുരന്തം ജെയിംസ് പ്രൈസിന്റേതായിരുന്നു. സ്വർണ്ണം നിർമ്മിക്കാനാവാതെ റോയൽ സൊസൈറ്റി അംഗങ്ങളുടെ മുന്നിൽവച്ച് ഒടുവിൽ ആസിഡ് കഴിച്ച് ആത്മ ഹത്യ ചെയ്യേണ്ടി വന്ന ഹതഭാഗ്യനാണ് ഇദ്ദേഹം.

നവോത്ഥാന ഇന്ദ്രജാലക്കാരൻ എന്നറിയപ്പെട്ടിരുന്ന ലിയോനാർഡോ ഡാവിഞ്ചി ആൽക്കെമി സങ്കല്പത്തെ നിശിതമായി വിമർശിച്ച വ്യക്തി യായിരുന്നു. ഒരൊറ്റ ആൽക്കെമിസ്റ്റിനും വസ്തുക്കളെ രൂപമാറ്റം സംഭ വിപ്പിക്കുവാൻ കഴിഞ്ഞിട്ടില്ലെന്ന് സ്ഥാപിക്കുവാനും അദ്ദേഹത്തിന് കഴിഞ്ഞു. ആൽക്കെമിയേക്കാൾ അപകടകാരി പ്രേതവാദമാണെന്നും അദ്ദേഹം പറഞ്ഞു. പ്രേതവാദം, ആൽക്കെമി, ആഭിചാരക്രിയ എന്നിവ ഇന്ദ്രജാലവുമായി ബന്ധപ്പെട്ടിരുന്നു എന്നതിലാണ് ഇന്ദ്രജാലത്തിൽ ശാസ്ത്രമില്ലെന്ന നിഗമനം ശക്തിപ്പെട്ടുവരുവാൻ കാരണമായയത്. എന്നാൽ, യഥാർത്ഥ പ്രശ്നം ഇതുമാത്രമായിരുന്നില്ല. ഇന്ദ്രജാലം വിശ കലനം ചെയ്യുവാൻ ശ്രമിച്ചവർ മിക്കവാറും ഇന്ദ്രജാലം അറിയുന്നവരാ യിരുന്നില്ല. അകലെ നിന്ന് നോക്കിക്കണ്ട് നിഗമനങ്ങളിലെത്തുന്ന രീതി യാണ് നരവംശശാസ്ത്രജ്ഞന്മാരും ഗവേഷകരുമൊക്കെ അവലംബിച്ചത്. ശരിയായ നിഗമനങ്ങളിലേക്ക് ഇവരെ നയിക്കുവാൻ ഇന്ദ്രജാലക്കാർ ശ്രമി ച്ചതുമില്ല. ഇന്ദ്രജാലക്കാരുടെ ഈയൊരു മൗഢ്യമൗനം ഇന്ദ്രജാലമേഖ ലയെത്തന്നെ അധഃപതനത്തിലേക്ക് നയിച്ചു. അമാനുഷികരാകാൻ താല്പര്യമുള്ളവരായിരുന്നു ഇന്ദ്രജാലക്കാരിലധികവും. ഇവിടെയാണ് ഒട്ടു മിക്ക ഇന്ദ്രജാലക്കാരും മണ്ടന്മാരും ഏറക്കുറെ എല്ലാ ജാലവിദ്യക്കാരും നിർഭാഗ്യവാന്മാരുമാണെന്ന കോളിൻവിൽസന്റെ അഭിപ്രായത്തിന് പ്രസക്തി കൈവരുന്നത്.

ഇന്ദ്രജാലത്തെ ഒരു ഗൂഢശാസ്ത്രമായി നിലനിർത്തിപ്പോരുന്നതിൽ ആത്മസുഖം കണ്ടെത്തുന്നവരാണ് ഇന്ദ്രജാലക്കാരിലധികവും എന്ന താണ് ഇന്ദ്രജാലത്തിന്റെ അപചയത്തിന് പ്രധാനമായും കാരണമാ കുന്നത്. സംഗീതരംഗത്തോ നാടകരംഗത്തോ നൃത്തരംഗത്തോ പ്രവർത്തി ക്കുന്നവരെപ്പോലെ തങ്ങൾ ശാസ്ത്രീയമായ ഒരു കലയെയാണ് കൈകാര്യം ചെയ്യുന്നതെന്ന് പറയുവാനുള്ള ധൈര്യം എന്തുകൊണ്ടാണ് ഇന്ദ്രജാലക്കാർക്കില്ലാതെ പോയതെന്ന് ഗൗരവമായി ചിന്തിക്കേണ്ടിയിരി ക്കുന്നു. സ്വന്തം കഴിവുകളിലുള്ള അടിയുറച്ച വിശ്വാസം ഇതര മേഖല യിലെ കലാകാരന്മാർക്ക് ആവോളമുള്ളപ്പോൾ, അമാനുഷിക പരിവേഷ മില്ലാതെ നിലനില്ക്കുവാനാകില്ലെന്ന അധമ ചിന്ത ഇന്ദ്രജാലക്കാരിൽ നിലനില്ക്കുന്നപക്ഷം, ഇന്ദ്രജാലത്തിലെ ശാസ്ത്രം വരുംതലമുറയ്ക്കും അന്യമായിപ്പോവുക തന്നെ ചെയ്യും. ഏതൊരു അവതരണകലയുമെന്ന പോലെ ഇന്ദ്രജാലത്തെയും ശാസ്ത്രീയമായ നിലയിൽ സമീപിക്കാത്ത പക്ഷം അവിടെ ഇന്ദ്രജാലം സാധ്യമല്ലെന്നതാണ് സത്യം.

കണ്‍കെട്ടില്‍ ശാസ്ത്രമോ?

ഇന്ദ്രജാലം ഒരു ശാസ്ത്രമാണോ എന്ന ചോദ്യം ലോകമാകെ ഉയര്‍ന്നിരുന്ന ഒന്നാണ്. ശാസ്ത്രമാണെന്നും അല്ലെന്നും രണ്ടു പക്ഷം സജീവമായി ഇന്നും നിലനില്‍ക്കുന്നു. ഇന്ദ്രജാലത്തില്‍ ശാസ്ത്രമില്ലെന്നും വെറും തന്ത്രങ്ങള്‍ മാത്രമാണുള്ളതെന്നും വാദിക്കുന്ന ഒട്ടേറെപ്പേരുണ്ട്. പ്രകൃത്യാതീതമായ സംഭവങ്ങളാണ് ജാലവിദ്യയിലുള്ളതെന്നതിനാല്‍ ജാലവിദ്യ പ്രകൃതിയുമായി ബന്ധമില്ലാത്തതാണെന്നും തന്മൂലം അതില്‍ ശാസ്ത്രമില്ലെന്നുമാണ് കണ്ടെത്തല്‍. തികച്ചും ശാസ്ത്രീയ രീതിയില്‍ മാത്രമാണ് ജാലവിദ്യ സംഭവിക്കുന്നതെന്ന മറുവാദവും ശക്തമായി നില്‍ക്കുന്നു.

അപ്രത്യക്ഷമാക്കല്‍ അഥവാ വാനിഷിങ് എന്നത് ഇന്ദ്രജാലത്തിലെ പ്രധാനപ്പെട്ട ഒരത്ഭുതമാണ്. ഏതു വസ്തുവിനേയും അപ്രത്യക്ഷമാക്കുന്ന ഇന്ദ്രജാലകലയില്‍ അപ്രതീക്ഷിതമായി ഒരു വഴിത്തിരിവുണ്ടായി. ഇന്ദ്രജാലത്തിലെ ശാസ്ത്രം ഞൊടിയിടയില്‍ അപ്രത്യക്ഷമായി! സ്വന്തം വാലുമുതല്‍ സ്വയം വിഴുങ്ങുന്ന പാമ്പിന്റെ അവസ്ഥ. ശാസ്ത്ര സാന്നിദ്ധ്യം നഷ്ടമായതോടെ ഇന്ദ്രജാലത്തിന്റെ തനിമ തന്നെ നഷ്ടമാവുകയും ചെയ്തു. പ്രകൃതിസഹജമായ തത്ത്വസംഹിതകള്‍ മാത്രമാണ് ഇന്ദ്രജാലത്തിലും പ്രയോഗിച്ചു വരുന്നത്. പ്രകൃതി ദത്തം എന്നതുകൊണ്ട് തന്നെ അത് ശാസ്ത്രമാണെന്നത് വ്യക്തവുമാണ്. ശാസ്ത്രത്തില്‍ സംശ യമല്ല; മറിച്ച് സംശയ നിവാരണമാണ് മുഖ്യം. ഇന്ദ്രജാലം ഒരു സംശയ വസ്തുവായിത്തന്നെ നിലനില്‍ക്കുന്നതിനാല്‍ ശാസ്ത്ര സാന്നിദ്ധ്യം ഇല്ലെ ന്നാണ് പലരും കരുതി വന്നത്. ഇതിന് ചില പ്രത്യേക കാരണങ്ങളുണ്ട്. ശാസ്ത്രത്തില്‍ പലരും വളരെ കാര്യമായി കണക്കാക്കാത്തതും ഒട്ടുമി ക്കപ്പോഴും ആരും കടന്നുചെല്ലാത്തതുമായ മേഖലകളാണ് ഇന്ദ്രജാലം

എന്നും നെഞ്ചേറ്റി നിന്നത്. തുറന്ന ചർച്ചകൾക്കോ മഹാഭൂരിപക്ഷത്തിന്റെ സജീവ ഇടപെടലുകൾക്കോ ഇടം നല്കാത്ത ഒരു മേഖലയായതിനാൽ ദൃശ്യമാത്രയിൽത്തന്നെ ആരിലും സംശയം ജനിപ്പിക്കുക സ്വാഭാവിക മാണ്. നവമനവങ്ങളായ ശാസ്ത്ര നേട്ടങ്ങളും തുടക്കത്തിൽ ഇത്തരം സംശയങ്ങൾ നിറഞ്ഞതുതന്നെയാണെന്ന് കാണുവാൻ കഴിയും.

സാമാന്യേന ശാസ്ത്രബോധമുള്ള ഒരാൾക്ക് തന്റെ അറിവിന്റെ മുഴ ക്കോലുകൊണ്ട് അളക്കുവാൻ സാധിക്കാത്ത തരത്തിൽ ഇന്ദ്രജാലം വഴി മാറി നില്ക്കുന്നു. ഒരു മഹാഭൂരിപക്ഷത്തിന്റെ ശാസ്ത്രീയ വിശകലന ങ്ങൾക്ക് വഴങ്ങാത്തതിനാൽ ഇന്ദ്രജാലം ശാസ്ത്രേതരമായ ഒരു കലാ രൂപമോ അതിനുമപ്പുറം അമാനുഷികമായ ഒരു പ്രകടനമോ ഒക്കെയായി സ്വയം മാറുകയായിരുന്നു. അഥവാ അങ്ങനെ മാറ്റുകയായിരുന്നു. ഇവിടെ പ്രശ്നപരിഹാരത്തിന് രണ്ടേ രണ്ടു വഴികളേ ഉണ്ടായിരുന്നുള്ളൂ. ഒന്ന്, ഇതിലടങ്ങിയിരിക്കുന്ന ശാസ്ത്രത്തെ കണ്ടെത്താനുള്ള കഠിനശ്രമം ഓരോ സംശയാലുവിലും ഉണ്ടാവുക എന്നതാണ്. ഇത്തരത്തിൽ ഒര ന്വേഷണത്തിന്റെ വഴികൾ ബോധപൂർവ്വം അടച്ചുകൊണ്ടാണ് ഓരോ ഇന്ദ്ര ജാലക്കാരനും ജാലവിദ്യ അവതരിപ്പിക്കുന്നത്. ഒരുപക്ഷേ, അവതരണക ലയെന്ന നിലയിൽ ജാലവിദ്യ വിജയിക്കുന്നതിന് ഇത് അനിവാര്യവുമാ ണ്. ഇന്ദ്രജാലക്കാരൻ തന്റെ കൈയിലെ തൂവാല മെല്ലെ വീശുമ്പോൾ സ്വാഗതം എന്ന അക്ഷരങ്ങളുടെ രൂപത്തിൽ ആ തൂവാല കത്തുന്നു. ഇവിടെ രസതന്ത്ര വിദഗ്ദ്ധർപോലും അറിയാതെ കൈയടിക്കുന്നു! അത്തരം സന്ദർഭങ്ങളിൽ സ്വയം ശിരസ്സുകുനിച്ച് ആദരവ് ഏറ്റുവാങ്ങുക യാണ് ഇന്ദ്രജാലക്കാരന്റെ ധർമ്മം. അതല്ലാതെ അയാൾ തന്റെ തൂവാല യിൽ ഫോസ്ഫറസ് കൊണ്ട് സ്വാഗതം എന്ന് എഴുതിയതാണെന്നും മെല്ലെ വീശുമ്പോൾ സ്വയം കത്തിയ ഫോസ്ഫറസ് എപ്പോഴുമെന്ന പോലെ അതിരിക്കുന്ന വസ്തുവിനേയും കത്തിച്ചതാണെന്ന സത്യം വിളിച്ചുപറഞ്ഞാൽ പിന്നെ അവിടെ അത്ഭുതത്തിന് സ്ഥാനമില്ല തന്നെ. ഇതേ ശാസ്ത്രം പഠിപ്പിക്കുന്നവർ പോലും അറിയാതെ കൈയടിക്കുന്ന വരായി മാറണമെന്നതാണ് ഇന്ദ്രജാല സാന്നിദ്ധ്യംകൊണ്ട് സംഭവിക്കേ ണ്ടത്. അതാണിവിടെ സംഭവിച്ചതും. തെളിവിന്റെ വഴി ഇന്ദ്രജാലക്കാ രൻ ബോധപൂർവ്വം അടച്ചിടുകയാണ്. അത്തരം സാഹചര്യത്തിൽ പിന്നെ രണ്ടാമത്തെ മാർഗ്ഗമാണ് ശരണം. ഇത് ഇന്ദ്രജാലക്കാരിൽനിന്നും ഉണ്ടാ കേണ്ടതാണ്. ആസ്വാദകനെ അത്ഭുതപ്പെടുത്തുവാൻ ശാസ്ത്രവഴിക ളാണ് മുഖ്യമായുപയോഗിച്ചതെന്ന് ഓരോ ഇന്ദ്രജാലക്കാരനും സ്വയം സമ്മതിക്കുവാനും അതു വിളിച്ചു പറയുവാനും തയ്യാറാകണം. പക്ഷേ, അത് അവതരണവേളയിൽ ആകരുതെന്ന് മാത്രം. അവതരണ വേളയി ലെന്ന് മാത്രമല്ല ഒരിക്കലും ഇത് പറയുകയോ സമ്മതിക്കുകയോ ചെയ്യി ല്ലെന്ന നിലപാടെടുക്കുവാൻ ഒരിന്ദ്രജാലക്കാരനും അവകാശമില്ല. ഏതൊരു കലാകാരനും യഥാവസരത്തിൽ സത്യം വിളിച്ചു പറയുന്നവർ തന്നെയാകണം. ഇതൊരു സാമൂഹിക പ്രതിബദ്ധത കൂടിയാണ്.

സ്വയം നിഗമനത്തിന്റെ പാതിവഴിയിൽ ദിശതെറ്റി പകച്ചുനില്ക്കുന്ന ആസ്വാദകനെ അമാനുഷികത എന്ന ഇല്ലാവഴികളിലൂടെ തിരിച്ചുവിടുക എന്ന കുറ്റകരമായ ഒരു പ്രവണത നിർഭാഗ്യവശാൽ പല ജാലവിദ്യക്കാരും വച്ചുപുലർത്തിവരുന്നു. ഇവിടെയാണ് ഇന്ദ്രജാലം പ്രകൃത്യാതീതവും അശാസ്ത്രീയവുമായത്. എന്തിനെയും ഏതിനെയും അപ്രത്യക്ഷമാ ക്കുന്ന മാന്ത്രികൻ തന്നെ ഇന്ദ്രജാലത്തിലെ ശാസ്ത്രത്തെയും അപ്രത്യ ക്ഷമാക്കിയതായി നടിച്ച് സ്വയം വിഴുങ്ങുന്ന നാഗമായി മാറി. അതോടെ പുരാതനമായ ഒരന്ധവിശ്വാസമായി പലരും ജാലവിദ്യയെ കാണാൻ തുടങ്ങി. ഒളിവിലെ തൊഴിലായി ജാലവിദ്യ മാറിയതും അപ്രകാരമാണ്. വ്യക്തമായ വ്യാഖ്യാനങ്ങൾ ഇല്ലാതായപ്പോൾ പലരും പലതരത്തിൽ സ്വാഭീഷ്ടപ്രകാരം വ്യാഖ്യാനങ്ങൾ ചമച്ചു. ഇത്തരം അബദ്ധങ്ങൾക്ക് വളംവച്ചു കൊടുക്കുന്ന സമീപനം ഇന്ദ്രജാലക്കാരും കൈക്കൊണ്ടു. ശാസ്ത്രത്തെ തള്ളിപ്പറഞ്ഞ് സ്വയം വലുതാകാൻ ശ്രമിക്കുമ്പോൾ നാം വലുതാകില്ലെന്നുമാത്രമല്ല സ്വയം ഇല്ലാതാവുകയും ചെയ്യുന്നു.

ഗണിതശാസ്ത്രത്തിലെ ബൈനറി സിസ്റ്റമാണ് കമ്പ്യൂട്ടർ സോഫ്റ്റ്‌വെയറിന്റെ അടിസ്ഥാനം. കമ്പ്യൂട്ടർ എന്ന സങ്കല്പം തന്നെ സോഫ്റ്റ്‌വെയറും ഹാർഡ്‌വെയറും കൂടിച്ചേർന്നതാണ്. ഫിസിക്കൽ ആപ്ലിക്കേഷനും സോഫ്റ്റ്‌വെയർ ആപ്ലിക്കേഷനും എന്നു സാരം. ഈ രണ്ട് മേഖലകളിലും ഇതര ശാസ്ത്രങ്ങൾ വഹിക്കുന്ന പങ്ക് നിർണ്ണായ കവുമാണ്. ഈ കൂടിച്ചേരലിനെ കമ്പ്യൂട്ടർ സയൻസെന്ന് നാമകരണം ചെയ്തിരിക്കുന്നു. ഗണിതശാസ്ത്രവും ഭൗതികശാസ്ത്രവും ഒരു പ്രത്യേക രീതിയിൽ പ്രയോഗിച്ചപ്പോഴാണ് കമ്പ്യൂട്ടർ സയൻസെന്ന പുതി യൊരു ശാസ്ത്രം രൂപമെടുത്തത്. ഇതേ ഗണിതശാസ്ത്രവും ഭൗതിക ശാസ്ത്രവും മനശ്ശാസ്ത്രവും സസ്യശാസ്ത്രവും രസതന്ത്രവുമെല്ലാം ഒരു പ്രത്യേക രീതിയിൽ കോർത്തിണക്കുമ്പോൾ അപ്രതീക്ഷിതമായ അത്ഭുതങ്ങൾക്കു കാരണമാകുന്നു. ഇവയെ ചിട്ടയോടെ കൃത്യമായി നിർണ്ണയിച്ചുറപ്പിച്ചാണ് ഇന്ദ്രജാല ശാസ്ത്രം അഥവാ മാജിക്കൽ സയൻസ് രൂപപ്പെടുത്തിയിട്ടുള്ളത്. ആൽക്കെമിയിൽ നിന്ന് കെമിസ്ട്രിയും അസ്ട്രോ ളജിയിൽ നിന്ന് അസ്ട്രോണമിയും രൂപപ്പെടുമ്പോൾ അതൊരു വലിയ ശാസ്ത്രനേട്ടമായി മാറും. ആൽക്കെമിയും അസ്ട്രോളജിയും വൈദ്യ ശാസ്ത്രവുമെല്ലാം ഒന്നാകെ കൈകാര്യം ചെയ്തിരുന്ന ഇന്ദ്രജാലം പില്ക്കാലത്ത് വികാസം പ്രാപിച്ച ഇതര ശാസ്ത്രങ്ങളുടെ സഹായ ത്തോടെ പുതിയൊരു മാനം തേടുകയായിരുന്നു.

ഗണിതശാസ്ത്ര സാന്നിദ്ധ്യമുള്ള ക്രിയാത്മകമായ ഒരു മത്സരക്കളി യാണ് ഗണിത വിസ്മയം. ശക്തമായ ഗണിതശാസ്ത്രത്തിന്റെ ഉറച്ച അടി ത്തറയിൽ കലാമൂല്യമുള്ള ഇന്ദ്രജാലം പാകത്തിന് ക്രമീകരിക്കുമ്പോൾ അമ്പരപ്പിക്കുന്ന അത്ഭുത സൗധങ്ങൾ താനേ ഉയരുന്നു! ആകർഷക മായ അത്ഭുതകലയായ ഇന്ദ്രജാലത്തിന്റെ നാലുകെട്ട് ഗണിതശാസ്ത്ര ത്തിന്റെ ഉറച്ച ശിലകളിൽ ഉയർന്നുയരുമ്പോൾ ഗണിതശാസ്ത്രജ്ഞർക്കു

പോലും അത്ഭുതാദരങ്ങളോടെ കണ്മിഴിക്കുവാനേ കഴിയുന്നുള്ളൂ. ഗണി തശാസ്ത്ര വിദ്യാർത്ഥികൾ ഇക്കാര്യത്തിൽ വേണ്ടത്ര ബോധവാന്മാരാ കാത്തതിനു കാരണവും ഇതുതന്നെയാണ്. ഗണിതശാസ്ത്ര സാദ്ധ്യത കൾ പ്രചരിപ്പിക്കുന്നതിൽ ഗണിതശാസ്ത്രജ്ഞരേക്കാൾ മുൻപന്തിയിൽ നില്ക്കുന്നത് ഇന്ദ്രജാലക്കാരായിരുന്നുവെന്നത് കഴിഞ്ഞ ഒരു നൂറ്റാണ്ടിന്റെ ചരിത്രമെടുത്തു പരിശോധിച്ചാൽ മനസ്സിലാക്കാവുന്നതാണ്. ഭാവിയിലെ ഇന്ദ്രജാലക്കാർ ഗണിതശാസ്ത്ര സൂത്രം കൈകാര്യംചെയ്യുമെന്ന വിശ്വാസം ഉടലെടുത്തതും ഇപ്രകാരമാണ്. ശാസ്ത്രാഭ്യസനം ഗൗരവ മായി പരിശീലിക്കാത്ത ഇന്ദ്രജാലക്കാർ പോലും ഗണിതശാസ്ത്രജ്ഞ രെ അമ്പരപ്പിക്കുന്ന അഭ്യാസപ്രകടനം നടത്തി മുന്നേറുന്നതും ഇതു കൊണ്ടുതന്നെയാണ്.

ഗണിതശാസ്ത്രത്തിന്റെ അതിരറ്റ അത്ഭുത സാദ്ധ്യതകളെ ഇന്ദ്ര ജാലത്തിന്റെ മേലുടുപ്പിടുവിച്ച് ആകർഷകമായി അവതരിപ്പിക്കുമ്പോൾ ശാസ്ത്ര തത്ത്വങ്ങളുടെ അടിസ്ഥാനബോധം മനസ്സിലുറച്ച ഗണിത ശാസ്ത്രജ്ഞരും ഗണിത വിദ്യാർത്ഥികളും പൊരുളറിയാതെ ഒരു നിമിഷം സ്തംഭിക്കുന്നു. എപ്പോഴൊക്കെ ഇതര ശാസ്ത്രശാഖകൾ ഇന്ദ്ര ജാലവുമായി സമരസപ്പെടുന്നുവോ അപ്പോഴൊക്കെ ഇതു സംഭവിച്ചുകൊ ണ്ടേയിരിക്കും. യഥാർത്ഥത്തിൽ അത്ഭുതത്തിനാധാരം ഗണിതശാസ്ത്ര സാന്നിധ്യമാണെന്നതാണ് സത്യം. ഈ സത്യത്തിന്റെ ഒരംശം പോലും പുറത്തറിയാത്ത തരത്തിൽ ഇന്ദ്രജാലകല ഒരു കവചം സൃഷ്ടിക്കുക യാണ്. ഈയൊരു കവചം ഭേദിക്കാനാകാതെ ആസ്വാദകൻ പുറംമോടി യുടെ ലാസ്യലയങ്ങളിൽ അഭിരമിക്കുന്നവരായി മാറുന്നു. ഒരിന്ദ്രജാല ക്കാരൻ ഗണിതശാസ്ത്ര തത്ത്വങ്ങളെ കലാരൂപമെന്ന നിലയിൽ മാത്രം അവതരിപ്പിക്കുന്നു എന്നതാണ് സത്യം. മഞ്ഞളും ചുണ്ണാമ്പും ഒന്നിക്കു മ്പോൾ വെള്ളയും മഞ്ഞയുമല്ലാത്ത മറ്റൊരു നിറം ജനിക്കുന്നതുപോലെ ഗണിതശാസ്ത്രവും ഇന്ദ്രജാലവും കൂടിച്ചേരുമ്പോൾ ഇതുരണ്ടുമല്ലാത്ത മറ്റൊരു തലത്തിലേക്ക് നാമറിയാതെ കടന്നുചെല്ലുന്നു.

ലംഘനീയമല്ലാത്ത അനവധി അടിസ്ഥാന പ്രമാണങ്ങൾ ഗണിത ശാസ്ത്രം മുന്നോട്ടുവയ്ക്കുന്നുണ്ട്. ഇവയിൽ ഇന്ദ്രജാലത്തിന്റെ മേമ്പൊടി വിതറി പുതുരൂപത്തിലും പുതുഭംഗിയിലും പുനരവതരിപ്പിക്കുക മാത്ര മാണ് ജാലവിദ്യക്കാർ ചെയ്യുന്നത്. ശാസ്ത്ര സത്യവും കലയുടെ സങ്ക ല്പവും കൂടിക്കലർന്നുവരുമ്പോൾ പുനർജ്ജനിക്കേണ്ടത് അത്ഭുതം മാത്ര മായിരിക്കണമെന്ന ഇന്ദ്രജാലക്കാരന്റെ സങ്കല്പം അനായാസം ഇവിടെ പൂവണിയുന്നു. അതോടെ അവിടെ ഗണിതവിസ്മയത്തിന് തുടക്കം കുറി ക്കുന്നു.

ബൈനറി സിസ്റ്റത്തിന്റെ അപാര സാദ്ധ്യത മനുഷ്യാധ്വാനം ഇളവു ചെയ്യുന്നതിന് വഹിച്ച പങ്ക് വളരെ വലുതാണ്. അത്യധികം വേഗതയിൽ കൃത്യതയോടെ കാര്യങ്ങൾ നിർവ്വഹിക്കുവാൻ ഇത് കാരണമായി. ഇവിടെ ഗണിതശാസ്ത്ര സങ്കേതമാണ് ഉപയോഗിച്ചതെങ്കിലും കമ്പ്യൂട്ടർ

സയൻസെന്ന ശാഖ രൂപപ്പെടുത്തുന്നതിന് തടസ്സമേതുമുണ്ടായില്ല. എന്നാൽ, ഇതേ ഗണിതശാസ്ത്രം അത്ഭുതങ്ങളുടെ അതിർവരമ്പുകൾ ഭേദിക്കുന്ന തരത്തിൽ പ്രത്യേകമായി ഉപയോഗിച്ചപ്പോൾ ഇന്ദ്രജാലമെന്ന മറ്റൊരു ശാഖയ്ക്കിത് ഹേതുവായി. കമ്പ്യൂട്ടർ മേഖലയിൽ ഇതു ശാസ്ത്ര മാകുമ്പോൾ ഇന്ദ്രജാല മേഖലയിൽ മാത്രം ഗണിതശാസ്ത്ര സങ്കേതം മറ്റൊരു ശാസ്ത്ര ശാഖയ്ക്ക് രൂപം കൊടുത്തതായി സങ്കല്പിക്കുവാൻ പലരും മടികാണിച്ചിരുന്നു. ഭൗതികശാസ്ത്രവും മനശ്ശാസ്ത്രവും സസ്യ ശാസ്ത്രവുമെല്ലാം ഒരു പ്രത്യേക തരത്തിൽ സമരസപ്പെടുത്തി അത്ഭുതം സൃഷ്ടിക്കുന്ന ഒരപൂർവ ചാരുതയാണ് ഇന്ദ്രജാലം. ഏതൊരു ശാസ്ത്ര നേട്ടവും അത്ഭുതം സൃഷ്ടിച്ചുകൊണ്ടാണ് രൂപപ്പെടുന്നത്. പ്രത്യേകമായ ചില മേഖലകളിൽ മാത്രം അത്തരം അത്ഭുതങ്ങൾ പ്രകാശം പരത്തി നിറഞ്ഞു നില്ക്കാറാണ് പതിവ്. അതുതന്നെ മഹത്തായ അത്ഭുതങ്ങൾ സൃഷ്ടിക്കുന്നുവെന്നതിനാൽ പലരും അതിനപ്പുറത്തേക്ക് കടന്നുപോകാ റില്ല. പ്രകടമായ അത്ഭുതങ്ങൾക്കുമപ്പുറം അതിവിശാലമായ മറ്റൊരു സാദ്ധ്യത ഒളിഞ്ഞിരിക്കുന്നത് കൗശലപൂർവ്വം കണ്ടെടുക്കുകയും കൗതുകപൂർവ്വം അതവതരിപ്പിക്കുകയും ചെയ്യുമ്പോഴാണ് ഇന്ദ്രജാലം ഒരു ശാസ്ത്രമായി മാറുന്നത്. ശാസ്ത്രത്തെ അപ്പാടെ വിഴുങ്ങി അത്ഭുതം നിറഞ്ഞാടുമ്പോൾ ശാസ്ത്രബോധം വെടിഞ്ഞ് അത്ഭുതത്തിൽ അഭി രമിക്കുന്നവരായി നാം സ്വയം മാറിപ്പോവുകയാണ്. തുടർ ചിന്തകൾക്കുള്ള പഴുതുകൾ ഓരോന്നും സമർത്ഥമായി ഒഴിവാക്കുവാൻ ഇന്ദ്രജാലം വഴി കണ്ടെത്തുന്നു. അതോടെ അത്ഭുതവുമായി ബന്ധപ്പെട്ട ശാസ്ത്രം അറി യുന്നവർ പോലും ഇന്ദ്രജാലാത്ഭുതത്തിൽ സ്തബ്ധരമായി മാറുന്നു. ഇക്കാര്യങ്ങൾ വ്യക്തമായി ബോദ്ധ്യപ്പെടാതെ അകലെ നിന്നും അല്പാ ല്പമായി ഇന്ദ്രജാലത്തെ നോക്കിക്കണ്ടവരാണ് ഇന്ദ്രജാല ശാസ്ത്ര ത്തിനു നേരെ മുഖം തിരിക്കുന്ന സമീപനം കൈക്കൊണ്ടത്.

നമ്മുടെ അറിവിനപ്പുറം സംഭവിക്കുന്ന കാര്യങ്ങളിലെല്ലാം അമാനു ഷികതയാണെന്ന പരിമിതജ്ഞാനത്തിന്റെ തണലിൽ അഭയം തേടിയ ഒരു വിഭാഗവും ഇതിനെ പരിപോഷിപ്പിക്കുന്ന തരത്തിൽ നിലപാടു കളെടുത്ത ഇന്ദ്രജാലക്കാരും ഇക്കാര്യത്തിൽ ഒരേപോലെ കുറ്റക്കാരാണ്. ഇന്ദ്രജാല ശാസ്ത്രത്തിന്റെ സാദ്ധ്യതകളെ അമാനുഷികമായി ചിത്രീക രിക്കുന്നതിൽ അറിഞ്ഞും അറിയാതെയും ഇന്ദ്രജാലക്കാരും പങ്കാളിക ളാവുകയായിരുന്നു. ഇന്ദ്രജാലം കൈകാര്യംചെയ്തവർ തന്നെ ഈ നില പാടെടുത്തപ്പോൾ അവരറിയാതെ തന്നെ ഇന്ദ്രജാലത്തിലെ ശാസ്ത്രത്തെ തള്ളിപ്പറയുന്നതിൽ അവരും പങ്കാളികളാവുകയായിരുന്നു.

ഗണിതശാസ്ത്രം, ഭൗതികശാസ്ത്രം, രസതന്ത്രം എന്നീ ശാസ്ത്ര ത്രയ സംയോജനം ഇന്ദ്രജാല മേഖലയിൽ സൃഷ്ടിച്ച അത്ഭുതങ്ങൾക്ക് അതിർവരമ്പുകളില്ല. മഹത്തായ ഈ സംയോജനം സൃഷ്ടിച്ച അതി മഹത്തായ ഒരു ശാസ്ത്രമായി, യഥാർത്ഥ സയൻസായി, ഇന്ദ്രജാലം തലയുയർത്തി നില്ക്കുമ്പോഴും അന്ധൻ ആനയെ വർണ്ണിക്കുന്നപോലെ

ജല്പനങ്ങളുമായി പലരും രംഗത്തുവരുന്നുവെന്നതാണ് ആശ്ചര്യം! മന ശ്ശാസ്ത്ര മേഖലയിലെ ഒട്ടുമിക്ക സാധ്യതകളും അതിമനോഹരമായി കൈകാര്യം ചെയ്യാതെ ഇന്ദ്രജാലം നന്നായി അവതരിപ്പിക്കാനാവുകയില്ല. അവതരണ മികവിന് മനശ്ശാസ്ത്ര സമീപനം അനിവാര്യമാണ്. അതു കൊണ്ട് തന്നെ ഇതര ശാസ്ത്രങ്ങളുടെ ക്രമീകൃത രൂപമാണ് ഇന്ദ്രജാലം എന്നു പറയാം. ഏതൊരു മേഖലയിലും ശാസ്ത്രത്തിന്റെ സവിശേഷ സാന്നിധ്യം നവംനവങ്ങളായ ശാസ്ത്രമേഖലകൾക്ക് വഴി തുറക്കുന്നു വെന്ന സത്യം അറിയാതെ പോകുന്നവരെ നോക്കി ഹാ കഷ്ടം എന്ന ല്ലാതെ എന്തു പറയുവാനാണ്?

ഇന്ദ്രജാലം വൈദ്യുതി പോലെയാണ്. ശരിയായി ഉപയോഗിച്ചാൽ വെളിച്ചം ലഭിക്കും. തെറ്റായി പെരുമാറിയാൽ ഷോക്കടിക്കും. സമനില തെറ്റുമ്പോൾ മാത്രമാണ് ഷോക്കേല്ക്കുന്നത്. അതുകൊണ്ടുതന്നെ വെളിച്ചം പകരുന്നവൻ മാത്രമായിരിക്കണം ഒരിന്ദ്രജാലക്കാരൻ. സ്വയമ ലിഞ്ഞ് ഇല്ലാതാകലല്ല ഒരായിരം പുനർജ്ജനികൾ കൊണ്ടത്ഭുതം കാട്ടു ന്നതാകണം ഇന്ദ്രജാലധർമ്മം.

ആർഷഭാരത ദർശന പ്രകാരം ശാസനീയമായതെന്തും ശാസ്ത്ര മാണ്. യഥാർത്ഥത്തിൽ ഇത് സയൻസ് എന്ന പദത്തിന്റെ മലയാള പരി ഭാഷയായി കാണാനാവില്ല. രേഖീയവും ലംഘനീയവുമാണ് സയൻസ്. സയൻസ് ഒട്ടുമിക്ക അവസരങ്ങളിലും തെറ്റിലൂടെ സഞ്ചരിച്ചുകൊണ്ടി രിക്കും. അതാണ് ശരിയിലേക്കുള്ള വഴി. എന്നാൽ, വിശ്വാസത്തിന്റെ കാര്യ ത്തിൽ മാറ്റങ്ങളേതുമില്ല. അതൊരു വിശ്വാസം മാത്രമാണ്. അതിൽ ശാസ്ത്രം കടന്നുവരുന്നെങ്കിൽപ്പോലും കേവലം യാദൃച്ഛികം മാത്രമാണ്. വിശ്വാസങ്ങൾ പുതുമയോ പുരോഗതിയോ പ്രതീക്ഷിക്കുന്നില്ല. വിശ്വാ സങ്ങൾ വിശ്വാസങ്ങളായി തന്നെ നിലകൊള്ളുകയാണ് ചെയ്യുന്നത്. മാറ്റ ങ്ങൾ ഉൾക്കൊള്ളാനാകാത്തതുകൊണ്ട് തന്നെ വിശ്വാസങ്ങളിൽ ശാസ്ത്ര വുമില്ല. ശാസ്ത്രം പ്രതിദിനമെന്നല്ല പ്രതിനിമിഷം മാറ്റങ്ങൾക്ക് വിധേയ മായ ഒരു പ്രതിഭാസമാണ്. നിലവിലെ സ്ഥിതിയിൽനിന്നും പുതുമയി ലേക്കുള്ള സഞ്ചാരമാണ് ശാസ്ത്രം. സഞ്ചാരമധ്യേ ഒട്ടേറെ തെറ്റുകൾ ദർശിക്കുന്നതിനാൽ സയൻസ് ആകെ തെറ്റാണെന്ന് ആരും പറയാറില്ല. ഇതു തന്നെയാണ് ഇന്ദ്രജാലമെന്ന കൺകെട്ടിന്റേയും അവസ്ഥ. കണ്ണുതുറന്നിരിക്കുന്ന ആൾക്കാരുടെ കൺമുന്നിലൂടെ അവർ കാണാതെ വസ്തുക്കളെ മാറ്റുകയും അപ്രകാരം തന്നെ അവർ കാണാതെ വസ്തു ക്കളെ സൃഷ്ടിക്കുന്നതായി തോന്നിപ്പിക്കുകയും ചെയ്യുന്ന പ്രക്രിയയെ യാണ് പൊതുവേ കൺകെട്ടെന്ന് വിവക്ഷിക്കുന്നത്. യഥാർത്ഥത്തിൽ ഇന്ദ്ര ജാലക്കാർ ആരുടെയും കണ്ണുകൾ കെട്ടുന്നില്ല. ഫലത്തിൽ അവരുടെ കാഴ്ചയെ കെട്ടുകയാണ് ചെയ്യുന്നത്. ഇതിലേക്കുള്ള സഹായം സയൻസിലൂടെയാണ് ലഭ്യമാകുന്നത്. കാഴ്ചക്കാരുടെ ശ്രദ്ധയിന്മേൽ കാര്യമായ ഒരു സ്വാധീനം ചെലുത്തിക്കൊണ്ടാണ് ഇന്ദ്രജാലക്കാർ ഇത് സാധ്യമാക്കുന്നത്. വിരുദ്ധ വിവര സിദ്ധാന്തങ്ങൾ (Misinformation Effect) പ്രയോഗിച്ച് മനുഷ്യന്റെ സഹജ വാസനകളായ വ്യതിയാനാന്ധത (Change Blindness), അലസാന്ധത (Inattentional Blindness) എന്നിവ യുടെ സഹായത്തോടെ വളരെ ആസൂത്രിതമായാണ് ശ്രദ്ധാസ്വാധീനം (Direction of Attention) നടപ്പിലാക്കുന്നത്. ഇപ്രകാരം ഇത് നടപ്പിലാ ക്കുമ്പോൾ ഓരോ ഘട്ടത്തിലും സൂക്ഷ്മമായ നിരീക്ഷണവും ഗൗരവ മായ സമീപനവും കൃത്യമായി നടപ്പിലാക്കിയില്ലെങ്കിൽ പരാജയം ഉറ പ്പായ ഒന്നായി മാറുവാനും സാദ്ധ്യതയേറെയാണ്. ഇത്തരം പ്രയോഗ ങ്ങളിലെ നൈപുണ്യമാണ് യഥാർത്ഥ ഇന്ദ്രജാലക്കാരെ സൃഷ്ടിക്കുന്നത്. ഈ പ്രയോഗങ്ങളിലെ വൈകല്യം ഇന്ദ്രജാലക്കാരനെ സൃഷ്ടിക്കുന്നി ല്ലെന്ന് മാത്രമല്ല, ഇന്ദ്രജാല മേഖലയെത്തന്നെ പിറകോട്ട് വലിക്കുകയും ചെയ്യുന്നു.

വ്യതിയാനാന്ധത (Change Blindness)

ഇന്ദ്രിയങ്ങളുടെ ദൗർബല്യം മുതലെടുത്താൽ ഇന്ദ്രജാലം സാദ്ധ്യ മാണ്. നേത്ര ദൗർബല്യങ്ങൾ പ്രയോജനപ്പെടുത്തി കാഴ്ചാ വിസ്മയം (ഓപ്റ്റിക്കൽ ഇല്യൂഷൻ) സൃഷ്ടിക്കുന്നത് സാധാരണയാണ്. മഴവില്ലിന്റെ വശ്യാനുഭൂതിപോലും പരിമിതിയുടെ അനന്തരഫലമാണ്. അവിശ്വസനീ യമായ അത്ഭുതങ്ങൾ സൃഷ്ടിക്കുന്നതിന് വ്യതിയാനാന്ധത (Change Blindness) കാരണമാകുന്നു. ഒരു പ്രത്യേക മാറ്റം ഗൗരവപൂർവ്വം വീക്ഷിക്കുന്ന നാം അതോടൊപ്പം നടക്കുന്ന ഒട്ടനവധി മാറ്റങ്ങൾ കാണാതെ പോകുന്ന അവസ്ഥയെയാണ് വ്യതിയാനാന്ധത എന്നു പറ യുന്നത്. റിച്ചാർഡ് വൈസ്മാൻ ഇതു സംബന്ധിച്ച ആകർഷകമായ ഒരു പരീക്ഷണം വിജയകരമായി നടത്തുകയുണ്ടായി. നിറം മാറുന്ന കാർഡ് ജാലവിദ്യ എന്ന പേരിൽ അദ്ദേഹം നടത്തിയ പരീക്ഷണം ഒരു വൻ വിജയമായി മാറിയതോടെ വ്യതിയാനാന്ധത ഏവർക്കും ബോദ്ധ്യമാവു കയായിരുന്നു. ഒരു പായ്ക്കറ്റ് കാർഡിൽ നിന്നും ഇഷ്ടമുള്ള ഒരെണ്ണം തിരിഞ്ഞെടുക്കുകയും അത് നന്നായി കണ്ടശേഷം പായ്ക്കറ്റിൽ തിരികെ വയ്ക്കുകയും ചെയ്യുന്നു. തുടർന്നുള്ള പരിശോധനയിൽ തിരിഞ്ഞെടുത്ത കാർഡിന്റെ മാത്രം പിറകിലെ നിറം ചുവന്നതായും ശേഷിച്ചവ നീല യായും മാറുന്നു. യഥാർത്ഥ ജാലവിദ്യ ഇതാണെന്ന ധാരണയിൽ നാം അമ്പരന്നിരിക്കുമ്പോൾ വ്യതിയാനങ്ങളുടെ ഒരു പരമ്പര തന്നെ ശ്രദ്ധി ക്കാനാകാതെ പോയതായി നാം അറിയുന്നില്ല. റിച്ചാർഡ് വൈസ്മാൻ കാർഡ് നല്കുമ്പോൾ അദ്ദേഹം ധരിച്ചിരുന്ന ബനിയനും കാർഡ് തിരിഞ്ഞെടുത്ത അസിസ്റ്റന്റായ വനിതയുടെ മേൽവസ്ത്രവും കാർഡ് പരിശോധിച്ച് തിരികെ നല്കുമ്പോൾ നിറം മാറിയ വിവരം നാം ശ്രദ്ധി ക്കുന്നതേയില്ല. മാത്രമല്ല, കാർഡുകൾ തിരിഞ്ഞെടുത്തപ്പോൾ മേശവി രിയും പിറകിലത്തെ കർട്ടനും നീല നിറമായിരുന്നെങ്കിൽ കാർഡ് തിരികെ നല്കുമ്പോൾ അത് യഥാക്രമം റോസും ചുവപ്പുമായതും നാം അറിയു ന്നില്ല. ഇവിടെ കേവലം ഒരു കാർഡിന്റെ നിറം മാത്രമേ നമുക്ക് ശ്രദ്ധി

ക്കുവാൻ കഴിയുന്നുള്ളൂ. വ്യതിയാനാസ്ഥതയെന്ന പരിമിതിക്ക് നാമേവരും അടിമകളാണെന്ന ബോദ്ധ്യം നമുക്കുണ്ടാകുന്നതും ഈ സത്യം തിരിച്ച റിയുമ്പോൾ മാത്രമാണ്. ഓരോ മാറ്റവും നടക്കുന്ന നിർണ്ണായക മുഹൂർത്തങ്ങൾ വീണ്ടും കാണിക്കുമ്പോൾ മാത്രമാണ് നമുക്കത് ശ്രദ്ധി ക്കാനാവുന്നത്. ഒരു പ്രത്യേക ദിശയിൽ പരിപൂർണ്ണ ശ്രദ്ധ ചെലുത്തു മ്പോൾ സമീപത്തു നടക്കുന്ന കാര്യമായ വ്യതിയാനങ്ങൾ പോലും ശ്രദ്ധി ക്കുവാൻ നമുക്കാവില്ലെന്ന സത്യം നാമറിയുന്നതുപോലും ഈ പരീക്ഷ ണാനന്തരമാണ്. ഈ സാദ്ധ്യത നൂറ്റാണ്ടുകളായി ഇന്ദ്രജാലത്തിൽ യഥേഷ്ടം ഉപയോഗിച്ച് അത്ഭുതങ്ങൾ സൃഷ്ടിക്കുന്നത് ഇന്ദ്രജാലക്കാ രുടെ സ്ഥിരം നടപടികളായിരുന്നു. വ്യതിയാനാസ്ഥതയെന്ന മനുഷ്യന്റെ പരിമിതിയിൽ വിജയം കണ്ട എത്ര എത്ര ജാലവിദ്യകൾ കാലങ്ങളായി നിലനില്ക്കുന്നു എന്ന് വരുമ്പോഴാണ് ശാസ്ത്ര സാദ്ധ്യതകൾ ഉപയോ ഗപ്പെടുത്തുന്നതിൽ ഇന്ദ്രജാലക്കാർ എത്ര ദൂരം വരെ സഞ്ചരിച്ചു എന്ന് ബോദ്ധ്യമാകുന്നത്.

വിരുദ്ധ വിവര സിദ്ധാന്തം (Misinformation Effect)

പ്രതികൂല സാഹചര്യങ്ങളിൽപ്പോലും ശരിയായി അത്ഭുതങ്ങൾ സൃഷ്ടിക്കുവാനാകുന്ന ഒരുത്തമ കലാരൂപമാണ് ഇന്ദ്രജാലം. ജാലവിദ്യ ക്കാരന്റെ ഓരോ ജാലവിദ്യയും എങ്ങനെ സംഭവിക്കുന്നു എന്നറിയുവാ നുള്ള വ്യഗ്രത ഓരോ പ്രേക്ഷകനിലും സ്വമേധയാ ഉണ്ടാകുന്ന ഒന്നാണ്. തന്മൂലം അതിന്റെ രസച്ചരട് അറ്റുവീണാൽപ്പോലും പ്രശ്നമില്ലെന്നും ജാലവിദ്യ പൊളിയുന്നതിലൂടെയാണ് തനിക്കതിന്റെ രഹസ്യം അറിയാ നാകുന്നതെങ്കിൽ, അങ്ങനെതന്നെ സംഭവിക്കട്ടെ എന്നും ഓരോ വ്യക്തിയും ആഗ്രഹിക്കുന്നു. ഈ പ്രതിസന്ധിയുടെ നേരെയാണ് ഇന്ദ്ര ജാലക്കാരന്റെ മാന്ത്രിക വടിയും മാന്ത്രികത്തൊപ്പിയും അടിവച്ചടിവച്ച് കടന്നുവരുന്നത്. ഇവിടെ ഇന്ദ്രജാലക്കാരന് വിജയിച്ചേ മതിയാകൂ. അതി ലേക്ക് വേണ്ടി പ്രതിരോധങ്ങൾ തീർത്ത് പഴുതുകളടച്ച് വളരെ ശ്രദ്ധ യോടെയാണ് ഇന്ദ്രജാലക്കാരന്റെ നീക്കങ്ങൾ ആരംഭിക്കുന്നത്. ഇന്ദ്രജാ ലത്തിന്റെ അത്ഭുതരസതന്തുക്കൾക്ക് ഇളക്കം തട്ടുമെന്ന കേവല സൂചന ലഭിക്കുമ്പോൾ തന്നെ നടന്ന ജാലവിദ്യയുടെ ഒരു യഥാർത്ഥ വർണ്ണ നയ്ക്ക് ഇന്ദ്രജാലക്കാരൻ തുടക്കമിടുന്നു. ദൃശ്യാനുഭവമായിരുന്ന ഇന്ദ്ര ജാലത്തിന്റെ ഒരു ശ്രവ്യാനുഭവവും പുനരവതരിപ്പിക്കുന്നു എന്നർത്ഥം. ഈ സന്ദർഭത്തിൽ കാഴ്ചക്കാർ ഓർത്തിരിക്കേണ്ട കാര്യങ്ങൾക്ക് പ്രത്യേക ഊന്നൽ നല്കിയാണ് അവതരണം നടക്കുക. ഓർമ്മിക്കാൻ പാടില്ലാത്ത പല വശങ്ങളും ഇതിലൂടെ വിസ്മൃതിയിലേക്ക് കടന്നുകയറും. കൊഗ്നിറ്റീവ് സയൻസിൽ ഇതിനെ വിരുദ്ധ വിവര സിദ്ധാന്ത (misinfor- mation effect) മെന്ന് പറയുന്നു.

ഓർമ്മത്തെറ്റ് (False Memory)

ഓർമ്മയിലൂടെ ഒരുക്കി എടുക്കാവുന്ന അത്ഭുതങ്ങൾ അനവധി യാണ്. എന്നാൽ ഓർമ്മത്തെറ്റിലൂടെയും ഇതിനാകുമോ? ഓർമ്മത്തെറ്റ് അഥവാ ഓർമ്മപ്പിശക് (False Memory) ഇന്ദ്രജാലക്കാരന് എന്നും തുണ യായി വർത്തിക്കുന്ന ഒന്നാണ്. ഇന്ദ്രജാലം ആസ്വദിക്കുന്ന ഒരാളുടെ ഓർമ്മകൾക്കുമേൽ ഇന്ദ്രജാലക്കാരന് സ്വാധീനം ചെലുത്തുവാനായാൽ അവിടെ അത്ഭുതം ഇരട്ടിക്കുകതന്നെ ചെയ്യും. ഇതിലേക്കുള്ള പരിശീലനം ആരംഭിക്കുന്നതിന് മുമ്പ് ഓർമ്മയെപ്പറ്റിയും ഓർമ്മത്തെ റ്റിന്റെ സാദ്ധ്യതയെപ്പറ്റിയും ഒരു പരിധിവരെ നാം അറിഞ്ഞിരിക്കേണ്ട തുണ്ട്. ഈ മേഖലയിലെ ചെറിയൊരറിവുപോലും ആസ്വാദകന്റെ അത്ഭുതം ഇരട്ടിപ്പിക്കുന്നതിന് സഹായകരമാണ്.

1930 കളിലാണ് ഇതു സംബന്ധിച്ച പഠനങ്ങൾക്ക് തുടക്കമിടുന്നത്. കേംബ്രിഡ്ജ് സൈക്കോളജിസ്റ്റ് എന്നറിയപ്പെടുന്ന ഫ്രെഡറിക് ബാർട്ലെറ്റ് എന്ന ബ്രിട്ടീഷ് സൈക്കോളജിസ്റ്റാണ് ഓർമ്മത്തെറ്റിനെ (False Memory) പറ്റി ആദ്യമായി പഠനവും ഗവേഷണവും നടത്തിയത്. 1932 ൽ പുറത്തിറങ്ങിയ *റിമെമ്പറിങ്* എന്ന പുസ്തകത്തിലൂടെ അദ്ദേഹം അന്നുവരെ ആരും കാണാതിരുന്ന ഓർമ്മയുടെ കാണാപ്പുറങ്ങൾ ലോകത്തെ അറിയിക്കുകയായിരുന്നു. ഓർമ്മയുടെ പുനരുല്പാദനവും പുനർനിർമ്മാണവും വേർതിരിച്ച് അവതരിപ്പിച്ചതും ഇദ്ദേഹം തന്നെ. നമ്മിൽ നിലവിലുള്ള ഓർമ്മയിൽനിന്നും പുതിയ ഓർമ്മകൾ സൃഷ്ടി ക്കലാണ് ഓർമ്മയുടെ പുനരുല്പാദനം. നിലവിലുള്ള ഓർമ്മയിൽനിന്നും നഷ്ടപ്പെട്ടുപോയ വസ്തുതകൾക്കു പകരം പുതിയതായി കൂട്ടിച്ചേർത്ത് മുഴുമിപ്പിക്കുന്ന പ്രക്രിയയാണ് ഓർമ്മയുടെ പുനർനിർമ്മാണം. ഈ രണ്ട വസരങ്ങളിലും അനവധി കാരണങ്ങളാൽ തെറ്റുകൾ കടന്നുകൂടുന്നു. അപ്രകാരം ഓർമ്മത്തെറ്റുകൾ സ്വയമേവ സംഭവിക്കുന്നു. ബാർട്ലെറ്റിനു ശേഷം മനശ്ശാസ്ത്ര രംഗത്ത് ഓർമ്മത്തെറ്റിന്റെ അപാരതകളിൽ ഇപ്പോൾ നിരവധി ഗവേഷണങ്ങൾക്ക് നേതൃത്വം നല്കുന്ന വ്യക്തിയാണ് അമേ രിക്കൻ കൊഗ്നിറ്റീവ് സൈക്കോളജിസ്റ്റായ എലിസബത്ത് ലോഫ്ടസ്. വിരുദ്ധ വിവര സിദ്ധാന്തത്തിലും (Misinformation Effect) ദൃക്സാക്ഷി ഓർമ്മ (Eyewitness Memory)യിലും കാര്യമായ പഠനങ്ങൾക്ക് നേതൃത്വം കൊടുത്ത വ്യക്തിയാണ് ഇവർ. യഥാർത്ഥത്തിൽ സംഭവിക്കാത്ത ഒരു കാര്യം സംഭവിച്ചതായി ഓർമ്മയിലേക്ക് കടന്നുവരുന്നു. മിക്കപ്പോഴും എല്ലാ മനുഷ്യരിലും സംഭവിക്കുന്ന ഒരു കാര്യമാണെങ്കിലും ഇത് വിശ്വ സിക്കുവാൻ പലർക്കുമാകുന്നില്ല എന്നതാണ് രസകരമായ വസ്തുത. നമ്മുടെ ഓർമ്മകളെ അപ്പാടെ വിശ്വസിക്കുവാൻ കഴിയുകയില്ല എന്ന താണ് സത്യം. എങ്കിൽപ്പോലും നമ്മുടെ ഓർമ്മ കൃത്യവും സത്യവുമാ ണെന്ന് നാം ധരിക്കുന്നു. മനുഷ്യരുടെ ഈയൊരു പരിമിതിയാണ് കലാ കാരന്മാർ സമർത്ഥമായി ഉപയോഗിക്കുന്നത്.

സംഭവിക്കാത്ത ഒരുകാര്യം സംഭവിച്ചതായി നമ്മുടെ ഓർമ്മയിലേക്ക് കടന്നുവരുന്നത് എങ്ങനെ എന്നു നോക്കാം. സ്ഥിരമായി നാം താക്കോൽ തൂക്കിയിടുന്ന ഒരു സ്ഥലം നമ്മുടെ വീട്ടിലുണ്ടെന്ന് സങ്കല്പിക്കുക. എല്ലാ ദിവസവും ആ സ്ഥലത്തുതന്നെ താക്കോൽ സൂക്ഷിക്കുന്ന നാം ഒരു ദിവസം ഓർക്കാതെ താക്കോൽ കാറിൽത്തന്നെ വച്ചിട്ട് വീട്ടിൽ കടന്ന് ഒട്ടുനേരം കഴിഞ്ഞതിനുശേഷം ഓർക്കുമ്പോൾ താക്കോൽ യഥാസ്ഥാനത്തു തന്നെ തൂക്കിയതായി ഓർമ്മ ബോദ്ധ്യപ്പെടുത്തുന്നു. യഥാർത്ഥ ത്തിൽ നാം വന്നപ്പോൾ വീട് തുറന്നിരുന്നതിനാൽ നേരിട്ട് വീട്ടിൽ പ്രവേ ശിക്കുകയായിരുന്നു. ഈ വസ്തുത ഓർക്കാതിരിക്കുകയും സ്ഥിരമായി ചെയ്യുന്ന നിലയിൽ താക്കോൽ യഥാസ്ഥാനത്ത് വച്ചതായി തെറ്റായ ഒരോർമ്മ സൃഷ്ടിക്കുകയുമാണ് ചെയ്യുന്നത്. ഒരു സംഭവത്തെ ഓർത്തെ ടുക്കുവാൻ ശ്രമിക്കുമ്പോൾ നമ്മിൽ അന്തർല്ലീനമായിരിക്കുന്ന അറിവും സമാനതയുള്ള മറ്റ് ഓർമ്മകളും നാമറിയാതെ നമ്മെ സ്വാധീനിക്കുന്നു. ഈ സാഹചര്യത്തിൽ, ഓർത്തെടുക്കുന്ന കാര്യം ഭാഗികമായോ ചില പ്പോൾ മൊത്തമായോ തെറ്റായിപ്പോകുവാൻ സാദ്ധ്യതയുണ്ട്. യഥാർത്ഥ വസ്തുതകൾക്കുമേൽ നാം ആർജ്ജിച്ചെടുത്ത അറിവും പ്രസ്തുത സംഭ വവുമായി സമാനതയുള്ള മറ്റൊരോർമ്മയും കൂടിക്കലർന്നു എന്നുവരു മ്പോൾ അതൊരിക്കലും യഥാർത്ഥ വസ്തുതയല്ല; മറിച്ച് പുതിയൊ രോർമ്മസൃഷ്ടിയായി മാറുകയാണ്. സമയം കഴിയുന്നതിനനുസരിച്ച് ഓർമ്മകൾ ചിതറുവാനും തന്മൂലം യാഥാർത്ഥ്യത്തിൽ നിന്നകലാനും സാദ്ധ്യതയേറെയാണ്. അറിവിന്റെയും പരിചയത്തിന്റെയും സഹായ ത്താൽ ഇതു പരിഹരിക്കുവാൻ സ്വമേധയാ ഒരു പ്രവർത്തനം നടക്കുന്ന തിനാൽ ഒരു പരിധിവരെ യഥാർത്ഥ സംഭവം ഒന്നാകെ മാറിപ്പോകുവാൻ വരെ സാദ്ധ്യതയുണ്ട്. യഥാർത്ഥ ഓർമ്മയ്ക്ക് മങ്ങലേല്ക്കുമ്പോൾ ഓർമ്മത്തെറ്റ് ആ സ്ഥാനം പിടിച്ചെടുക്കുന്നു എന്ന് സാരം.

ഒരാളെ ഓർമ്മത്തെറ്റിലേക്കു നയിക്കുന്നതിൽ വിരുദ്ധ വിവര സിദ്ധാന്തം (Misinformation Effect) വഹിക്കുന്ന പങ്ക് വളരെ വലുതാണ്. ഏതൊരു സംഭവവും ഒരാളുടെ ഓർമ്മയെ സ്വാധീനിക്കും. നമ്മുടെ മന സ്സിൽ അടിയുറച്ചതും വഴിതെറ്റിക്കുന്നതുമായ ചില വിവരങ്ങളുമായി ബന്ധപ്പെടുത്തി ഒരു ചോദ്യമുന്നയിച്ചാൽ യഥാർത്ഥ ഓർമ്മയെ മാറ്റി നിർത്തി നാം മറ്റൊരു നിലയിൽ ചിന്തിക്കുവാൻ തുടങ്ങും. ഇതാണ് വിരുദ്ധ വിവര സിദ്ധാന്തം. ഓർമ്മയിലുള്ള ഒരു സംഭവത്തിന്റെ യഥാർത്ഥ വിവരവും തെറ്റിദ്ധരിപ്പിക്കുന്ന മറ്റൊരു വിവരവും ഓർമ്മയിൽ പരസ്പരം കൂടിച്ചേരുമ്പോൾ നാം യഥാർത്ഥ്യത്തിൽ നിന്നും മാറി തെറ്റായ മറ്റൊരോർമ്മ സൃഷ്ടിച്ച് അതിൽ അഭയം തേടുന്നു. ചില സന്ദർഭങ്ങ ളിൽ യാഥാർത്ഥ്യം അപ്പാടെ മാറിപ്പോവുകയും തെറ്റിദ്ധരിപ്പിക്കുന്ന വിവ രങ്ങൾ യഥാർത്ഥ സംഭവമായി ഓർമ്മയിൽ തങ്ങി നില്ക്കുകയും ചെയ്യും. തെറ്റിദ്ധരിപ്പിക്കുന്ന അറിവ് യഥാർത്ഥ അറിവിനേക്കാൾ പെട്ടെന്ന് ഓർത്തെടുക്കുവാൻ കഴിയുന്ന ഒന്നാണെന്നാണ് ഗവേഷണ പഠനങ്ങൾ സൂചിപ്പിക്കുന്നത്.

ഒരാൾ സന്തോഷാവസ്ഥയിൽ തുടരുമ്പോഴാണ് ഓർമ്മത്തെറ്റിന് കൂടുതൽ വശംവദനാകുന്നതെന്നാണ് പഠനങ്ങൾ തെളിയിക്കുന്നത്. ഇവി ടെയാണ് ഇന്ദ്രജാലക്കാരൻ തന്റെ കഴിവുകൾ പ്രയോജനപ്പെടുത്തുന്നത്. ഒരാൾ ഇന്ദ്രജാലം അവതരിപ്പിക്കുമ്പോൾ അത് ആസ്വാദകന്റെ മനസ്സിൽ ഒരോർമ്മയായി ഒഴുകിയെത്തും. ആ ഓർമ്മയെ സ്വാധീനിക്കുവാനും ആസ്വാദകനിൽ ഒരു ഓർമ്മത്തെറ്റ് (False Memory) സൃഷ്ടിക്കുവാനും കഴിയുമ്പോഴാണ് ഇന്ദ്രജാലം വിജയിക്കുന്നത്. ഇവിടെ ആസ്വാദകൻ കണ്ട ഇന്ദ്രജാലത്തെപ്പറ്റി മറ്റൊരാളോട് പറയുവാനായി തന്റെ ഓർമ്മ യിൽ പ്രവേശിക്കുമ്പോൾ അയാൾക്ക് ലഭ്യമാകുന്നത് യഥാർത്ഥ സംഭവ മാകുവാൻ പാടില്ല. അത്തരത്തിൽ ഒരു സ്വാധീനം ചെലുത്തുവാൻ പാക ത്തിൽ അവതരണം ചിട്ടപ്പെടുത്തുമ്പോൾ നടക്കാത്ത സംഭവങ്ങൾ പോലും നടന്നതായി പറയുവാൻ ആസ്വാദകൻ പ്രേരിതനാകും. ഇവിടെ ഇന്ദ്രജാലക്കാരന്റെ ജിഹ്വയായി ആസ്വാദകൻ മാറുകയാണ്. ഇന്ദ്രജാല ത്തിന്റെ അവതരണ വഴികളിലെല്ലാം ഇതിനായി കരുക്കൾ കരുതിവെ ച്ചാണ് ഇന്ദ്രജാലം മുന്നേറുന്നത്. ആസ്വാദകൻ അറിയാതെ ഇന്ദ്രജാല ക്കാരൻ ഒരുക്കിയ കെണിയിൽ സ്വയം ചെന്നുവീഴുകയാണ്. കാണിക ളുടെ മനസ്സിലേക്ക് ഒരുവാക്കിനെ കൊണ്ടുവരുവാൻ ഒരിക്കലും നേരിട്ട് ആ വാക്ക് പറയുകയല്ല ചെയ്യേണ്ടത്. ആ വാക്കുമായി ബന്ധപ്പെട്ട മറ്റ് വാക്കുകൾ ഉപയോഗിച്ചാൽ തന്നെ അവരറിയാതെ പറയാത്തതും നാം വിചാരിക്കുന്നതുമായ വാക്കിൽ സ്വയം ചെന്നെത്തും. ഉദാഹരണമായി, തലയണ, വിശ്രമം, ഉണരൽ, സ്വപ്നം എന്നീ പദങ്ങൾ ഉപയോഗിക്കു മ്പോൾ ഉറക്കം എന്ന പദത്തിലേക്ക് ആരും അറിയാതെ ചെന്നെത്തുന്നു. ഉറക്കം എന്ന വാക്ക് ഉപയോഗിക്കാതെ തന്നെ ഉറക്കത്തിലേക്ക് ആൾക്കാരെ നയിക്കുവാൻ മറ്റ് പദങ്ങൾക്ക് അനായാസം കഴിയുന്നു. ഈ സാദ്ധ്യതയിലൂടെയാണ് ഇന്ദ്രജാലക്കാരൻ മുന്നേറുന്നത്. നിറം മാറ്റും എന്നുപറയാതെ നിറം മാറും എന്നൊരു ധാരണയുണ്ടാക്കിയെടുക്കുവാൻ ഇന്ദ്രജാലക്കാരനാകുന്നതും ഈ ഒരു സാദ്ധ്യതയിലൂടെയാണ്. വ്യത്യസ്ത നിറങ്ങളുള്ള രണ്ട് തൂവാലകളെ പരിചയപ്പെടുത്തുന്ന ഇന്ദ്രജാലക്കാരൻ ഒരു തൂവാലയെ മറ്റൊരു തൂവാലയ്ക്കുള്ളിലാക്കിയ ശേഷം പറയുന്നത് തൂവാല നിവർത്തുമ്പോൾ ഉള്ളിലിരിക്കുന്ന തൂവാലയുടെ നിറമെന്തെന്ന് പറയണം എന്നാണ്. യഥാർത്ഥത്തിൽ തൂവാല നിവർത്തുമ്പോൾ ഒളി പ്പിച്ച തൂവാല അപ്രത്യക്ഷമാവുകയാണ് ചെയ്യുന്നത്. വഴി തെറ്റിക്കുന്ന വിവരങ്ങളുമായി ബന്ധപ്പെടുത്തിയാണ് ഇവിടെ ചോദ്യമുന്നയിക്കുന്നത്. നിറമെന്തെന്ന് പറയണമെന്നത് ഒരു വഴിതെറ്റിക്കലാണ്. ആസ്വാദകൻ ഒളിപ്പിച്ച തൂവാലയുടെ നിറമെന്താകുമെന്ന് ചിന്തിക്കുന്നതിനിടയിലാണ് അയാളെ തികച്ചും അമ്പരപ്പിച്ചുകൊണ്ട് ആ തൂവാല അപ്രത്യക്ഷമാകു ന്നത്. ഇത് തികച്ചും അപ്രതീക്ഷിതമാണ്. അമ്പരപ്പിന്റെ പാരമ്യത്തിൽ ഇവിടെ എന്താണ് സംഭവിച്ചതെന്നറിയാതെ ഇനി എന്തുചെയ്യണമെന്ന അങ്കലാപ്പിലേക്കാണ് ആസ്വാദകൻ മാറുന്നത്. കാലേക്കൂട്ടി മുന്നൊരുക്ക

ങ്ങൾ നടത്തി പിഴവുകളടച്ച് വിജയം തീർക്കുന്ന ഒരാളായി ഇവിടെ ഇന്ദ്ര ജാലക്കാരൻ മാറുന്നു. അങ്ങനെ ജാലവിദ്യക്കാരൻ ഓർമ്മയിൽ സ്വാധീനം ചെലുത്തി ഓർമ്മത്തെറ്റുണ്ടാക്കി തന്റെ ഇന്ദ്രജാലത്തെ കുറ്റമറ്റതാക്കു കയാണ്. ഇപ്രകാരം അവതരണവഴികളിൽപോലും ഓർമ്മത്തെറ്റുകൾ സൃഷ്ടിച്ചുകൊണ്ടാണ് യഥാർത്ഥത്തിൽ ജാലവിദ്യ മുന്നേറുന്നത്. ഓർമ്മ ത്തെറ്റിലും ഒഴുകിയെത്തുന്ന ഒന്നായി ഇന്ദ്രജാലം മാറുന്നതും അതുകൊ ണ്ടാണ്.

ഒരു സംഭവം നടന്നതിനുശേഷം ഒരല്പം വഴിതെറ്റി വിവരണം നല്കി അവതരിപ്പിക്കുമ്പോൾ ഒരാളുടെ ഓർമ്മകളുടെ കൃത്യതയിൽ വലിയ നിലയിൽ കുറവു സംഭവിക്കുന്നു. ശക്തമായി ഇതു നടപ്പിലാക്കി യാൽ ഒരു ഓർമ്മത്തെറ്റു (ഫാൾസ് മെമ്മറി) പോലും സൃഷ്ടിക്കുവാനാ കുന്നു. അതായത്, ഒരിക്കലും നടന്നിട്ടില്ലാത്ത ഒരു സംഗതി നടന്നതായി ബോദ്ധ്യപ്പെടുന്നു! നടന്ന ചില സംഭവങ്ങളെ പർവ്വതീകരിച്ച് നടക്കാൻ സാദ്ധ്യതയുള്ള ഒരത്ഭുതവുമായി കൂട്ടിയിണക്കി ഒടുവിൽ രണ്ടും നടന്ന താണെന്ന ധാരണയുണ്ടാക്കുന്ന ഒരു പ്രത്യേക പ്രക്രിയയാണിത്. ഒടു വിലൊടുവിൽ വിശകലനങ്ങളും ആവർത്തന വിശകലനങ്ങളും നടക്കു മ്പോൾ ഒരിക്കലും നടന്നിട്ടില്ലാത്തതും, നടന്നതായി അവതരിപ്പിക്കപ്പെട്ട തുമായ സംഭവത്തിന് പ്രാധാന്യം കൈവരികയും അതപ്പാടെ വിശ്വസി ക്കുവാൻ പ്രേരിതരാവുകയും ചെയ്യുകയാണ്.

അമ്പലം വിഴുങ്ങുന്ന ഇന്ദ്രജാലക്കാരനും ഒരു കുളത്തിൽ മുങ്ങി മറ്റൊരിടത്തെ കുളത്തിൽ പൊങ്ങുന്ന അത്ഭുതമാന്ത്രികനുമെല്ലാം ഇത്തരം സൃഷ്ടികളുടെ ഉല്പന്നങ്ങളാണ്. ദൃക്സാക്ഷി വിവരണങ്ങളി ലൂടെ മാത്രം ലഭ്യമായ അറിവുകളാണ് ഇവയെല്ലാമെന്ന് പരിശോധന യിൽ കാണുവാനാകും. വിരുദ്ധ-വിവരസിദ്ധാന്ത പ്രയോഗത്തിലൂടെ ഓർമ്മത്തെറ്റിലേക്കു കടക്കുന്ന ഒരാൾ നടന്ന കാര്യങ്ങളിൽ നടക്കാതി രുന്ന പല അത്ഭുതങ്ങളും സ്വയം കൂട്ടിച്ചേർക്കുവാൻ നിർബ്ബന്ധിതനാകു ന്നുവെന്ന് സാരം. ഒടുവിൽ കാലക്രമേണ ഈ വിശ്വാസങ്ങളെല്ലാം സത്യ മായിരുന്നുവെന്ന് അയാൾ സ്വയം വിശ്വസിക്കുന്നു. വ്യക്തിയിൽനിന്നും വ്യക്തികളിലേക്കും ക്രമേണ സമൂഹത്തിലേക്കും ഇതൊരു വിശ്വാസ മായി പരിണമിക്കുന്നു. കാൽവിദ്യയും മുക്കാൽ തട്ടിപ്പുമെന്ന യാഥാർത്ഥ്യം ഒരു മുഴുനീള സത്യം മാത്രമാണെന്ന മിഥ്യാ യാഥാർത്ഥ്യത്തിന് വഴിമാ റുകയാണിവിടെ.

ഈയൊരു പ്രയോഗ വൈദഗ്ദ്ധ്യം പതിറ്റാണ്ടുകളായി വിജയം കണ്ടു വരുന്നു എന്നത് ഒരു സത്യമായി നിലനില്ക്കുന്നു. മനുഷ്യന്റെ ഓർമ്മ യിലെ ഈ അപചയ സാദ്ധ്യത ശാസ്ത്രജ്ഞന്മാർ തിരിച്ചറിയുന്നതിന് മുമ്പ് തന്നെ ഇന്ദ്രജാലക്കാർ തിരിച്ചറിഞ്ഞിരുന്നുവെന്ന് മാത്രമല്ല, ഫല പ്രദമായി അത് ഉപയോഗിക്കുകയും ചെയ്തു എന്നുകാണുമ്പോഴാണ് ഇന്ദ്രജാലത്തിന്റെ സൂക്ഷ്മദൃഷ്ടി എത്രമാത്രം ആഴത്തിൽ പതിക്കുന്നു വെന്ന് കാണുവാനാകുന്നത്. ഓർമ്മകളെയും ഓർമ്മത്തെറ്റുകളെയും

സംബന്ധിച്ച ഗൗരവമായ പഠനങ്ങൾ ശാസ്ത്രമേഖലകളിൽ കടന്നുവരു ന്നത് സമീപകാലത്തുമാത്രമാണ്.

കാര്യകാരണങ്ങളെ സംബന്ധിച്ച (Cause and Effect) ജ്ഞാനമാണ് അറിവിന്റെ വാതിലുകൾ. എന്നാൽ, ഇവയെ തെറ്റായി ധരിപ്പിക്കുവാൻ, അഥവാ യഥാർത്ഥ കാര്യത്തെ ഒളിച്ചുവച്ച് മറ്റൊന്നായി ചിത്രീകരിച്ച് കാരണം ബോദ്ധ്യപ്പെടുത്തുവാൻ, ഇന്ദ്രജാലക്കാർ വിരുതു കാട്ടിയിരുന്നു. ദൈനംദിന ജീവിതത്തിൽ കാര്യകാരണ ബന്ധങ്ങൾ സ്ഥിരമായി വിശ കലനം ചെയ്യാതെ മുന്നോട്ടുപോകുവാൻ നമുക്കാവുന്നില്ല. എന്നാൽ, ഇവിടെ ഇടപെടുന്ന ഇന്ദ്രജാലക്കാരൻ നമ്മെ ബുദ്ധിപൂർവ്വം വഴിതെറ്റി ക്കുന്നു. മന്ത്രവടി സ്പർശിക്കുമ്പോഴാണ് നാണയം അപ്രത്യക്ഷമാകു ന്നതെന്ന ധാരണ നമ്മിൽ ജനിപ്പിക്കുന്നതിപ്രകാരമാണ്. മന്ത്രവടിയുടെ സ്പർശനവും നാണയത്തിന്റെ അപ്രത്യക്ഷമാകലും തമ്മിൽ യഥാർത്ഥ ത്തിൽ യാതൊരു ബന്ധവുമില്ല. എന്നാൽ, മന്ത്രവടി സ്പർശിച്ചു എന്ന കാരണത്താലാണ് നാണയം കാണാതായതെന്ന കാര്യം നടന്നതായി നാം വിശ്വസിക്കുകയാണ്. ഇങ്ങനെ ഒരു മിഥ്യാബോധപരസ്പര ബന്ധം (Illusory correlation) നമ്മിൽ ജനിപ്പിക്കുന്നു.

ഇവിടെ ഓർക്കേണ്ടിയിരുന്ന യഥാർത്ഥകാര്യം നാം മറക്കുകയും യാതൊരു ബന്ധവുമില്ലാത്ത മറ്റൊരു കാര്യമാണ് യഥാർത്ഥ കാരണ മെന്ന് തെറ്റായി ധരിക്കുകയും ചെയ്യുന്നു. പരസ്പര ബന്ധമില്ലാത്ത രണ്ടു കാര്യങ്ങൾ മൂലമാണ് ഒരു കാരണമുണ്ടായതെന്ന മിഥ്യാബോധം സൃഷ്ടി ക്കുന്നതിന് ശ്രദ്ധാസ്വാധീനമെന്ന സങ്കേതം ഫലപ്രദമായി പ്രയോഗിക്കു ന്നതിലൂടെ ഒരു ജാലവിദ്യക്കാരന് അനായാസം കഴിയുന്നു. ദൃശ്യകലാ ശാസ്ത്രജ്ഞന്മാരായ ഇന്ദ്രജാലക്കാർ മിഥ്യാബോധ സാദ്ധ്യതകളിലൂടെ നാഡീവ്യവസ്ഥകളെ സ്വാധീനിച്ച് ഇന്ദ്രിയ ജ്ഞാനം നല്കുമ്പോൾ നാഡീ ശാസ്ത്രജ്ഞന്മാർ (ന്യൂറോ സയന്റിസ്റ്റുകൾ) മിഥ്യാബോധ പരസ്പര ബന്ധം മനസ്സിലാക്കി ഈ പ്രക്രിയ വിശകലനം ചെയ്യുന്നു.

മനുഷ്യമനസ്സിനെയും നാഡീവ്യവസ്ഥകളെയും സ്വാധീനിച്ചു കൊണ്ടുമാത്രമേ ഇന്ദ്രജാലം സാദ്ധ്യമാക്കാനാവുകയുള്ളൂ. പ്രേക്ഷകരു ടെ മനസ്സും മസ്തിഷ്കവും സ്വാധീനിക്കുന്നതിനും അതിലൂടെ അവരെ ഒരു മായിക ലോകത്തേക്ക് എത്തിക്കുന്നതിനും നൂറ്റാണ്ടുകളായി ഇന്ദ്ര ജാലക്കാർക്ക് അനായാസം കഴിഞ്ഞിരുന്നു. ഇന്ന് അത്തരം സാദ്ധ്യത കളെ അതിനുതനമായ ശാസ്ത്രത്തിന്റെ സഹായത്തോടെ പരീക്ഷണ ശാലകളിൽ വിശദമായി പഠിക്കുന്നതിനും പരിശോധിക്കുന്നതിനും സാദ്ധ്യ തകൾ തെളിഞ്ഞപ്പോഴാണ് യഥാർത്ഥത്തിൽ ഇന്ദ്രജാലത്തിലെ ശാസ്ത്രം മറനീക്കി പുറത്തുവന്നത്. അവിടെയാണ് ഇന്ദ്രജാലം ശാസ്ത്രമാകുന്നതും ഇന്ദ്രജാലശാസ്ത്രജ്ഞന്മാരുണ്ടാകുന്നതും.

ശ്രദ്ധാസ്വാധീനം (Direction of Attention)

ശ്രദ്ധാസ്വാധീനം അഥവാ ഡിറക്ഷൻ ഓഫ് അറ്റൻഷൻ എന്ന മന

ശ്ശാസ്ത്ര സങ്കേതം ഇന്ദ്രജാല മേഖലയിൽ ചെലുത്തുന്ന സ്വാധീനം വളരെ വലുതാണ്. ഒട്ടുമിക്ക ജാലവിദ്യകളും വിജയം വരിക്കുന്നത് ഇതിന്റെ തണലിൽ കൂടിയാണ്. ഒരാളെ എന്നല്ല ഒരു സമൂഹത്തെ തന്നെ ഒന്നായി സ്വാധീനിക്കുന്നതിന് ഇതിനാകുന്നു എന്നതാണ് പ്രത്യേകത. എന്നാൽ, ഈ ശ്രദ്ധാ സ്വാധീനം ബഹുഭൂരിപക്ഷം ജനവിഭാഗങ്ങളിലും വിജയം വരിക്കുമ്പോൾ ഓട്ടിസം ബാധിച്ച വ്യക്തികളിൽ ഇതു പ്രയോ ഗിക്കാനാവുന്നില്ല എന്ന സത്യം വെളിവാകുന്നത് ഇംഗ്ലണ്ടിൽ നടന്ന ഒരു പഠനത്തിലൂടെയാണ്. മാനസിക വിഭ്രാന്തി സൃഷ്ടിക്കുന്ന ഇന്ദ്രജാലം മാനസിക വിഭ്രാന്തിയുള്ളവരിൽ സ്വാധീനം ചെലുത്തുന്നില്ലായെന്നർത്ഥം.

ബ്രൂണൽ യൂണിവേഴ്സിറ്റിയിലെ ഗുസ്താവ് ഖൻ നേതൃത്വം നല്കി നടത്തിയ പരീക്ഷണങ്ങളാണ് അത്ഭുതകരമായ ചില വസ്തുതകൾ വെളിച്ചത്തിലേക്കു കൊണ്ടുവന്നത്. ഓട്ടിസം സ്പെക്ട്രം ഡിസോർഡർ ബാധിച്ച 15 പേരെയും അല്ലാത്ത 16 പേരെയുമാണ് ഗവേഷണത്തിനായി ഉപയോഗിച്ചത്. പന്ത് അപ്രത്യക്ഷമാകുന്ന ഇന്ദ്രജാലം വീഡിയോയിലൂടെ പ്രദർശിപ്പിച്ചാണ് ഓരോരുത്തരിലുമുണ്ടായ വ്യതിയാനങ്ങൾ രേഖപ്പെടു ത്തിയത്. പലതവണ മുകളിലേക്കെറിയുന്ന പന്ത് നിമിഷനേരം കൊണ്ട് അപ്രത്യക്ഷമാകുന്ന ജാലവിദ്യയാണ് ഇതിലേക്കായി അവതരിപ്പിച്ചത്. ഓരോ തവണയും പന്ത് മുകളിലേക്ക് പോവുകയും തിരിയെ കൈയി ലേക്കുവരികയും ചെയ്യുന്നു. ഒരു നിമിഷത്തിൽ അപ്രതീക്ഷിതമായി പന്ത് കാണാതായപ്പോൾ എന്താണ് തോന്നിയതെന്ന് ഓരോരുത്തരോടും ആരാ യുകയുണ്ടായി. ഓട്ടിസം ബാധിക്കാത്ത എല്ലാവരും തന്നെ പന്ത് അവസാനമായി കണ്ടത് ഉയർന്നു നില്ക്കുന്ന അവസ്ഥയിലായിരുന്നു. മുകളിൽത്തന്നെ അത് അപ്രത്യക്ഷമായെന്ന പ്രതീതിയാണ് അവർക്കു ണ്ടായത്. എന്നാൽ ഓട്ടിസം ബാധിച്ച കുട്ടികളെല്ലാം തന്നെ ജാലവിദ്യ ക്കാരന്റെ കൈയിൽത്തന്നെ പന്തിരിക്കുന്നതായാണ് കണ്ടത്. വാസ്തവ ത്തിൽ അതു ശരിയുമായിരുന്നു. മാനസികാരോഗ്യമുള്ളവരേക്കാൾ വേഗ ത്തിൽ മാനസിക വിഭ്രാന്തിയുള്ളവർ ഇന്ദ്രജാല രഹസ്യം കണ്ടെത്തുന്ന തിൽ വിജയിച്ചുവെന്നതാണ് ഇവിടെ നടന്ന അത്ഭുതം! ആദ്യത്തെ വണ പന്ത് മുകളിലേക്ക് പോയി തിരിച്ചു കൈയിലേക്ക് വരുന്നത് കണ്ടു കഴിഞ്ഞാൽ രണ്ടാമത് പന്ത് മുകളിലേക്കെറിയാൻ തുടങ്ങുമ്പോൾത്തന്നെ നടക്കാൻ സാദ്ധ്യതയുള്ള വസ്തുതയിലേക്ക് ചിന്ത കടന്നുകയറുക യാണ്. അതോടെ പന്ത് ഉയരുന്നതിന് മുമ്പു തന്നെ ഉയർന്നതായി സാധാ രണ സാമൂഹ്യബോധമുള്ളവരെല്ലാം ചിന്തിക്കുന്നു. അതോടൊപ്പം പന്ത് ഉയരുകയും ചെയ്യുന്നു. ഇതുതന്നെ വീണ്ടും ആവർത്തിക്കുകയാണ്. എന്നാൽ, ഒരിക്കൽ പന്തിനെ എറിയുന്നതായി ഭാവിച്ച് ഇന്ദ്രജാലക്കാരൻ മുകളിലേക്കു നോക്കുക മാത്രമാണ് ചെയ്യുന്നത്. പന്ത് എറിയുന്നതിനു മുമ്പ്തന്നെ എറിഞ്ഞതായി സങ്കല്പിക്കുന്നവരെല്ലാം തന്നെ പന്ത് ഉയർന്നതായി സങ്കല്പിക്കുകയും ഒടുവിൽ മുകളിൽവച്ചുതന്നെ കാണാ തായതായി കരുതുകയും ചെയ്യുന്നു. അതോടെ, പന്ത് അപ്രത്യക്ഷമായ

പ്രതീതിയിൽ അവരെല്ലാം അമ്പരന്നുപോവുകയും ചെയ്യുന്നു. എന്നാൽ, ഒട്ടിസം ബാധിച്ച ഒരു വ്യക്തിക്ക് ഈ സാമൂഹ്യബോധം കുറവായതി നാൽ പന്ത് ഉയരുമ്പോൾ മാത്രമേ ഉയർന്നതായി കരുതുകയുള്ളൂ. ഒട്ടിസം ഇല്ലാത്തവർ പന്തിൽ നോക്കുന്നതിന് പകരം ഇന്ദ്രജാലക്കാരന്റെ മുഖത്തേക്ക് ശ്രദ്ധ ചെലുത്തുമ്പോൾ ഒട്ടിസം ബാധിച്ച ഒരാൾ ഇന്ദ്രജാ ലക്കാരന്റെ മുഖത്തേക്കല്ല, മറിച്ച് പന്തിൽ മാത്രമേ ശ്രദ്ധിക്കുകയുള്ളൂ. അതിനാൽ, പന്ത് മുകളിലേക്കെറിയാതെ കൈയിൽത്തന്നെ കരുതുന്ന വിവരം അവർക്ക് വ്യക്തമായും മനസ്സിലാകുന്നു. എന്നാൽ, ഒട്ടിസം ബാധിച്ച വ്യക്തികളിൽത്തന്നെ ഈ സാമൂഹ്യബോധം സംബന്ധിച്ച് പ്രത്യേക പരിശീലനം നല്കി ഇതേ പരീക്ഷണം ആവർത്തിച്ചപ്പോൾ ഇവർക്കും പന്ത് മുകളിൽവച്ചുതന്നെ അപ്രത്യക്ഷമായതായി അനുഭവ പ്പെട്ടു. ഇവരെല്ലാം തന്നെ പന്തിലേക്ക് നോക്കുന്നതിന് പകരം ഇന്ദ്രജാല ക്കാരന്റെ മുഖത്തേക്ക് ശ്രദ്ധിക്കുവാൻ തുടങ്ങിയതാണ് ഇതിന് കാരണ മായത്. ഒരാളുടെ മുഖത്തേക്ക് നോക്കുക എന്ന സാമൂഹ്യബോധം ലഭ്യ മായി എന്നതാണ് മാജിക്കിന്റെ രഹസ്യം കാണാതിരിക്കാൻ കാരണമാ യത്. മുഖത്തുനിന്നും പന്തിലേക്ക് ശ്രദ്ധയൂന്നി നോട്ടമെത്തിക്കുവാൻ സാധാരണക്കാരേക്കാൾ കൂടുതൽ സമയം ഇവർക്കാവശ്യമായി വരുന്നു. ആദ്യ പരീക്ഷണത്തിൽ ഇത് നേരെ വിപരീതമായാണ് സംഭവിച്ചത്. പന്തിൽനിന്നും മുഖത്തേക്കു നോക്കുവാൻ സമയം കൂടുതലെടുത്തപ്പോ ൾ ഇന്ദ്രജാല രഹസ്യം അപ്പാടെ ബോദ്ധ്യമാവുകയായിരുന്നു.

ഇന്ദ്രജാല വഴികളിലൂടെയുള്ള ചെറുസഞ്ചാരങ്ങളിൽപ്പോലും ശ്രദ്ധാ സ്വാധീനം (Direction of Attention) ചെലുത്തുന്ന പങ്ക് വളരെ വലുതാണ്. കാഴ്ചക്കാരുടെ ശ്രദ്ധയിന്മേൽ കാര്യമായൊരിടപെടൽ സമർത്ഥമായി നിർവ്വഹിച്ചുകൊണ്ടു മാത്രമേ ഇന്ദ്രജാലത്തിന് വിജയം കൈവരിക്കാൻ കഴിയുകയുള്ളൂ. സമൂഹത്തിന്റെ നാനാമേഖലകളിലും ശക്തമായ വ്യക്തിത്വം നിലനിർത്തുന്ന വിശിഷ്ട വ്യക്തികളാണ് പലപ്പോഴും കാഴ്ച ക്കാരായി മുന്നിലിരിക്കുന്നത്. ഇവരുടെ പൊതുബോധത്തെ സ്വാധീനി ക്കുക എന്നത് ശ്രമകരമായ ഒന്നുതന്നെയാണ്. ഇതിലേക്കുവേണ്ട ഗൃഹ പാഠവും പരിശീലനവും മികവുറ്റതായില്ലെങ്കിൽ ഇന്ദ്രജാലക്കാരന്റെ ശ്രദ്ധയെ കാഴ്ചക്കാർ സ്വാധീനിക്കുന്ന വിപരീതാനുഭവം സംഭവിക്കാനും ഇടയുണ്ട്. ഈ പ്രതിസന്ധി തരണം ചെയ്യുന്നതിനായി ഇന്ദ്രജാലക്കാർ ശാസ്ത്രീയമായ ചിലമുറകൾ അഭ്യസിക്കേണ്ടതായിട്ടുണ്ട്.

ശ്രദ്ധാസ്വാധീനത്തിനായുള്ള പ്രവർത്തനങ്ങളിൽ അനുകരണം ഒരു കാരണവശാലും ഉണ്ടാകുവാൻ പാടില്ല എന്ന വസ്തുത മനസ്സിലാക്കി യവർ തുലോം വിരളമത്രേ. ഓരോ വ്യക്തിക്കും ഒരു തനതു രീതി ഉണ്ടാ യിരിക്കും. ആ തനതു രീതിയിൽ തന്നെയാകണം ശ്രദ്ധാ സ്വാധീനം നട പ്പിലാക്കേണ്ടതും. ചില വ്യക്തികൾ നടന്നുകൊണ്ടേയിരിക്കും. എന്നാൽ, മറ്റു ചിലർ ഒരു സ്ഥലത്തു തന്നെ നില്ക്കുന്നവരാകും. വേറെ ചിലരാ കട്ടെ, തികഞ്ഞ ആത്മവിശ്വാസം പുലർത്തുന്നവരാകും. അവർ

സധൈര്യം നില്ക്കുന്നവരാണ്. ചിലരോ ഭയന്നവരാകും. നാം ഇതിലേതു വിഭാഗത്തിലായാലും ആ രീതിയിലൂടെ തന്നെ ശ്രദ്ധാസ്വാധീനം നടപ്പിലാക്കിയാലേ ഫലവത്താവുകയയുള്ളൂ. സ്ഥിരമായി നടന്നു സംസാരിക്കുന്ന ഒരാൾ ശ്രദ്ധാസ്വാധീനം നടപ്പിലാക്കുവാനായി മാത്രം നില്ക്കുന്നു എന്ന് കരുതുക. അതൊരിക്കലും ശ്രദ്ധയെ സ്വാധീനിക്കുവാൻ ഉപകരിക്കുന്നില്ല എന്ന് കാണുവാൻ കഴിയും. സ്ഥിരമായി നിന്ന് സംസാരിക്കുന്ന ഒരാൾ ശ്രദ്ധയെ സ്വാധീനിക്കുവാനായി മാത്രം നടന്നാലും ഇതു തന്നെയാവും ഫലം. അവിടെ സ്വാഭാവിക രീതി അവലംബിക്കുക എന്നത് (use your natural style) വളരെ പ്രധാനപ്പെട്ട ഒരു കാര്യമാണ്. ചലനത്തിനനുസരിച്ച് നമ്മുടെ രീതികൾ മാറ്റുകയല്ല; നമ്മുടെ രീതിക്കനുസരിച്ച് ചലനങ്ങളെ മാറ്റുകയാണ് വേണ്ടത്. ഉദാഹരണത്തിന് നിങ്ങളുടെ സമീപത്തുള്ള മേശമേൽ ഒരു ഗ്ലാസ് വെള്ളമുണ്ടെങ്കിൽ നിങ്ങളത് പല തവണ കുടിക്കുവാനായി എടുക്കുന്നു. ഇതിൽ എപ്പോഴെങ്കിലും ഒരു തവണ കുടിക്കുമ്പോൾ ഒരു വസ്തു എടുക്കുവാനോ മറയ്ക്കുവാനോ അനായാസം കഴിയുന്നു. അല്ലാതെ അതിലേക്കായി മാത്രം ഗ്ലാസെടുക്കുന്ന ഒരവസ്ഥ വന്നാൽ അത് ശ്രദ്ധാസ്വാധീനമല്ല. മറിച്ച്, ശ്രദ്ധ ക്ഷണിക്കലായി മാറും. ഇടയ്ക്കിടെയുള്ള വെള്ളം കുടിക്കൽ ഒരു പ്രാധാന്യമില്ലാത്ത കാഴ്ചയായി മാറുന്നു. ഈയൊരു സാദ്ധ്യതയിലാണ് ഇന്ദ്രജാലക്കാരൻ തന്റെ റോൾ സമർത്ഥമായി നിർവ്വഹിക്കുന്നത്. വെള്ളം കുടിക്കുക എന്ന സാധാരണ പ്രവൃത്തിയെ സാധനങ്ങൾ എടുക്കുകയോ ഒളിപ്പിക്കുകയോ ചെയ്യുന്ന അസാധാരണ സംഭവത്തിനുള്ള ഹേതുവായി മാറ്റുക എന്ന പ്രക്രിയയാണ് ഇവിടെ നടക്കുന്നത്.

മറ്റൊന്ന് കാഴ്ചക്കാർക്ക് ആയാസ രഹിതമായി തികഞ്ഞ സമാധാനത്തോടെ (Relaxation Mood) ഇരിക്കുവാൻ അവസരമുണ്ടാക്കുക എന്നതാണ്. ഇത് ബോധപൂർവ്വം നാം ചെയ്യുന്ന പ്രവർത്തനങ്ങളിലൂടെ സൃഷ്ടിച്ചെടുക്കേണ്ട ഒന്നാണ്. ഇത്തരം ഓഫ് ബീറ്റ് അവസ്ഥയിൽ കൃത്യമായ നിരീക്ഷണം സാദ്ധ്യമല്ല. ഈയൊരവസ്ഥയിൽ ചിലപ്പോൾ കാഴ്ചക്കാർ അവരെ തന്നെ തെറ്റിദ്ധരിപ്പിക്കുന്ന ഒരവസ്ഥയിലെത്തും. ഇല്ലാത്തതു പോലും വിശ്വസിക്കുന്നു. അമാനുഷികവും അസാദ്ധ്യവുമായതെല്ലാം സാദ്ധ്യമാണെന്ന് സ്വയം ധരിക്കുന്ന അവസ്ഥയിലേക്ക് അവരറിയാതെ മാറുകയാണ്. ഈയൊരവസ്ഥയിൽ നാം പറയുന്നതും അപ്പോൾ അവർ കാണുന്നതുമെല്ലാം വിശ്വസിക്കുക എന്നത് ആളുകളുടെ ഒരു പൊതു സ്വഭാവമാണ്. മാത്രവുമല്ല, ഇത്തരമൊരവസ്ഥയിലേക്ക് അവരെ കൊണ്ടെത്തിക്കുവാനായാൽ ആ ഇന്ദ്രജാലക്കാരനെ അവർ ഇഷ്ടപ്പെടുക മാത്രമല്ല അയാളുടെ ഓരോ അത്ഭുത പ്രകടനങ്ങളും ആലങ്കാരികതകളിലൂടെ പൊലിപ്പിച്ചു പറയുവാനും അവർ തയ്യാറാകും. അവതരണ മികവിലൂടെ ഇത് സാധിച്ചെടുത്തവരാണ് പ്രശസ്തിയിലേക്ക് കടന്നുവന്നതെന്ന് പരിശോധിച്ചാൽ കാണാവുന്നതാണ്. ഒരു പരിധി കഴിഞ്ഞാൽ ഇവരിൽ പലരും പ്രകൃത്യാതീത ശക്തിയിൽപ്പോലും വിശ്വാസമർപ്പിക്കുന്നവരായി

മാറും. അതിപ്രശസ്തരും ബുദ്ധിമാന്മാരുമായ പലരും ഇത്തരം വിശ്വാ സങ്ങളിൽ പെട്ടുപോകുന്നതും ഇപ്രകാരമാണ്. പ്രകൃത്യാതീതമായി യാതൊന്നുമില്ലെന്ന് ജീവിതകാലം മുഴുവൻ വാദിച്ചു നടന്ന ഹാരി ഹൂഡിനി അപ്രത്യക്ഷനാകാൻ കഴിവുള്ള വ്യക്തിയായിരുന്നുവെന്നാണ് സർ ആർതർ കോനൻ ഡോയൽ വിശ്വസിച്ചിരുന്നത്! വളരെ ബുദ്ധിപൂർവ്വം പ്രവർത്തിക്കുമ്പോൾ ശരിയല്ലാത്തതെന്തും ശരിയാണെന്ന ബോദ്ധ്യം ഉണ്ടാക്കുവാനാകുന്നു. ഇത്തരത്തിൽ മനോനിയന്ത്രണങ്ങൾ ഇല്ലാതാ ക്കുന്നതിനും ധാരണകളെ മാറ്റി മറിക്കുന്നതിനും എളുപ്പമാണ്.

നേത്ര സമ്പർക്കം (Eye Contact) ശ്രദ്ധാ സ്വാധീനം നടപ്പിലാ ക്കുന്നതിന് അത്യാവശ്യം വേണ്ട ഒരു ഘടകമാണ്. നിർഭാഗ്യവശാൽ പലർക്കും ഇല്ലാതെ പോകുന്നതും ഇതാണ്. പരസ്പര ബന്ധം പുലർത്തു ന്നതിൽ കണ്ണുകൾക്കുള്ള സ്ഥാനം വലുതാണ്. കണ്ണുകളെ അനുധാ വനം ചെയ്യുക എന്നത് മനുഷ്യസഹജമായ ഒരു വാസനയാണ്. അതു കൊണ്ട് തന്നെ നല്ലൊരു ഇന്ദ്രജാലക്കാരന്റെ കണ്ണുകൾ പോകുന്ന വഴി കളിലെല്ലാം കാഴ്ചക്കാരുടെ കണ്ണുകളും സഞ്ചരിച്ചുകൊണ്ടിരിക്കും. ഇന്ദ്ര ജാലക്കാരൻ ഒരു വസ്തുവിനെ അന്തരീക്ഷത്തിൽ എറിഞ്ഞ് ഇല്ലാതാ ക്കുമ്പോൾ അയാളുടെ കണ്ണുകൾ അന്തരീക്ഷത്തിൽ തന്നെയുണ്ടായി രിക്കണം. ഈ നോട്ടത്തിലൂടെയാണ് ഇല്ലാത്തത് ഉള്ളതായും ഉള്ളത് ഇല്ലാത്തതായും തോന്നിപ്പിക്കുന്നത്. നേത്രസമ്പർക്കം നേത്രങ്ങൾ തമ്മിൽ മാത്രമല്ല, ഓരോ പ്രവൃത്തിയിലും ഈ ബന്ധം നിലനിർത്തണം. ഈ നോട്ടത്തെ കാഴ്ചക്കാർ അനുഗമിക്കുക തന്നെ ചെയ്യും. കാഴ്ചക്കാർ കാണേണ്ട കാര്യം ആദ്യം ഇന്ദ്രജാലക്കാരനാണ് കാണുന്നത്. തുടർന്ന് കാഴ്ചക്കാർ അവിടേക്ക് അറിയാതെ കടന്നുവരുകയാണ്. അപ്പോഴേക്കും ഇന്ദ്രജാല രഹസ്യങ്ങളിൽനിന്നും ബഹുദൂരം അകലെ ശ്രദ്ധിക്കുന്നവ രായി കാഴ്ചക്കാർ മാറുന്നു. ഇത്തരത്തിൽ ക്രമപ്രകാരം സാവകാശമാണ് ശ്രദ്ധാസ്വാധീനം (Direction of Attention) പ്രാവർത്തികമാക്കേണ്ടത്. ഒരി ക്കലും അതൊരു ബലപ്രയോഗമാകരുത്. ക്രമാനുഗതമായി സംഭവിച്ചു പോകുന്ന ഒന്നായി ഇതു മാറണം. അപ്പോൾ മാത്രമാണ് ഇന്ദ്രജാലം ശാസ്ത്രീയമായി മാറുന്നത്.

മനസ്സിനെ സ്പർശിക്കുന്ന കലാരൂപമെന്ന നിലയിൽ ഇന്ദ്രജാലം മാനസികമായ ഒരു വ്യാപാരം കൂടിയാണ്. മനസ്സിനെ സ്വയം നിയന്ത്രി ക്കുവാൻ പ്രാപ്തിയുള്ള ഒരാൾക്ക് മാത്രമേ മറ്റൊരാളുടെ മനസ്സിൽ അനു രണനങ്ങൾ സൃഷ്ടിക്കുവാനാവുകയുള്ളൂ. അതുകൊണ്ട് തന്നെ ആരോ ഗ്യമുള്ള ഒരു മനസ്സിന്റെ ഉടമയ്ക്ക് മാത്രമാണ് ആകർഷകമായ നില യിൽ ഇന്ദ്രജാലം അവതരിപ്പിക്കുന്നതിന് കഴിയുന്നത്. നിരന്തര പ്രയത്ന ത്തിലൂടെ ഈയൊരു മാനസിക നില കൈവരിക്കുക എന്നത് ഇന്ദ്രജാ ലാവതരണത്തിന് അനിവാര്യമായ ഒരു ഘടകമാണ്.

ഒരു ജനവിഭാഗത്തെ ഒന്നായോ ഒരു വ്യക്തിയെ മാത്രമായോ ഒരു പ്രത്യേക ദിശയിലേക്ക് ശ്രദ്ധ കേന്ദ്രീകരിപ്പിക്കുവാൻ ബോധപൂർവ്വം ശ്രമി

ക്കുന്ന ഒരാളിന് കഴിയുമോ? അങ്ങനെ കഴിയുന്നുവെങ്കിൽ അത് എത്ര സമയം വരെ തുടരുവാനാകും? സ്ഥിരമായി ഇപ്രകാരം വിധേയരാകുന്ന പ്രകൃതമാണോ നമ്മിലുള്ളത്? ഈ വക വ്യാകുലതകൾ കാലങ്ങളായി മനുഷ്യ മനസ്സുകളിൽ ആഴത്തിൽ വേരോടിയിരുന്നു. ഇന്ദ്രജാല മേഖല യിൽ ആഴത്തിലുള്ള അന്വേഷണങ്ങൾ നടത്തുമ്പോൾ ഇതിനെല്ലാം മറു പടി ലഭ്യമാകുന്നു എന്നതാണ് രസകരമായ വസ്തുത. ഇന്ദ്രജാലക്കാ രൻ ബോധപൂർവ്വം ഒരു വസ്തുവിലേക്ക് നമ്മുടെ ശ്രദ്ധയെ ക്ഷണി ക്കുന്നു. നമ്മെ സ്വാധീനിക്കുന്ന ഒരു ചലനമോ നോട്ടമോ സമാനമായ ഒരു പ്രവൃത്തിയോ ചെയ്യുന്നതിലൂടെ അയാൾക്ക് അതിന് അനായാസം കഴിയുന്നു. ഇതോടുകൂടി പടിപടിയായി നമ്മുടെ ശ്രദ്ധ നാം അറിയാതെ തന്നെ ഇന്ദ്രജാലക്കാരൻ ഉദ്ദേശിക്കുന്ന സ്ഥലത്തേക്ക് ലക്ഷ്യമിടുന്നു. ശ്രദ്ധ അവിടെയുറയ്ക്കുന്ന നിർണ്ണായക നിമിഷത്തിലാണ് അത്ഭുതം ജനിപ്പിച്ചുകൊണ്ട് ഒരു പ്രാവ് ഇന്ദ്രജാലക്കാരന്റെ കൈകളിൽ പറന്നുയ രുന്നത്. ഇത് സർവ്വ സാധാരണമായ ഒരു രീതി. ഇതിനെ ഫിസിക്കൽ ഡിറ്റക്ഷൻ ഓഫ് അറ്റൻഷൻ അഥവാ സ്വാഭാവിക ശ്രദ്ധാസ്വാധീനം എന്നു പറയാം. ഈ മുറയിലൂടെ വസ്തുക്കളെ അപ്രത്യക്ഷമാക്കാനും കഴിയും. രണ്ടിലേത് സംഭവിച്ചാലും അത്ഭുതം നടക്കുമെന്നതിൽ തർക്ക മില്ല. അസംഭാവ്യമെന്ന് നാം കരുതുന്ന ഒരു കാര്യം അപ്രതീക്ഷിതമായി സംഭവിക്കുമ്പോൾ അത്ഭുതം ഇരട്ടിക്കുകയാണ്. അപ്രതീക്ഷിതമായി ഒരു സംഭവം നടന്നാൽത്തന്നെ അത് അത്ഭുതമാണ്. അക്കാര്യം അസംഭാ വ്യമെന്ന് നാം കരുതുക കൂടി ചെയ്യുമ്പോൾ അത്ഭുതം അതിന്റെ പാര മൃതയിലേക്ക് കടക്കുന്നു. ഇത്തരം സാദ്ധ്യതകളെ ആകർഷകമായി കൂട്ടി യോജിപ്പിക്കുമ്പോഴാണ് അത്ഭുതങ്ങളുടെ ഗിരിശൃംഗങ്ങൾ ഇന്ദ്രജാലക്കാ രന്റെ കൈകളിൽ അമ്മാനമാടി നില്ക്കുന്ന അപൂർവ്വ ദൃശ്യം ആസ്വാദക മനസ്സുകളിൽ ആനന്ദ നൃത്തം ചവിട്ടുന്നത്. അത്ഭുത സാദ്ധ്യതകളിൽ കൂട്ടിയോജിപ്പിക്കാവുന്നവയെ തിരഞ്ഞെടുത്ത് അടുക്കോടുകൂടി ചേർത്തു വയ്ക്കുമ്പോൾ മാനവ ചിന്താ സരണികൾക്കുമപ്പുറം നവനവങ്ങളായ അത്ഭുതങ്ങൾ അനായാസം ഉദയം കൊള്ളുകയാണ്. ഇവിടെയാണ് കാഴ്ചക്കാരന്റെ സമ്പന്നമായ ശാസ്ത്രബോധം പോലും പകച്ചുപോകു ന്നത്. മുതിർന്നവർപോലും നിഷ്കളങ്കരായ കുട്ടികളെപ്പോലെ മിഴിവി ടർത്തി കൈമലർത്തി നില്ക്കുന്നവരായി മാറുവാൻ ഇത് വഴിയൊരു ക്കുന്നു. ഈ പകച്ചുനില്ക്കലിന് മുകളിൽ അത്ഭുതം ഒരു സുനാമി പോലെ അടിച്ചുയരുകയും പിടിപ്പുറം മുഴുവൻ അത് കീഴടക്കുകയും ചെയ്യുന്നു.

എന്നാൽ, നമ്മെ അമ്പരപ്പിക്കുന്ന ഈ അത്ഭുതങ്ങൾക്കെല്ലാം അപ്പുറം നില്ക്കുന്ന മറ്റൊന്നുണ്ട്. അതാണ് സൈക്കോളജിക്കൽ മിസ്ഡ യറക്ഷൻ അഥവാ മാനസിക ശ്രദ്ധാസ്വാധീനം. ഇത് സാദ്ധ്യമാക്കുന്നതി ലേക്കായി ഇന്ദ്രജാലക്കാർ ബോധപൂർവ്വം ചിട്ടയോടുകൂടിയ ഒരു പ്രവർത്തനം നാം അറിയാതെ നടത്തുന്നു. ജാലവിദ്യയുടെ രഹസ്യം

ഇന്ദ്രജാലക്കാരൻ അറിയാതെ തന്നെ കാഴ്ചക്കാർക്ക് മനസ്സിലാകുന്നു എന്ന ഒരു പ്രതീതി ജനിപ്പിക്കുന്നതിന് വേണ്ടിയാണ് മുൻ നിശ്ചയ പ്രകാരമുള്ള ഈ പ്രവർത്തനം. എല്ലാ അത്ഭുതങ്ങൾക്കും ആധാരമായ ഒരു കാരണം തേടിപ്പിടിക്കുക എന്നത് മനുഷ്യന്റെ ജന്മവാസനയാണ്. ഇതിന്റെ മറവിൽ യാഥാർത്ഥ്യമെന്ന് തോന്നുന്നതും എന്നാൽ, യഥാർത്ഥമല്ലാത്തതുമായ ഒരു വ്യാഖ്യാനം കണ്ടെത്തുവാൻ കാഴ്ചക്കാരെ പ്രേരിപ്പിക്കുന്നു. ഒരു സംഗതി സാധാരണ നിലയിൽ നടക്കുവാൻ സാദ്ധ്യതയുള്ള തരത്തിൽ ഗൗരവപൂർവ്വം അവതരിപ്പിക്കുമ്പോൾ അതാണ് സംഭവിച്ചതെന്ന തെറ്റായ ഒരു വ്യാഖ്യാനം (false solution) നമ്മുടെ യുള്ളിൽ രൂപപ്പെടുന്നു. യഥാർത്ഥത്തിൽ കാഴ്ചക്കാർ ധരിക്കുന്ന നിലയിലല്ല കാര്യങ്ങൾ നടക്കുന്നതെന്ന് ബോദ്ധ്യപ്പെടുന്നത് ജാലവിദ്യയുടെ അവസാനം മാത്രമാണ്. പ്രധാന വസ്തുതകളിലേക്ക് ശ്രദ്ധ കടന്നുവരാതിരിക്കുന്നതിനാണ് ഈ കാടുകയറ്റൽ പ്രക്രിയ അരങ്ങേറുന്നത്. ഉദാഹരണത്തിന്, ഇന്ദ്രജാലക്കാരൻ ഒരു ചെമന്ന നിറത്തിലുള്ള തൂവാല വ്യക്തമാക്കി കാണിച്ചശേഷം ഇരു കൈകളും കൊണ്ട് അതിനെ ചുരുട്ടി ഒരു പന്തുപോലാക്കുന്നു. എന്നിട്ട്, ഇടതുകൈയിൽ മറച്ചുപിടിച്ച ശേഷം തൂവാല എവിടെയാണെന്ന് ചോദിക്കുന്നു. ഇടതുകൈയിലെന്നും വലതുകൈയിലെന്നും ഇന്ദ്രജാലക്കാരന്റെ മുന്നിലുള്ള മേശയിലെന്നുമൊക്കെ കാഴ്ചക്കാർ പറയുമ്പോൾ ഇന്ദ്രജാലക്കാരന്റെ ഇടതുകൈയിൽ തൂവാലയ്ക്ക് പകരം ഒരു കോഴിമുട്ട പ്രത്യക്ഷപ്പെടുന്നു. അതോടെ അത്ഭുതപ്പെടുന്ന കാഴ്ചക്കാരോട് ഇന്ദ്രജാലക്കാരൻ രഹസ്യം വെളിപ്പെടുത്തുന്നു. തന്റെ കൈവശം യഥാർത്ഥ മുട്ടയല്ലെന്നും ഒരു കോഴിമുട്ടയെടുത്ത് അതിനകത്തുണ്ടായിരുന്നതെല്ലാം പുറത്തെടുത്തതാണെന്നും മുട്ടയുടെ വശത്തു ഉള്ള ദ്വാരത്തിലൂടെ വെള്ളം കയറ്റി വൃത്തിയാക്കിയ ശേഷം പശയുപയോഗിച്ച് അതിന്റെ ദ്വാരം ബലപ്പെടുത്തിയിട്ടുണ്ടെന്നും അതിലൂടെ തൂവാലയെ അനായാസം അകത്തേക്ക് കടത്തി അപ്രത്യക്ഷമാക്കിയതായി തോന്നിപ്പിച്ചതാണെന്നും പറയുമ്പോൾ കാഴ്ചക്കാർക്ക് അത് തികച്ചും വിശ്വസനീയമായി തോന്നുന്നു. തുടർന്ന്, ജാലവിദ്യ അവതരിപ്പിക്കുന്ന രീതി ക്രമപ്രകാരം എങ്ങനെയെന്ന് ഇന്ദ്രജാലക്കാരൻ വിശദീകരിക്കുന്നു. കാര്യങ്ങൾ മനസ്സിലായ (?) കാഴ്ചക്കാർ തെല്ലൊരു രസത്തോടെ കൗതുകപൂർവ്വം തുടർന്നുള്ള കാഴ്ചകൾ കാണുകയാണ്. ഒടുവിൽ സംശയനിവാരണത്തിനായി ഇന്ദ്രജാലക്കാരൻ മുട്ട പൊട്ടിച്ച് അതിനകത്തെ വസ്തുക്കൾ ഗ്ലാസിലൊഴിക്കുമ്പോഴാണ് അത് യഥാർത്ഥ മുട്ടയാണെന്നും തൂവാല അവിടെയെങ്ങുമില്ലായെന്നുമുള്ള സത്യം അറിയുന്നത്. ഇവിടെ തെറ്റായ ഒരു വ്യാഖ്യാനം മനസ്സിലുറപ്പിക്കുന്ന കാഴ്ചക്കാരൻ ഇന്ദ്രജാലത്തിന്റെ അവസാനം യഥാർത്ഥ മുട്ട കാണുമ്പോൾ ഒരു നിമിഷം പകച്ചുപോവുകയാണ്. മനസ്സിലുറച്ച വ്യാഖ്യാനത്തിന് പിറകെ അറിയാതെ സഞ്ചരിക്കുന്ന കാഴ്ചക്കാർ കെണിയിൽപ്പെടുന്നത് യഥാർത്ഥ മുട്ട പൊട്ടുന്നതോടെയാണ്. അതോടെ അവർ മനസ്സിലുറപ്പിച്ച വ്യാഖ്യാ

നങ്ങളും പൊട്ടിച്ചിതറുകയാണ്. സക്കർ വിഭാഗത്തിൽപ്പെട്ട എല്ലാ ജാല വിദ്യകളും ഇത്തരത്തിലാണ് അരങ്ങേറുന്നത്. വ്യാഖ്യാനത്തിന് അനു സൃതമായിട്ടാണ് കാര്യങ്ങൾ നടക്കുന്നതെന്ന് ഓരോ നിമിഷവും ബോദ്ധ്യ പ്പെടുത്തിക്കൊണ്ട് ജാലവിദ്യ മുന്നേറുന്നു. എല്ലാം മനസ്സിലായെന്ന മിഥ്യാ ധാരണയിൽ നാം ഓരോരുത്തരും അറിയാതെ വഴിതെറ്റി സഞ്ചരിക്കു വാൻ പ്രേരിതരാവുകയാണ്. ഒരു ധാരണ നമ്മുടെ മനസ്സിലുറയ്ക്കുന്ന തോടുകൂടി മറ്റ് സാദ്ധ്യതകൾ പരിശോധിക്കുവാനോ അന്വേഷിക്കുവാനോ സാധാരണ നിലയിൽ നാം തയ്യാറാകുന്നില്ല. ഈ ഒരൊറ്റ കാരണം മതി, രഹസ്യം ഒരിക്കലും മനസ്സിലാകാത്ത തരത്തിൽ ഇന്ദ്രജാലത്തിന് വിജയം കൈവരിക്കുവാൻ. സൂചനകളും സാദ്ധ്യതകളും ക്രമപ്രകാരം നിരത്തു ന്നതിനാൽ തെറ്റായ വഴിയിലൂടെ നാം സഞ്ചരിക്കുന്നു. ഒടുവിൽ വഴിമു ട്ടുമ്പോഴാണ് യഥാർത്ഥ അത്ഭുതം നടക്കുന്നത്. ആദ്യം കാണിച്ച മുട്ട ത്തോട് ആരും തന്നെ അറിയാതെ തന്ത്രപൂർവ്വം മാറ്റി യഥാർത്ഥ മുട്ട പകരമായി വയ്ക്കുന്നത് തികഞ്ഞ കരവിരുതോടുകൂടിയാണ്. ഇതിനുള്ള സാവകാശം നന്നായി ലഭിക്കത്തക്കവിധമാണ് ഇന്ദ്രജാലക്കാരൻ ജാല വിദ്യ വിശദീകരിക്കുന്നത്. വിശദീകരണം വിശ്വസിക്കാതിരിക്കുവാൻ പാക ത്തിൽ ഒന്നും നടക്കുന്നുമില്ല. അതോടെ എന്തു സംഭവിച്ചുവെന്നോ എങ്ങനെ സംഭവിച്ചുവെന്നോ അറിയാനാകാതെ അമ്പരക്കുവാൻ മാത്രം കഴിയുന്നവരായി നാം മാറുന്നു. ഒരു ചലനത്തിന്റെയോ നോട്ടത്തിന്റെയോ കേവല സഹായം മാത്രം മതി ഒരു ജാലവിദ്യക്കാരന് ഒരു സമൂഹത്തെ മുഴുവൻ തെറ്റിദ്ധരിപ്പിക്കുവാൻ. അതാണ് മാനസിക ശ്രദ്ധാസ്വാധീന ത്തിന്റെ പ്രാധാന്യം. അതുകൊണ്ട് തന്നെ മനസ്സ് തെറ്റിക്കുന്ന ഒരു മഹാ ശാസ്ത്രമായും ഇത് മാറുന്നു.

യഥാർത്ഥത്തിൽ, നമുക്കേവർക്കും ശരിയായി കാണുവാൻ കഴിയുന്ന ഒരു വസ്തുവിനെ ശരിയായി കാണുന്നതിനോ കൂടുതൽ ശ്രദ്ധിക്കുന്ന തിനോ ബോധപൂർവ്വം പരിശോധിക്കുന്നതിനോ ഇടം നല്കാതെ ശ്രദ്ധാ സ്വാധീനത്തിലൂടെ നാം അറിയാതെ നമ്മുടെ ശ്രദ്ധയെ മാറ്റി നിർത്തുന്ന പ്രക്രിയയെ അലസാന്ധത അഥവാ Inattentional Blindness എന്നു പറ യുന്നു. നോക്കുന്ന വസ്തുക്കളെ പലപ്പോഴും ശരിയായി കാണാതിരി ക്കുന്ന പ്രവണത മനുഷ്യരിൽ പൊതുവേയുള്ളതാണ്. ഉദാഹരണത്തിന്, വാച്ചിന്റെ കാര്യം തന്നെയെടുക്കാം. നമുക്കെല്ലാപേർക്കും നമ്മുടെ കൈയിൽ ഏത് വാച്ചാണ് കെട്ടിയിരിക്കുന്നതെന്ന് അറിയാം. എന്നാൽ, പ്രസ്തുത കമ്പനിയുടെ വാച്ചുകളിൽ ഒരു പ്രത്യേക ബാച്ചിൽ ഇറങ്ങിയ വാച്ചായിരിക്കും നാം ധരിച്ചിരിക്കുന്നത്. ആ ബാച്ചിന്റെ പേർ നമ്മുടെ വാച്ചിൽ എഴുതിയിട്ടുള്ളത് ശ്രദ്ധിച്ചിട്ടുണ്ടോ എന്ന് ചോദിക്കുമ്പോൾ മാത്ര മാണ് നമ്മിൽ പലരും അക്കാര്യം ശ്രദ്ധിച്ചിട്ടില്ല എന്ന വസ്തുത മനസ്സി ലാക്കുന്നത്. തുടർന്ന്, നമ്മോട് അക്കാര്യം നോക്കുവാൻ ആവശ്യപ്പെടു മ്പോൾ നാമത് നോക്കുന്നു. അത്തരം ഒരു എഴുത്ത് ഉണ്ടെങ്കിൽ അപ്പോൾ മാത്രമായിരിക്കും നാമത് ശ്രദ്ധിക്കുക. തുടർന്ന് നമ്മുടെ വാച്ചിലെ സമയം

സൂചിപ്പിക്കുന്ന അക്കങ്ങൾ, റോമൻ ലെറ്ററാണോ, സാധാരണ അക്കങ്ങ ളാണോ, അതോ ചില കുത്തുകൾ മാത്രമാണോ, അങ്ങനെ എങ്കിൽ ആകെ എത്ര കുത്തുകളാണ് എന്നൊക്കെ ചോദിച്ചാൽ വീണ്ടും നാം കുഴപ്പത്തിലാകുന്നു. അപ്പോൾ തന്നെ വാച്ചിലേക്ക് നോക്കിയതായിരു ന്നിട്ടും ഇക്കാര്യത്തിലും ഉറച്ച ഒരുത്തരം പറയുവാൻ പലപ്പോഴും നമു ക്കാവുന്നില്ല. വീണ്ടും വാച്ചിലേക്ക് നോക്കിയാണ് ഇക്കാര്യങ്ങൾ നാം ഉറപ്പു വരുത്തുന്നത്. ഉടൻതന്നെ നമ്മോട് നാം നോക്കിയപ്പോൾ വാച്ചിൽ കൃത്യമായി എത്രസമയമായിരുന്നു എന്ന് ചോദിച്ചാൽ അതിനും നമുക്ക് മറുപടി പറയാനാകുന്നില്ല. കാരണം, അപ്പോൾ നമ്മൾ സമയം നോക്കി യിരുന്നില്ല എന്നതാണ് വസ്തുത. ഇതാണ് കാഴ്ചയുടെ പരിമിതി. ഈയൊരു പരിമിതിയെ അതിന്റെ ഉച്ചസ്ഥായിയിലെത്തിക്കുവാൻ മുൻ ധാരണ പ്രകാരം പ്രവർത്തിക്കുന്നതിലൂടെ ഇന്ദ്രജാലക്കാരന് കഴിയുന്നു. അതോടെ പ്രകൃതി നിയമങ്ങൾക്ക് വിപരീതമായി സംഗതികൾ സംഭവി ക്കുന്നു എന്നൊരു ധാരണ നമ്മുടെ മനസ്സിലേക്ക് കടന്നുവരുന്നു. ഈയൊരു സാഹചര്യം സൃഷ്ടിക്കുക എന്നത് ഇന്ദ്രജാലക്കാരന്റെ ദൗത്യ മാണ്. അപ്പോഴും താനൊരു അമാനുഷികനാണെന്ന വാദം ആധുനിക ജാലവിദ്യക്കാരൻ ഉന്നയിക്കുന്നില്ല. യഥാർത്ഥത്തിൽ അവരത് അവകാ ശപ്പെട്ടില്ലെങ്കിൽക്കൂടി അത് അങ്ങനെ തന്നെയെന്ന് വിശ്വസിക്കുവാൻ പാകത്തിൽ സംഭവങ്ങൾ അവതരിപ്പിക്കുന്നു. നമുക്ക് പറ്റിയ ചെറിയൊരു അശ്രദ്ധയുടെ തണലിൽ ഇന്ദ്രജാലക്കാരൻ ഉയർന്നുയരുമ്പോൾ അത്ഭു താതിരേകത്താൽ നാം അറിയാതെ കൈയടിക്കുന്നു.

ഇന്ദ്രജാലക്കാരന്റെ സാന്നിദ്ധ്യത്തിൽ വിവിധ മേഖലകളിൽ ഇത്തരം അത്ഭുതങ്ങൾ അരങ്ങേറുന്നു. ദൃശ്യങ്ങളിൽ നിന്നുത്ഭവിക്കുന്ന വിസ്മയ മായ Visual illusion, കണ്ണാടിയും പുകയും കൊണ്ട് സൃഷ്ടിക്കുന്ന Op-tical illusions, ശ്രദ്ധയില്ലായ്മയിലൂടെ സംഭവിക്കുന്ന അലസാന്ധത, വെടി പൊട്ടിക്കൽ, പൊട്ടിത്തെറി സൃഷ്ടിക്കൽ എന്നിവയിലൂടെ സംഭവിക്കുന്ന സ്പെഷ്യൽ ഇഫക്ടുകൾ എന്നിവ ജാലവിദ്യക്കാരൻ സഹായത്തിനെ ത്തുന്നു. ഇതിനൊക്കെ പുറമെ, രഹസ്യ ഉപകരണങ്ങൾ, യന്ത്രവൽക്കൃത കരകൗശല വസ്തുക്കൾ തുടങ്ങിയവയും ഇന്ദ്രജാലക്കാരന് തുണയായി കടന്നുവരുന്നു. അതോടുകൂടി യാഥാർത്ഥ്യവുമായി ബന്ധമില്ലാത്ത സംഭ വങ്ങൾ അരങ്ങേറുകയും അത്ഭുതങ്ങൾ സംഭവിക്കുകയും ചെയ്യുന്നു. മസ്തിഷ്കത്തിലെ ന്യൂറൽ സർക്ക്യൂട്ടുകൾ ഒരു ദൃശ്യത്തെ വലുതാ ക്കിയോ ചെറുതാക്കിയോ വ്യത്യാസപ്പെടുത്തിയോ രേഖപ്പെടുത്തുമ്പോ ഴാണ് യാഥാർത്ഥ്യവുമായി ബന്ധമില്ലാത്ത ഒരു അനുഭവം നമ്മിലുണ്ടാ കുന്നത്. ന്യൂറൽ സർക്ക്യൂട്ടുകളെ ഇപ്രകാരം പ്രവർത്തിക്കുന്നതിലേക്ക് പ്രേരിപ്പിക്കുക എന്നതാണ് ഇന്ദ്രജാലക്കാരുടെ ദൗത്യം. ഇന്ദ്രിയങ്ങളുടെ ദൗർബല്യത്തെ പരമാവധി ഉപയോഗിക്കുക എന്ന തന്ത്രം ശാസ്ത്രീയ മായ രീതിയിൽ ഇവിടെ നടപ്പിലാക്കുന്നു. ശാസ്ത്ര വഴികളിലൂടെയുള്ള ഈയൊരു സഞ്ചാരമാണ് ഇന്ദ്രജാലത്തിന്റെ പൊതുവഴി. ഈയൊരു

വീഥി നിശ്ചയമുണ്ടെങ്കിൽ നാം അത്ഭുതങ്ങൾ സൃഷ്ടിക്കുന്നവരായി മാറും. ഈയൊരു ദിശാബോധം മനസ്സിലുറയ്ക്കാത്തിടത്തോളം അവർ വഴിതെറ്റിയ പാന്ഥന്മാർ മാത്രമായി മാറും.

ഇത്തരത്തിൽ കാലത്തിന് മുമ്പേ സഞ്ചരിച്ചവരാണ് ഇന്ദ്രജാലക്കാർ. അതുകൊണ്ടാണ് ദർഹാം സർവ്വകലാശാലയിലെ മനശ്ശാസ്ത്ര വകുപ്പിലെ ഡോ.ഗസ്റ്റോവ് ഖൻ (Dr.Gustav Kuhn) പറഞ്ഞത്, 'magicians are in some ways miles ahead of scientists' എന്ന്. ശാസ്ത്രജ്ഞർ ചിന്തിക്കുന്നതിന് മുമ്പ് തന്നെ ഇന്ദ്രജാലക്കാർ അത്ഭുതവൃഷ്ടി നടത്തുന്നു. ഈയൊരു മായിക പ്രതലത്തിൽ നിന്നുകൊണ്ടാണ് ശാസ്ത്രം ഇതിന്റെ കാരണങ്ങളിലേക്ക് സഞ്ചരിക്കുന്നത്. അതുകൊണ്ടാണ് ഇന്ദ്ര ജാലം എന്നും അത്ഭുതങ്ങൾ സൃഷ്ടിക്കുന്നു എന്നും ശാസ്ത്രം അത് എങ്ങനെയെന്ന് നമ്മെ ബോദ്ധ്യപ്പെടുത്തുന്നു എന്നും പറയുന്നത്. ഇന്ദ്ര ജാലക്കാർ സൃഷ്ടിക്കുന്ന അത്ഭുതങ്ങളുടെ ഉറവിടമായ ശാസ്ത്രത്തി ലേക്ക് ഒടുവിൽ ശാസ്ത്രജ്ഞർ എത്തിച്ചേരുകയാണ്. ശാസ്ത്രവഴികളി ലൂടെയാണ് ഇന്ദ്രജാലം സഞ്ചരിക്കുന്നത്. അതുകൊണ്ടു തന്നെ ശാസ്ത്രീ യമായ അന്വേഷണങ്ങളിലൂടെ മാത്രമേ ഇന്ദ്രജാല രഹസ്യം ദൃശ്യമാവു കയുള്ളൂ. ഇത് മനസ്സിലാക്കാതെ വരുമ്പോഴാണ് ഇന്ദ്രജാലം അമാനു ഷികവും പ്രകൃത്യാതീതവും എന്നൊക്കെ തോന്നുന്നത്. ഇത്തരമൊരു സംശയ സാഹചര്യം സൃഷ്ടിച്ച് മുന്നോട്ട് പോകുന്നതിന് ഇന്ദ്രജാലത്തെ സഹായിക്കുന്നതും ശാസ്ത്രം തന്നെയാണ്. വിവിധ ശാസ്ത്രങ്ങളുടെ അതിമനോഹരമായ സമന്വയ വേദിയാണ് ഇന്ദ്രജാലമെന്നതിനാൽ, ഏതെ ങ്കിലും ഒരു ശാസ്ത്രത്തിന്റെ മാത്രം സഹായത്താൽ ഇന്ദ്രജാലത്തെ തൊട്ടറിയുവാൻ കഴിയുകയില്ല. ഈയൊരു പ്രതിസന്ധിയുടെ പരിഹാരം എന്ന നിലയിലാണ് അമാനുഷികതയും അശാസ്ത്രീയതയും ആരോ പിച്ച് പലരും തടിതപ്പുന്നതും സമാധാനം കണ്ടെത്തുന്നതും. ജാലവിദ്യ കളിൽ പലതും നൂറ്റാണ്ടുകളായി നിലനില്ക്കുന്നതാണ്. ഇത്തരം ജാല വിദ്യകൾ സമഗ്രമായി പരിശോധിക്കുമ്പോൾ മാത്രമാണ് അതിലടങ്ങി യിട്ടുള്ള ശാസ്ത്രവഴികൾ നമുക്ക് ദൃശ്യമാകുന്നത്. ഈയൊരു ശാസ്ത്രാം ശത്തിന്റെ തണൽ പറ്റിയാണ് ഇത്തരം ജാലവിദ്യകൾ കാലത്തെ അതി ജീവിച്ചത്. കെട്ടുറപ്പുള്ള ഒരടിത്തറയില്ലാതെ യുഗങ്ങളോളം അത്ഭുത ത്തോടെ നിലനില്ക്കുക എന്നത് അസാദ്ധ്യംതന്നെയാണ്. നാളിതുവരെ ഈയൊരു അടിത്തറ ദൃശ്യമാക്കുന്നതിനോ അതിന്റെ കെട്ടുറപ്പ് പരിശോ ധിക്കുന്നതിനോ ആരും തന്നെ തയ്യാറായിരുന്നില്ല.

മനശ്ശാസ്ത്ര വിശാരദന്മാർക്കുപോലും ഇനിയും ശരിയായി വഴ ങ്ങാത്ത ഇന്ദ്രിയജ്ഞാനമെന്ന മഹാമേരുവിനെ സംബന്ധിച്ച പ്രായോ ഗിക അറിവും പരിചയവും ഇന്ദ്രജാലക്കാരന് എന്നും തുണയായിരുന്നു. ഇത്തരം ഒരു ഉൾക്കാഴ്ച ലഭ്യമാകുന്ന തരത്തിലുള്ള പരിശീലനമുറക ളാണ് അറിഞ്ഞോ അറിയാതെയോ ഇന്ദ്രജാലക്കാർ കാലങ്ങളായി അഭ്യ സിച്ചു പോന്നത്. ഇതിലേക്കായി പല ജാലവിദ്യകളും വികസിപ്പിച്ചെടു

കുകയുണ്ടായി. അവയോരോന്നും നല്ല നിലയിൽ പരിശീലിക്കുകയും ഈ ജാലവിദ്യകൾ ജനഹൃദയങ്ങളിൽ ചെലുത്തുന്ന സ്വാധീനം സംബന്ധിച്ച് ഗവേഷണ ബുദ്ധിയോടെ പഠിക്കുകയും ചെയ്തു. നൂറ്റാണ്ടുകൾ പഴക്കമുള്ള പ്രാചീന കലയായ ഇന്ദ്രജാലത്തിൽ ശാസ്ത്രം ചെലുത്തുന്ന സ്വാധീനം സംബന്ധിച്ച ഗൗരവമുള്ള പഠനങ്ങൾ ഇതിന് മുമ്പ് ഉണ്ടായി രുന്നില്ല. ഇന്ദ്രജാലത്തിന്റെ പ്രവർത്തനരീതികളെ സംബന്ധിച്ച അജ്ഞത യായിരുന്നു ഇതിന് തടസ്സം നിന്നത്. ശാസ്ത്ര ലോകത്തുനിന്നും മന ശ്ശാസ്ത്രജ്ഞന്മാരടക്കമുള്ള ഒരു വിഭാഗം ഇന്ദ്രജാല മേഖലയിൽ കാര്യ മായ ഗവേഷണങ്ങൾ ആരംഭിച്ചപ്പോൾ മാത്രമാണ് ഇന്ദ്രജാലം ഏതെല്ലാം തരത്തിൽ മനുഷ്യ മനസ്സിനെ സ്വാധീനിക്കുന്നുവെന്ന് മനസ്സിലാക്കാനാ യത്. യൂണിവേഴ്സിറ്റി ഓഫ് ബ്രിട്ടീഷ് കൊളംബിയായിലെ പ്രൊഫ.റൊ ണാൾഡ് റെൻസിങ്ക് (Ronald Rensink) തന്റെ ദീർഘനാളത്തെ ഗവേ ഷണ ഫലമായി കണ്ടെത്തിയതിപ്രകാരമാണ്. "ശാസ്ത്രജ്ഞന്മാർ സമീപ കാലത്തായി കണ്ടെത്തിയ പല അത്ഭുതങ്ങളും ഇന്ദ്രജാലക്കാർ കാലങ്ങളായി സൃഷ്ടിച്ചുകൊണ്ടിരിക്കുന്ന അത്ഭുതങ്ങൾ മാത്രമാണ്. മാജി ക്കിലെ അത്ഭുതങ്ങൾ എങ്ങനെയെല്ലാം പ്രവർത്തിക്കുന്നുവെന്നും എപ്ര കാരമാണ് ഇവ വികസിപ്പിച്ച് പ്രായോഗിക ജീവിതത്തിൽ ഫലപ്രദമാ ക്കുന്നതെന്നും ചിട്ടയോടെ പഠിക്കുവാൻ സയൻസ് ഓഫ് മാജിക് എന്ന ഒരു ശാഖ തന്നെ രൂപപ്പെട്ടിരിക്കുന്നു."

ഇതിന്റെ ഫലമായി വളരെ രസകരമായ ചില പരീക്ഷണങ്ങൾ ഈ മേഖലയിൽ നടക്കുകയുണ്ടായി. അതിൽ ഏറ്റവും കൗതുകമുണർത്തി യത് കത്തുന്ന സിഗരറ്റിന്റെ അപ്രത്യക്ഷമാകലാണ്. നോക്കുന്ന എല്ലാ കാര്യവും നാം ശരിയായി കാണുന്നില്ല എന്ന സത്യം കൂടുതൽ ബോദ്ധ്യ പ്പെടുത്തിയത് ഈ ഗവേഷണത്തിലൂടെയാണ്. വിഷൻ സയൻസുമായി ബന്ധപ്പെട്ട സമീപകാല പരീക്ഷണങ്ങൾ ഈ സത്യം വെളിപ്പെടുത്തു ന്നതായി കാണാം. ലൈറ്റർ ഉപയോഗിച്ച് സിഗരറ്റ് കത്തിച്ച ശേഷം ഇന്ദ്ര ജാലക്കാരൻ തന്റെ വലതുകൈ ഒരു പ്രത്യേക രീതിയിൽ ചലിപ്പിക്കു ന്നു. തുടർന്ന് തികഞ്ഞ കൗശലത്തോടെ സിഗരറ്റും ലൈറ്ററും തന്റെ ഇടതുകൈ ഉപയോഗിച്ച് മടിയിലേക്ക് മാറ്റുന്നു. ഈ കാഴ്ച കണ്ടുകൊ ണ്ടിരുന്നവർക്കെല്ലാം ഈ രണ്ടു വസ്തുക്കളും അപ്രത്യക്ഷമായതായി ട്ടാണ് അനുഭവപ്പെട്ടത്. നേത്രാനുധാവന യന്ത്ര (eye tracker) മുപയോ ഗിച്ച് പരിശോധിച്ചപ്പോൾ ബോദ്ധ്യമായ വസ്തുത ഇതാണ്. ഇന്ദ്രജാല ക്കാരൻ തന്റെ വലതു കൈ ചലിപ്പിച്ചപ്പോൾ ആരും തന്നെ സിഗരറ്റിലോ ലൈറ്ററിലോ നോക്കിയിരുന്നില്ല. വലതു കൈ ചലിപ്പിക്കുമ്പോൾ ഇന്ദ്ര ജാലക്കാരൻ തന്റെ പരിപൂർണ്ണ ശ്രദ്ധയും വലതു കൈയിലേക്ക് കൊടു ക്കുന്നതായി അഭിനയിക്കുകയാണ്. ഈ സമയത്ത് വലതുകൈയിൽ എന്തോ ഒരു അത്ഭുതം നടക്കുവാൻ പോകുന്നു എന്ന ധാരണയിൽ ഏവ രുടെയും ശ്രദ്ധ അവിടേക്ക് പോവുകയാണ്. ഇന്ദ്രജാലക്കാരന്റെ ലക്ഷ്യവും ഇത് തന്നെയാണ്. ഇപ്രകാരം കാഴ്ചക്കാർ ഒരു പ്രത്യേക ദിശയിൽ ശ്രദ്ധ

യൂന്നിക്കഴിയുന്ന സമയത്താണ് വളരെ അനായാസം സിഗററ്റും ലൈറ്ററും മടിയിലേക്ക് പതിക്കുന്നത്. തുടർന്ന്, വലതുകൈയിൽ ഒന്നും സംഭവിച്ചില്ലെന്ന യാഥാർത്ഥ്യം ബോധ്യപ്പെടുമ്പോൾ മാത്രമാണ് കാഴ്ചക്കാരുടെ ശ്രദ്ധ ലൈറ്ററിലും സിഗററ്റിലും പതിയുന്നത്. അപ്പോഴേക്കും അവ കാണാതായിരിക്കും. അത്ഭുതം നടക്കേണ്ട കേന്ദ്രത്തിൽനിന്നും ശ്രദ്ധയെ നേർവി പരീതമോ യാതൊരു ബന്ധമോ ഇല്ലാത്ത മറ്റൊരിടത്തേക്ക് കൊണ്ടു പോവുകയും അവർ അവിടെ ശ്രദ്ധിക്കുമ്പോൾ സൂക്ഷ്മ തലങ്ങളിലൂടെ അത്ഭുതം സാദ്ധ്യമാക്കുകയുമാണ് ഇന്ദ്രജാലക്കാരന്റെ ചുമതല. ഇത് ഭംഗിയായി നിർവ്വഹിച്ച് കഴിയുമ്പോൾ അവിടെ അപ്രതീക്ഷിതമായയതും സംഭവിക്കാൻ സാദ്ധ്യതയില്ലാത്തതുമായ ഒരു സംഭവം നടക്കുന്നു. ഈ അപ്രതീക്ഷിത സംഭവമാണ് അത്ഭുതമായി പരിണമിക്കുന്നത്. സിഗററ്റി ന്റെയും ലൈറ്ററിന്റെയും സ്ഥാനചലനം കാണുന്ന പക്ഷം അതിൽ യാതൊന്നുമില്ല. എന്നാൽ, തികച്ചും രഹസ്യമായി അത് നടക്കുമ്പോൾ സാദ്ധ്യതാ വിശകലനത്തിന് പോലും അവസരമില്ലാതെ നാം അത്ഭുത പ്പെടുന്നു. അത്തരം അവസരം നഷ്ടമാക്കാൻ പാകത്തിലാണ് ഇന്ദ്രജാ ലക്കാരന്റെ തുടർ പ്രവർത്തനങ്ങൾ ആരംഭിക്കുന്നത്. യഥാർത്ഥ വസ്തു തയിലേക്ക് നാം ചിന്തിച്ചു തുടങ്ങുമ്പോൾത്തന്നെ മറ്റൊരത്ഭുതം കാണിച്ച് നമ്മുടെ തുടർ ചിന്തകൾക്കുമേൽ ശക്തമായി പ്രഹരം ഏല്പിച്ചുകൊണ്ട് ഇന്ദ്രജാലക്കാരൻ അത്ഭുത സ്രഷ്ടാവായി അരങ്ങ് നിറയുകയാണ്. ഒരു കാര്യം ചിന്തിച്ചു തീരുമാനിക്കുന്നതിന് മുമ്പ് തന്നെ അടുത്ത ചിന്തയ്ക്ക് വിത്തിടുകയാണ്. ഏതിലേക്ക് ആദ്യമെത്തണമെന്ന് ആലോചിക്കുന്നതിന് മുമ്പേ അടുത്ത പ്രശ്നം നമ്മുടെ മുന്നിലേക്ക് കടന്നുവരുന്നു. അത്ഭുതാ തിരേകത്താൽ ആസ്വദിക്കുക മാത്രമേ ഇവിടെ കരണീയമായിട്ടുള്ളൂ. ഈയൊരു സാദ്ധ്യതയെ പരമാവധി പ്രയോജനപ്പെടുത്തി ഇന്ദ്രജാലം വിജയം വരിച്ച് അങ്ങനെ മുന്നേറുന്നു. ഇന്ദ്രിയങ്ങളുടെ പരിമിതിയിൽ ആഘോഷം നടത്തുന്ന കലയായി അങ്ങനെ ഇന്ദ്രജാലം മാറുകയാണ്. പരീക്ഷണങ്ങളിലൂടെയും ഗവേഷണങ്ങളിലൂടെയും ഇനിയും വെളിച്ചം കാണേണ്ട ധാരാളം മനശ്ശാസ്ത്ര വഴികൾ ഇന്ദ്രജാല മേഖലയിൽ ഇരുൾ മൂടി ഇപ്പോഴും കിടക്കുകയാണ്.

മാനസിക വ്യാഖ്യാനം

എന്തിനെയും ഏതിനെയും മനസ്സിലാക്കുവാനും വ്യാഖ്യാനിക്കു വാനും മനസ്സിന് കഴിയുന്നു. ഏതൊരു മനുഷ്യനും ഇച്ഛാശക്തി കൈവ രുന്നതും ഈയൊരു പ്രക്രിയ നടക്കുന്നതിനാലാണ്. ഇതിന് പലപ്പോഴും മറ്റൊരാളുടെ സഹായം ആവശ്യമില്ല. ചിന്താശക്തിയുടെ പിൻബലത്തിൽ നമുക്ക് വ്യക്തമായ വ്യാഖ്യാനം ലഭ്യമാകുന്നു. അറിവിന്റെയും അനുഭ വത്തിന്റെയും അടിസ്ഥാനത്തിൽ ഇത് സ്വയമേ സംഭവിക്കുന്ന ഒന്നാണ്. രോഷാകുലനായി കടന്നുവരുന്ന ഒരാൾ അക്രമമാർഗ്ഗം അവലംബിക്കു

വാനുള്ള സാദ്ധ്യതയുണ്ടെന്ന അറിവ് ഇപ്രകാരം ലഭിക്കുന്ന ഒന്നാണ്. വസ്തുതകളെ വേർതിരിച്ച് ബോദ്ധ്യപ്പെടുത്തുവാൻ തക്കതായ പ്രവർത്തനം നമ്മുടെ തലച്ചോറിൽ സംഭവിക്കുന്നു എന്ന ആ ഒരു കഴി വിന്റെ അടിസ്ഥാനത്തിലാണ് നാം വസ്തുക്കളെയും വ്യക്തികളെയും വേർതിരിച്ച് അറിയുന്നതും മനസ്സിലാക്കുന്നതും. നിലവിലുള്ള നമ്മുടെ അറിവിന്റെ സഹായത്താൽ നമുക്കിതിന് അനായാസം കഴിയും. ഈയൊ രറിവിനെയാണ് ഇന്ദ്രജാലക്കാരൻ സ്വാധീനിക്കുന്നത്. നാളിതുവരെ നാം ആർജ്ജിച്ചെടുത്ത അറിവിന്റെ അടിസ്ഥാനത്തിൽ സംഭവിക്കാൻ സാദ്ധ്യ തയുള്ള കാര്യങ്ങൾ നമുക്ക് ബോദ്ധ്യമുള്ളതാണ്. ഇതിന് വിപരീതമായി കാര്യങ്ങൾ നടന്നതായി ബോദ്ധ്യപ്പെട്ടാൽ നാം അത്ഭുതപ്പെടുന്നു. ഇതു തന്നെയാണ് ഇന്ദ്രജാലം. ഇപ്രകാരം മാത്രമേ സംഭവിക്കുവാൻ സാദ്ധ്യതയുള്ളൂ എന്ന ശാസ്ത്രീയമായ നമ്മുടെ അറിവിനെ അപ്രസ ക്തമാക്കിക്കൊണ്ടാണ് അത്ഭുതം കടന്നുവരുന്നത്. നമ്മുടെ കണ്മു ന്നിൽവച്ച് കൈലേസിൽ പൊതിഞ്ഞെടുക്കുന്ന നാണയം നാം പിടിച്ചു കൊണ്ടിരിക്കുമ്പോൾത്തന്നെ അപ്രത്യക്ഷമാകുമ്പോൾ അത് നാം പഠിച്ച ശാസ്ത്രത്തിന് വിപരീതമാകുന്നു. എന്നാൽ, ഇതു സംഭവിച്ചത് നമ്മുടെ കണ്മുന്നിലാണെന്ന വസ്തുതയും നിലനില്ക്കുന്നു. ഇവിടെയാണ് നാം അറിയാതെ അത്ഭുതം കടന്നുവരുന്നത്. ഇത്തരത്തിൽ നമ്മുടെ ധാരണ കളെ മാറ്റിമറിക്കുവാൻ ഇന്ദ്രജാലക്കാരന് കഴിയുന്നു എന്ന സത്യമാണ് ഇന്ദ്രജാലത്തിലെ ശാസ്ത്രം. മാറ്റം എന്നത്, ഒട്ടുമിക്കപ്പോഴും കാല്പ നികമായ ഒരു പ്രവൃത്തിയും മാനസികമായ ഒരു വ്യാഖ്യാനവുമാണ്.

പ്രകൃതിയിലെ ഗൂഢശാസ്ത്രം എന്ന നിലയിലാണ് പലരും ഇന്ദ്ര ജാലത്തെ ആദ്യമാദ്യം സമീപിച്ചിരുന്നത്. സാധാരണ നിലയിൽ വിശദീ കരിക്കാനാകാത്ത കാര്യങ്ങളിൽ പ്രകൃതിദത്തമായ ഒരു സമീപനം കൈക്കൊണ്ടാൽ മാത്രമേ അത് പ്രകൃത്യാതീത സങ്കല്പത്തിനെതിരായി മാറുകയുള്ളൂ. പ്രകൃതിദത്തമായ ഒരു മറുപടി സാദ്ധ്യമായിരിക്കെ അതു കണ്ടെത്താൻ കൂട്ടാക്കാതെ പ്രകൃത്യാതീതമെന്ന മറുപടിയിലൂടെ പ്രശ്നം അവസാനിപ്പിക്കുന്ന ഒരു മടിയൻ രീതിയാണ് പലപ്പോഴും പലരും അവ ലംബിച്ചു വരുന്നത്. അതുകൊണ്ടുമാത്രമാണ് ഇന്ദ്രജാലത്തിലെ ശാസ്ത്രാംശം കണ്ടെത്താൻ കഴിയാതെ പോയതും. ശാസ്ത്രീയമായ മാനദണ്ഡത്തിലൂടെ ഇന്ദ്രജാലത്തെ അളക്കുമ്പോൾ മാത്രമേ യഥാർത്ഥ ചിത്രം വെളിവാകുകയുള്ളൂ. ഈ വഴിയിലൂടെ സഞ്ചരിച്ചവർക്കെല്ലാം ഇതിന് കഴിഞ്ഞിട്ടുമുണ്ട്.

സാമൂഹ്യ മനശ്ശാസ്ത്രവും കൊഗ്നിറ്റീവ് ന്യൂറോ സയൻസും ശരി യായി മനസ്സിലാക്കുന്നതിനും പ്രചരിപ്പിക്കുന്നതിനും പലപ്പോഴും ഇന്ദ്ര ജാലക്കാരിൽ നല്ലൊരു വിഭാഗത്തിന് കഴിഞ്ഞിരുന്നില്ല. അതുകൊണ്ട് തന്നെ മഹാഭൂരിപക്ഷം സാധാരണക്കാരും ഇന്ദ്രജാലത്തെ സംശയദൃ ഷ്ടിയോടെ മാത്രമാണ് സമീപിച്ചിരുന്നത്. ഇതിലൂടെ ഇന്ദ്രജാലത്തെ സംബന്ധിച്ച മിഥ്യാ ധാരണയും അപകീർത്തിയും വർദ്ധിക്കുകയുണ്ടായി.

അതുകൊണ്ടു തന്നെ ചില നരവംശ ശാസ്ത്രജ്ഞന്മാർ ഇന്ദ്രജാലക്കാരെ നിയോഷാമനിസ്റ്റുകളായി ചിത്രീകരിച്ചിരുന്നു. പരേതാത്മാക്കളുമായി സംവദിക്കുവാൻ കഴിയുന്നവരാണെന്ന് പലരും അവകാശപ്പെട്ടിരുന്നു. മാന സിക നിലയിലെ ക്രമക്കേടുകൾമൂലം പലർക്കും ഇത്തരം അനുഭവം ഉള്ളതായി തോന്നുന്ന ഒരവസ്ഥ സംഭവിക്കാറുണ്ട്. യഥാർത്ഥത്തിൽ ചികി ത്സാർഹമായ ഒരു രോഗമാണിതെന്ന് അവരും അവരെപ്പോലെ പലരും അറിയുന്നില്ല എന്നതാണ് വാസ്തവം. ശാസ്ത്രബോധമില്ലാത്തവരിൽ മാത്രമായിരുന്നു ഇത്തരം ലക്ഷണങ്ങൾ പ്രാചീന കാലങ്ങളിൽ കണ്ടി രുന്നതെങ്കിൽ ആധുനിക കാലത്ത് ശാസ്ത്രബോധമുണ്ടെന്ന് നാം കരു തുന്ന പലരും ഇത്തരം അവകാശവാദങ്ങളുമായി മുന്നോട്ടുവന്നു. കേവലം ഒരു മാനസിക രോഗത്തെ അമാനുഷിക സിദ്ധിയായി ഇവിടെ ആഘോ ഷിക്കുകയായിരുന്നു. ഇവരെയാണ് നിയോഷാമനിസ്റ്റുകൾ എന്ന് വിളി ച്ചുപോന്നത്. ഇത്തരം മാനസിക വൈകല്യങ്ങൾ പലതും നിർഭാഗ്യവ ശാൽ ഇന്ദ്രജാലത്തിന്റെ ഗണത്തിൽ കടന്നുവരുന്നതിന് കാരണമായി. സമാനസ്വഭാവമുള്ള അത്ഭുതങ്ങളാണ് ഇന്ദ്രജാലത്തിൽ സംഭവിക്കുന്ന തെന്നതിനാൽ ഇക്കാര്യം പരക്കെ അംഗീകരിക്കപ്പെടുകയും ചെയ്തു. ഇതറിയുന്ന ജാലവിദ്യക്കാരാകട്ടെ, ഇതൊന്നും വിശദീകരിക്കുവാനും കൂട്ടാക്കിയില്ല. ഇന്ദ്രജാലത്തിൽ വ്യാജശാസ്ത്ര സാന്നിദ്ധ്യം പൊട്ടിമുള പ്പിക്കുവാൻ ബോധപൂർവ്വം പലരും കിണഞ്ഞു പരിശ്രമിച്ചിരുന്നു. അതിൽ മുന്നിൽ നിന്നത് ഇന്ദ്രജാലക്കാർ തന്നെയായിരുന്നു. ഇന്ദ്രിയാനുഭൂതിയും വൈജ്ഞാനിക തലവും നാഡീവ്യവസ്ഥയും തമ്മിലുള്ള പരസ്പര ബന്ധം സ്ഥാപിക്കുന്നതിലൂടെ ഇതിന് തക്ക മറുപടി നല്കുവാനാകും. നാഡീ വ്യവസ്ഥയുടെ വ്യതിയാനം ഇന്ദ്രിയാനുഭൂതികളിൽ വരുത്തുന്ന മാറ്റങ്ങൾ സൂക്ഷ്മമായി അപഗ്രഥിക്കേണ്ടതുണ്ട്. ഫാന്റം തിയറിയും മിറർ ന്യൂറോൺ തിയറിയും പരിശോധിച്ചാൽ തന്നെ ഇത് വ്യക്തമാകും. ഇന്ദ്രി യാനുഭൂതികളിൽ മാറ്റമുണ്ടാകുന്നതിന്റെ ഫലമായി മുറിച്ചുമാറ്റിയ ഒരവ യവം ഉള്ളതായി തോന്നുവാനും മിറർ ഇമേജിലൂടെ കാണുന്ന തന്റേത ല്ലാത്ത ദൃശ്യങ്ങൾ തന്റെ തന്നെ ശരീരത്തിൽ സംഭവിക്കുന്നതാണെന്ന് തോന്നുവാനുമൊക്കെ കാരണമാകുന്നു എന്ന വസ്തുത മനസ്സിലാക്കു മ്പോൾ മാത്രമേ ഈ മാറ്റങ്ങൾ ശരിക്കും മനസ്സിലാവുകയുള്ളൂ.

നാഡീകോശ സമാനതയിലെ ഇന്ദ്രജാലം

ദൃഢനിശ്ചയത്തോടെ ഒരു കാര്യം ചെയ്യുവാനാരംഭിച്ചാൽ പ്രപഞ്ചം ഒന്നാകെ സഹായിക്കുമെന്ന് പൗലോ കൊയ്ലോ. സഹായ സാദ്ധ്യത കൾ പ്രപഞ്ചമാകെ നിറഞ്ഞു നില്ക്കുകയാണ്. അവയോരോന്നിനെയും നമ്മിലേക്ക് ആകർഷിക്കുക എന്നത് മാത്രമാണ് നാം ചെയ്യേണ്ടത്. ആത്മാർത്ഥമായ ഓരോ ചുവടുവയ്പിലും ഈ ആകർഷണം നിറഞ്ഞു നില്ക്കും. അങ്ങനെയെങ്കിൽ നാം ഒരു കാര്യം ചെയ്യുവാൻ തുടങ്ങിയാൽ

അതു കാണുന്നവരെല്ലാം അതേപടി ചെയ്യുമോ? തീർച്ചയായും എന്നാണ് ശാസ്ത്രം നല്കുന്ന മറുപടി. ഒരിന്ദ്രജാലക്കാരൻ ജാലവിദ്യാവതരണ വേളയിൽ മാന്ത്രിക ദണ്ഡിൽ മുറുകെപ്പിടിക്കുമ്പോൾ കാണികളേയും അതേപടി കൈമുറുക്കുന്നവരായി മാറ്റുവാനാകുമോ? അതും സാദ്ധ്യമെന്ന് ശാസ്ത്രം. പിച്ചവെച്ച് നടക്കാൻ തുടങ്ങുന്ന ഒരു കുഞ്ഞിനെക്കാണു മ്പോൾ നമ്മുടെ ശരീര ചലനങ്ങൾ ആ കുഞ്ഞിനെപ്പോലെ ചിട്ടപ്പെടു ത്തുവാൻ നാം തയ്യാറാകുന്നു. കുഞ്ഞു സംസാരിച്ചു തുടങ്ങുമ്പോൾ അതേ സ്വരത്തിലും താളത്തിലും ഈണത്തിലും നാമറിയാതെ സംസാ രിച്ചു പോകുന്നു. ഇതൊന്നും യാദൃച്ഛികമായി സംഭവിക്കുന്ന ഒന്നല്ല. മിറർ ന്യൂറോണിന്റെ അഥവാ നാഡീകോശ സമാനതയുടെ അത്ഭുത പ്രകട നങ്ങൾ മാത്രമാണ്.

മറ്റുള്ളവരുടെ ചിന്തകളും വൈകാരികതകളും ഉദ്ദേശ്യങ്ങളുമൊക്കെ മനസ്സിലാക്കി സ്വമേധയാ പ്രവർത്തിക്കുന്നവരായി നാം അറിയാതെ മാറു കയാണ്. ഇവിടെ രണ്ടുപേർ പ്രവൃത്തിയിലെ സമാനതയിലൂടെ ഒന്നായി മാറുന്നു. മറ്റൊരാളുടെ ചലനങ്ങളിൽ മാത്രമല്ല, വൈകാരികതയിലും ഗ്രഹണശക്തിയിലുമൊക്കെ സ്വാധീനം ചെലുത്തുവാൻ നാം പ്രേരിത രാകുന്നു. ഒരാളിൽ സംഭവിക്കുന്ന ചലനങ്ങൾ മാത്രമല്ല, പ്രസ്തുത ചല നത്തിന്റെ ഉദ്ദേശ്യവും നമ്മിൽ അതേപടി സംഭവിക്കുന്നു എന്നതാണ് വസ്തുത. ചലനം ദൃശ്യമാണ്. ഉദ്ദേശ്യം അദൃശ്യവും. ഈ അദൃശ്യത യെപ്പോലും സ്വാംശീകരിക്കാൻ നമുക്കാവുന്നു എന്നതാണ് അത്ഭുതം. ദുർഗ്ഗന്ധത്തിൽ മൂക്കു ചുളിക്കുന്ന ഒരു ചിത്രം കണ്ടാൽ ദുർഗ്ഗന്ധം ഇല്ലാതെ തന്നെ നാം പലപ്പോഴും അതേപടി മൂക്കു ചുളിക്കുന്നു. ഇല്ലാത്ത ദുർഗ്ഗന്ധത്തിന്റെ സാന്നിദ്ധ്യം നമ്മുടെ ചേഷ്ടകളിൽ തെളിയുന്നു. എന്തു കൊണ്ടാണിത് സംഭവിക്കുന്നത്? മനശ്ശാസ്ത്രജ്ഞന്മാരും ന്യൂറോ സയന്റി സ്റ്റുകളും ഇക്കാര്യത്തിൽ ഒരുത്തരം തേടി ബഹുദൂരം സഞ്ചരിച്ചവരാണ്. തൊണ്ണൂറുകളുടെ തുടക്കത്തിൽ പാമ യൂണിവേഴ്സിറ്റിയിലെ ന്യൂറോ സയന്റിസ്റ്റായ ഗിയകോമോ റിസോലാറ്റിയും സംഘവും നടത്തിയ പഠ നത്തിലാണ് മറ്റുള്ളവരുടെ മനസ്സുവായിച്ച് സ്വയം പ്രവർത്തി ക്കുന്നവരാണ് നാമെന്ന സത്യം ശാസ്ത്രീയമായി പുറത്തുവരുന്നത്. കപ്പ ലണ്ടിയിൽ പിടിമുറുക്കുന്ന കുരങ്ങിനെക്കാണുന്ന മറ്റൊരു കുരങ്ങ് ആ കാഴ്ച കാണുമ്പോൾ കപ്പലണ്ടിയില്ലെങ്കിൽ പോലും കൈകൾ കപ്പലണ്ടി ലഭിച്ച രീതിയിൽ മുറുക്കി പിടിക്കുന്നു. ഇതേ പരീക്ഷണം മനുഷ്യനിലും ഇതേപടി സാദ്ധ്യമായതായി കണ്ടു. ഒറ്റത്തടിപ്പാലത്തിലൂടെ ഒരാൾ വീഴാതെ ശ്രദ്ധയോടെ ചുവടുവെച്ചുവരുമ്പോൾ മറുതലയ്ക്കൽ നിന്നും മറ്റൊരാൾ വീണതായിട്ടഭിനയിച്ചാൽ പാലത്തിൽ കയറിയ വ്യക്തി ശരിക്കും വീഴുക തന്നെ ചെയ്യും. ഇവിടെ നിയന്ത്രണം തെറ്റിച്ചത് കാഴ്ച ക്കാരനാണ്. പക്ഷേ, വീണത് മറ്റൊരാളും. ഒരാൾ ഒരു പ്രവൃത്തി ചെയ്യു മ്പോൾ മസ്തിഷ്കത്തിലെ ഏതു ഭാഗത്തെ ന്യൂറോണുകളാണോ പ്രവർത്തനക്ഷമമാകുന്നത് അതേ ഭാഗത്തെ ന്യൂറോണുകൾ തന്നെ

കാഴ്ചക്കാരനിലും അതേപടി പ്രവർത്തനക്ഷമമാകുന്നു എന്നതാണ് ഇതിനു ഹേതുവായത്. ഇതേ സാദ്ധ്യത ക്രമപ്രകാരം പ്രയോജനപ്പെടു ത്തുമ്പോൾ കാഴ്ചക്കാരൻ എന്തു ചിന്തിക്കണമെന്നും എങ്ങനെ പ്രവർത്തിക്കണമെന്നുമെല്ലാം നിശ്ചയിക്കുവാൻ ഇന്ദ്രജാലക്കാരൻ പ്രാപ്തിയുള്ളവനായി മാറുന്നു. മറ്റൊരാളിന്റെ ദേഹത്ത് ഏല്ക്കുന്ന സ്പർശനവും വേദനയും തന്മൂലമുണ്ടാക്കുന്ന വൈകാരികതളുമെല്ലാം കണ്ടുകൊണ്ടു മാത്രം നില്ക്കുന്ന നമ്മിലേക്കും അതേപടി പകരുന്നു വെന്നതാണ് ഇതിലൂടെ സംഭവിക്കുന്ന യഥാർത്ഥ വിസ്മയം.

യൂണിവേഴ്സിറ്റി ഓഫ് കാലിഫോർണിയയയിലെ മന:ശാസ്ത്രവിഭാഗം പ്രൊഫസർ വിളയന്നൂർ എസ് രാമചന്ദ്രൻ എന്ന തമിഴ്നാട് സ്വദേശി മിറർ ന്യൂറോണിനെക്കുറിച്ചുള്ള പേപ്പർ അവതരിപ്പിക്കുമ്പോൾ അത് മസ്തിഷ്ക ശാസ്ത്രരംഗത്തു മാത്രമല്ല ഇന്ദ്രജാല രംഗത്തും സ്ഫോട നാത്മകമായ പ്രതിഫലനങ്ങൾക്ക് വഴിവച്ചു. മുറിച്ചു മാറ്റിയതും നില വിൽ ഇല്ലാത്തതുമായ അവയവങ്ങളിൽ സ്പർശിക്കുന്നതായി ഒരു തോന്നൽ ജനിപ്പിക്കുവാൻ കഴിയുമെന്ന സത്യം അദ്ദേഹം അവതരിപ്പിച്ച് ബോദ്ധ്യപ്പെടുത്തുമ്പോൾ ഇല്യൂഷൻ മേഖലയിൽ അതൊരു പുതിയ ചുവടുവയ്പ് കൂടിയായി. തോന്നലുകൾ സൃഷ്ടിക്കുന്ന എല്ലാ സന്ദർഭ ങ്ങളിലും ഒരു ശാസ്ത്ര സാന്നിദ്ധ്യം സജീവമാണെന്ന സത്യം ഇവിടെ അനാവരണം ചെയ്യുകയായിരുന്നു. കാഴ്ചക്കാർ ഓരോരുത്തരും ഇന്ദ്ര ജാലക്കാരനോടൊപ്പം സഞ്ചരിക്കുവാൻ പ്രേരിതരാകുന്ന തരത്തിൽ പ്രക ടനങ്ങൾ സൃഷ്ടിച്ചുകൊണ്ടാണ് ഇന്ദ്രജാലം അരങ്ങേറുന്നത്. ഇന്ദ്രജാല ക്കാരന്റെ മനോഗതികൾ ചിട്ടയോടെ കാഴ്ചക്കാരുടെ മനസ്സിലേക്ക് ആഴ്ന്നിറങ്ങുമ്പോൾ അവർ സ്വയം ജാലവിദ്യയുടെ ഭാഗമായി മാറുന്നു. ഇരുവരും ഒരേ മാനസിക നിലയിൽ എത്തിച്ചേരുമ്പോൾ അവതരണവും കാഴ്ചയും ഒന്നാവുകയാണ്. വികാരങ്ങൾ പകരുന്നതിന് ന്യൂറോണുകൾ കാരണമാകുന്നു. ചിരിക്ക് ഒരു മറുചിരിയുണ്ടാകുന്നത് ഈ പകർച്ചയി ലൂടെയാണ്. വൃത്യസ്ത വ്യക്തികളുടെ ക്രമബദ്ധമായ ഒരു പാരസ്പര്യ മാണ് നമ്മെ ഈ നിലയിലെത്തിക്കുന്നത്. സംവേദനത്തിന് വാക്കുകളേ ക്കാൾ ശക്തി ശരീരഭാഷയ്ക്ക് കൈവരുന്നതും ഇതുകൊണ്ടാണ്.

ഒരു വിശ്വാസം അത് സത്യമാകട്ടെ, അസത്യമാകട്ടെ, നമ്മുടെ മന സ്സിൽ അടിയുറച്ചു കഴിഞ്ഞാൽ പിന്നെ അതുതന്നെ ശരിയെന്ന ഒരു തോന്നൽ നാം ഓരോരുത്തരിലും രൂപപ്പെടുന്നു. ആ തോന്നലുകളെ ബോധപൂർവ്വം സൃഷ്ടിക്കുകയും അതേപടി നിലനിർത്തുകയും ചെയ്യു മ്പോൾ അത് ഇന്ദ്രജാലമാകുന്നു. ഇത്തരം ഒരില്യൂഷൻ സൃഷ്ടിക്കുവാനും അനുവാചകന്റെ ഹൃദയത്തിൽ നിലനിർത്തുവാനും ഒരു ശാസ്ത്രീയ സമീ പനം അനിവാര്യമാണ്. ഈ ശാസ്ത്ര സാന്നിദ്ധ്യം അറിയിക്കാതെയാണ് ഇന്ദ്രജാലക്കാർ അത്ഭുത സന്ദർഭങ്ങൾ സൃഷ്ടിക്കുന്നത്. പലപ്പോഴും ഇവിടെ സത്യം മറ്റൊന്നായേക്കാം. സത്യം മറ്റൊന്നായിരിക്കുമ്പോഴും അസത്യമായ ഒരു തോന്നൽ നിലനിർത്തിക്കൊണ്ടാണ് ഇന്ദ്രജാലം

പ്രവർത്തിക്കുന്നത്.

നാഡീവ്യവസ്ഥയിലൂടെ ലഭിക്കുന്ന ഇച്ഛാശക്തിയെയും ശരീര ത്തിന്റെ ബാക്കി ഭാഗങ്ങളെയും അതിന്റെ തൊട്ടടുത്ത പെരിതസ്ഥിതിക ളെയും നിയന്ത്രിക്കുന്ന ഒരു ശാസ്ത്രീയ രീതിയാണ് ഇന്ദ്രജാലം. ഒരു വസ്തുവിനെക്കാണുന്ന മാത്രയിൽത്തന്നെ ആ വസ്തുവുമായി ബന്ധ പ്പെട്ട ഒട്ടനവധി കാര്യങ്ങളും ക്രമപ്രകാരം നമ്മുടെ മനസ്സിൽ മിന്നിമറ യുന്നു. ഇന്ദ്രിയ നാഡീബന്ധം നമ്മെക്കൊണ്ട് അത്തരത്തിൽ ചിന്തിപ്പി ക്കുകയാണ്. ഒരു പശുവിന്റെ ദൃശ്യത്തോടൊപ്പം അതിനെക്കെട്ടുന്ന കയർ, അതിനോടൊപ്പമില്ലെങ്കിൽ കൂടി അതിന്റെ കുട്ടി, അതിനെ കെട്ടിയിടുന്ന സ്ഥലം, മേച്ചിൽപ്പുറങ്ങൾ, അതിന്റെ ആഹാരവസ്തുക്കൾ തുടങ്ങി ഒട്ട നവധി ദൃശ്യങ്ങൾ കൂടി നമ്മുടെ ബോധമണ്ഡലത്തിൽ കടന്നുവരുന്നു. അത് നിലവിലുള്ള നമ്മുടെ അറിവുമായി ബന്ധപ്പെട്ട് സ്വയമേ സംഭ വിച്ചുപോകുന്നതാണ്. എല്ലാ വിഷയങ്ങളിലും ഇത് മുറതെറ്റാതെ സംഭ വിക്കുന്നു. നമ്മുടെ ചിന്താസരണി ഈ മേഖലകളിലൂടെയാണ് പിന്നെ സഞ്ചരിക്കുക. ഈയൊരു സ്വാഭാവിക രീതിയെ ഗതിമാറ്റിവിടുമ്പോഴാണ് അവിടെ അപ്രതീക്ഷിതമായ ചിലത് സംഭവിക്കുന്നതായി തോന്നുന്നതും അത് ഇന്ദ്രജാലമായി പരിണമിക്കുന്നതും. ഒരു മാർക്കർ പേന പ്രഥമ ദർശനത്തിൽത്തന്നെ കുറേ ചിത്രങ്ങൾ നമ്മുടെയുള്ളിൽ നിറയ്ക്കുന്നു. പേനയുടെ നിറത്തിൽ നിന്നു തന്നെ അതിന്റെ മഷിയടക്കം നമുക്ക് മന സ്സിലാകുന്നു. കേവലം ഒരു പേനയെന്നതിലപ്പുറം അതിന്റെ പ്രവർത്തന രീതിയും സ്വാഭാവിക ഗുണവുമെല്ലാം നമ്മുടെ മനസ്സിലേക്ക് കടന്നുവരും. ഇയൊരു പരിതഃസ്ഥിതിയിൽ നില്ക്കുന്ന ഒരാളിന്റെ കൈയിലേക്കാണ് ഇന്ദ്രജാലക്കാരൻ ഒരു മാർക്കർ പേന നല്കുന്നത്. തുടർന്ന്, അയാൾക്ക് ഇഷ്ടമുള്ള ഒരു പുസ്തകമെടുത്ത് താനടക്കം ആരും കാണാതെ അതിന്റെ ഏതെങ്കിലും ഒരു പേജിൽ അടയാളം വരയ്ക്കുവാൻ ആവശ്യ പ്പെടുന്നു. തന്റെ പിന്നിൽവച്ച് താൻ പോലും കാണാതെ ഈ പ്രവൃത്തി ചെയ്ത വ്യക്തി അമ്പരക്കുന്നത് താനടയാളമിട്ട പേജ് ഇന്ദ്രജാലക്കാരൻ മുൻകൂട്ടി എഴുതിവെച്ച പേജിലെ മുൻകൂട്ടി നിശ്ചയിച്ച വാക്കിന് മേലെ യാണ് എന്ന് കാണുമ്പോഴാണ്. നിസ്സാരമായ ഒരു പ്രവർത്തനത്തിലൂടെ ഇന്ദ്രജാലക്കാരൻ അനായാസം ചെയ്യുന്ന ഒരു പ്രവൃത്തിയാണിത്. മാർക്കർ പേനയുടെ പ്രവർത്തനം സംബന്ധിച്ച് വ്യക്തമായ ഒരു ബോധം നില നില്ക്കുന്ന മനസ്സിന്റെ ഉടമയോട് മാത്രമേ ഈ ജാലവിദ്യ വിജയിക്കുക യുള്ളൂ. മഹാ ഭൂരിപക്ഷമാളുകളും ഈയൊരു ബോധമുള്ളവരാണെന്ന സാദ്ധ്യതയാണ് ഇവിടെ ഇന്ദ്രജാലക്കാരന് തുണയായി വരുന്നത്. താൻപോലും കാണാതെയാണ് പിന്നിൽവച്ച് ഒരാൾ പേനകൊണ്ട് അട യാളമിടുന്നത്. അതുകൊണ്ട് തന്നെ തന്റെ പേനയിൽ മഷിയില്ലെന്നും തന്മൂലം വരയുണ്ടാകുന്നില്ലെന്നുമുള്ള സത്യം അയാൾ അറിയുന്നില്ല. തുടർന്ന് പുസ്തകം തുറന്ന് നോക്കുമ്പോൾ ഇന്ദ്രജാലക്കാരൻ മുൻകൂട്ടി വരച്ചുവച്ച വരയാണ് അയാൾ കാണുന്നത്. മറ്റൊരു പേജിലും വരകൾ

ഇല്ലാത്തതിനാൽ ഇത് താൻതന്നെ വരച്ചതാണെന്ന ഒരു ബോധം ഇവിടെ അടിയുറയ്ക്കുന്നു. അതോടെ തന്റേതല്ലാത്ത ഒരു വരയുടെ ഉത്തരവാദിത്വം അയാൾ അറിയാതെ ഏറ്റെടുക്കുകയാണ്. നാഡീവ്യവസ്ഥയിലൂടെ ലഭിക്കുന്ന ഇച്ഛാശക്തിയെയും അതിന്റെ പരിസരങ്ങളെയും സ്വാധീനിച്ചുകൊണ്ടാണ് ഇവിടെ അത്ഭുതം അരങ്ങേറുന്നത്. അവിടെ മാർക്കർ പേനയിൽ മഷിയില്ലെന്നും അടയാളം ഇന്ദ്രജാലക്കാരൻ മുമ്പേ തന്നെ ഉണ്ടാക്കിയതാണെന്നുമുള്ള സത്യം കാഴ്ചക്കാരന്റെ നിലവിലുള്ള അറിവിന്റെ ബലത്തിൽ അറിയാതെ പോവുകയാണ്. വളരെ വലിയ അറിവുകൾ ആർജ്ജിച്ചെടുക്കുമ്പോഴും ചെറിയ ചില പിഴവുകൾ സൃഷ്ടിച്ചെടുത്താൽ എല്ലാ അറിവും അർത്ഥരഹിതമാകുന്നു എന്ന സത്യവും നാമിവിടെ തിരിച്ചറിയുകയാണ്. ഇന്ദ്രജാലത്തിന്റെ സാന്നിദ്ധ്യം ഫലപ്രദമായി ഉപയോഗപ്പെടുത്തുമ്പോൾ ധാർമ്മികാശയങ്ങളുമായോ ചിലപ്പോൾ അതല്ലാതെയോ വിവിധ തരത്തിലുള്ള ഇന്ദ്രിയോത്തേജനത്തിൽ ബോധപൂർവ്വമായ നിയന്ത്രണം സാദ്ധ്യമാക്കുന്നുവെന്ന് ഫ്രാൻസിസ് ക്രിക്ക് പറഞ്ഞതും ഇക്കാരണത്താലാണ്. മനുഷ്യന്റെ ഇച്ഛാശക്തിക്കനുസൃതമായി ഇന്ദ്രിയങ്ങളെ ദുർബ്ബലപ്പെടുത്തുന്നതിന് ഇന്ദ്രജാലത്തിനാകുന്നു. ഇതുമനസ്സിലാക്കാതെ വരുമ്പോഴാണ് ഇന്ദ്രജാലത്തിലെ ശാസ്ത്രം കാണാതെ പോകുന്നതും. ശാസ്ത്രം നിഷേധിക്കുന്നവർ രണ്ടുതരക്കാരാണെന്ന് ഫ്രാൻസിസ് ക്രിക്ക് പറയുന്നു. ഒന്ന്, ശാസ്ത്രത്തെ വെറുക്കുകയും സംശയിക്കുകയും ചെയ്യുന്നവർ. മറ്റൊന്ന്, ശാസ്ത്രത്തെ ബോധപൂർവ്വം ദുർവ്വിനിയോഗം ചെയ്യുന്നവർ.

അവജ്ഞയും അവിശ്വാസവും ശാസ്ത്രം നേരിടുന്ന വെല്ലുവിളിയാണ്. ഇതുതന്നെയാണ് ഇന്ദ്രജാലത്തിലും സംഭവിക്കുന്നത്. ഒരു വ്യക്തിയെയും അയാളുടെ പ്രകൃതിയെയും ഗ്രഹിക്കുന്ന ശാസ്ത്രവും, ഈ തത്ത്വം പ്രാവർത്തികമാക്കുന്ന കലയുമാണ് ഇന്ദ്രജാലം. മാജിക്കിന്റെ പരിശീലനമുറകൾ മാന്ത്രികനുശേഷവും നിലനില്ക്കത്തക്ക തരത്തിൽ ശരിയായ പങ്കുവെക്കലുകൾ ഇന്ദ്രജാല രംഗത്തുണ്ടാകേണ്ടതുണ്ട്. ഇത്തരം പ്രവർത്തനങ്ങളുടെ അഭാവവും ഇന്ദ്രജാലത്തെ ആഭിചാരത്തിലേക്കെടുപ്പിക്കുന്നതിന് കാരണമാകുന്നു. അറിവിനെ സ്വകാര്യമായും ഗൂഢമായും നിലനിർത്തുമ്പോൾ അത് അമാനുഷികമെന്ന് തോന്നിപ്പിക്കുവാൻ കാരണമാകുന്നുവെന്ന് ചരിത്രം പരിശോധിച്ചാൽ വ്യക്തമാകും.

വാനശാസ്ത്ര പഠന (Astronomy) വുമായി ബന്ധപ്പെട്ടാണ് ജ്യോതിഷം (Astrology) രൂപം കൊണ്ടത്. എന്നാൽ, 16-ാം നൂറ്റാണ്ടിലെ നവോത്ഥാന കാലഘട്ടത്തിൽ വാനശാസ്ത്രം സയൻസായി വേറിട്ടുനില്ക്കുകയും ജ്യോതിഷം വിശ്വാസമായി മാറുകയുംചെയ്തു. ഇതുപോലെ ആൽക്കെമി സംബന്ധിച്ച പഠനം രസതന്ത്രവുമായി ബന്ധപ്പെട്ടായിരുന്നു. നവോത്ഥാന കാലഘട്ടത്തിൽ കെമിസ്ട്രി സയൻസായി വേറിട്ടു നില്ക്കുകയും ആൽക്കെമി വിശ്വാസമായി മാറുകയും ചെയ്തു. ശാസനീയമായതെന്തും ശാസ്ത്രമാണെന്ന സൗജന്യത്തിൽ പലവിശ്വാസങ്ങളും ശാസ്ത്രമായി.

കൈരേഖാശാസ്ത്രം, സംഖ്യാശാസ്ത്രം, സാമുദ്രിക ശാസ്ത്രം തുടങ്ങി ഒട്ടേറെ വിശ്വാസങ്ങൾ അങ്ങനെ ശാസ്ത്രമായി. ശരീരശാസ്ത്രം, ഗണി തശാസ്ത്രം, മനശ്ശാസ്ത്രം തുടങ്ങി ഒട്ടേറെ ശാസ്ത്രങ്ങൾ സയൻസിന്റെ നിലവാരത്തിലേക്ക് ഉയർന്നുവന്നപ്പോൾ ഇവയുമായി ബന്ധപ്പെട്ട വിശ്വാ സങ്ങൾ സയൻസിന്റെ മുഖാവരണമിട്ട് നിലനിന്നു. വിശ്വാസങ്ങൾ സയൻസായി അവതരിപ്പിക്കപ്പെട്ടപ്പോൾ ഇന്ദ്രജാലവും ഈ പട്ടികയിൽപ്പെ ടുകയായിരുന്നു. അതിന് കാരണക്കാർ മറ്റാരുമല്ല; ഇന്ദ്രജാലക്കാർ തന്നെ യാണ്. ശാസ്ത്രത്തിന്റെ സഹായത്തോടെ അവതരിപ്പിക്കുന്ന ഓരോ അത്ഭുതവും തന്റെ അമാനുഷിക സിദ്ധിയാണെന്ന് ഇന്ദ്രജാലക്കാർ തെല്ലൊരഹങ്കാരത്തോടെ അറിയിക്കാൻ തുടങ്ങിയതോടെ ഇന്ദ്രജാലം ശാസ്ത്രത്തിന്റെ തലത്തിൽനിന്നും ക്രമേണ മാറുകയായിരുന്നു. അധി കമാരും കടന്നുചെല്ലാത്ത ശാസ്ത്രീയ മുറകളാണ് ഇന്ദ്രജാലത്തിൽ പ്രയോഗിക്കുന്നതെന്നതിനാൽ, ബഹുഭൂരിപക്ഷത്തിനും ഇതിലെ ശാസ്ത്രം മനസ്സിലായതുമില്ല. ഇന്ദ്രജാലക്കാർ ഇതു മറച്ചുവയ്ക്കുവാൻ ബോധപൂർവ്വം ശ്രമിക്കുകകൂടി ചെയ്തതോടെ ഇന്ദ്രജാലം ശാസ്ത്രമ ല്ലെന്ന വാദത്തിന് ശക്തിയേറി. അത്ഭുത സൃഷ്ടിക്കായി ഇന്ദ്രജാലത്തിലെ ശാസ്ത്ര സാന്നിദ്ധ്യം മറച്ചുവയ്ക്കുന്നതിൽ ഒരു പരിധി വരെ തെറ്റില്ല തന്നെ. എന്നാൽ, ഈ ഒരു തലം വിട്ട് ശാസ്ത്രീയതയ്ക്കപ്പുറം അമാനു ഷികത അവകാശപ്പെടുമ്പോൾ ഇന്ദ്രജാലക്കാർ അന്ധവിശ്വാസികളെ സൃഷ്ടിക്കുന്നുവെന്ന ദുരന്തംകൂടി പേറുന്നവരാകും. ഏതൊരു വ്യക്തി യെയും പോലെ സമൂഹത്തിന്റെ ഭാഗമാണ് ഇന്ദ്രജാലക്കാരും. അതുകൊ ണ്ടുതന്നെ അവർ സമൂഹത്തോട് കടപ്പെട്ടിരിക്കുന്നു. സമൂഹത്തിൽനിന്നും മാറി നില്ക്കുമ്പോഴല്ല, സമൂഹത്തോട് ചേർന്ന് നില്ക്കുമ്പോഴാണ് ഇന്ദ്ര ജാലക്കാരൻ യഥാർത്ഥ കലാകാരനാകുന്നത്. ശാസ്ത്രീയമായ ഒരു കല കൈമുതലായുള്ള ഇന്ദ്രജാലക്കാർ ശാസ്ത്രത്തിന്റെ പ്രചാരകർ കൂടി യാകണം.

മൗലികതത്ത്വങ്ങൾ മനസ്സിലാക്കാതെ ജാലവിദ്യയെ സമീപിച്ചാൽ ശാസ്ത്രീയ ജാലവിദ്യയുണ്ടാകുന്നില്ല. ക്രമപ്രകാരം അടിസ്ഥാന തത്ത്വ ങ്ങൾ മനസ്സിലാക്കി ചിട്ടയോടെ പഠിക്കുന്ന ഒരാൾക്കു മാത്രമേ അറിയുന്ന ഇന്ദ്രജാലക്കാരനായി മാറുവാൻ കഴിയുകയുള്ളൂ. ജാലവിദ്യ പഠിച്ചവർ ഒട്ടനവധിയുണ്ടെങ്കിലും ഇന്ദ്രജാലക്കാർ തുലോം വിരളമത്രേ. കഴിവുക ളുടെ കാര്യത്തിൽ ഏവരും സമന്മാരാണെന്ന് സമ്മതിച്ചാൽ പോലും കഴി വുകൾ വിനിയോഗിക്കുന്നത് പലരും പലതരത്തിലാണ് എന്നത് ഒരു വസ്തുതയാണ്. കഠിന പ്രയത്നത്തിലൂടെ കഴിവുകൾ വളർത്തിയെടു ക്കാൻ ശാസ്ത്രീയ സമീപനം അനിവാര്യമാണ്. ഗണിതശാസ്ത്രജ്ഞൻ, ഗണിതശാസ്ത്രത്തിന്റെ അടിസ്ഥാന തത്ത്വങ്ങൾ പഠിക്കുന്നു. എഴുത്തു കാർ, വാക്യഘടനയും വ്യാകരണവും പഠിക്കുന്നു. ഇതുപോലെതന്നെ ഇന്ദ്രജാലത്തിന്റെ അടിസ്ഥാന പ്രമാണങ്ങൾ ഹൃദിസ്ഥമാക്കാതെ കുറേ ജാലവിദ്യകൾ മാത്രം മനസ്സിലാക്കിയാൽ അയാൾ ഒരിക്കലും ഒരു ജാല

വിദ്യക്കാരനാവുകയില്ല. ഇത് അസ്തിവാരമില്ലാത്ത ചുമരുപോലെയാണ്. ഒരിക്കലും അതിന് നിലനില്പുണ്ടാവുകയില്ല. അടിസ്ഥാന പ്രമാണങ്ങ ളിന്മേലുള്ള പഠനം പോലെതന്നെ പ്രാധാന്യമുള്ളതാണ് ഇന്ദ്രജാല പഠ നവും. അത് സാദ്ധ്യമായില്ലെങ്കിൽ പിന്നെ ചുമരില്ലാത്ത അസ്തിവാരം പോലെയാകും. അസ്തിവാരവും ചുമരും പരസ്പര പൂരകങ്ങളാണ്. ഇവ യുടെ ക്രമപ്രകാരമുള്ള സംയോജനമാണ് കെട്ടുറപ്പുണ്ടാക്കുന്നതും അവിടെ കെട്ടിടം സൃഷ്ടിക്കുന്നതും. അടിസ്ഥാന പ്രമാണങ്ങളും ഇന്ദ്ര ജാലങ്ങളും അസ്തിവാരവും ചുമരും പോലെയാണ്. അസ്തിവാരമി ല്ലാത്ത ചുമരും ചുമരില്ലാത്ത അസ്തിവാരവും രണ്ടും ഉപയോഗ ശൂന്യ മാണ്. ഓരോ ജാലവിദ്യയ്ക്കും ഒരു പരീക്ഷണവഴിയുണ്ട്. അതു ഹൃദി സ്ഥമാക്കാതെ ജാലവിദ്യയെ സമീപിക്കുമ്പോൾ അവിടെ അശാസ്ത്രീയ ജാലവിദ്യ മാത്രമേ ദർശിക്കാനാവുകയുള്ളൂ. ശാസ്ത്രസമ്പുഷ്ടമായ ഇന്ദ്ര ജാലത്തിൽ ശാസ്ത്രീയമായ വഴികൾ മാത്രമേ നിലനില്ക്കുകയുള്ളൂ.

ഒരു ജാലവിദ്യ അവതരിപ്പിക്കുമ്പോൾ കൈകൾ എത്ര ഡിഗ്രി ചരിച്ചു പിടിക്കണമെന്നത് ശാസ്ത്രീയമായി പഠിക്കേണ്ട ഒരു വിഷയമാണ്. താൻ പ്രത്യേക നിലയിൽ കൈകൾ ചലിപ്പിക്കുന്നതിൽ അസ്വാഭാവികതയി ല്ലെന്ന് കാഴ്ചക്കാരെ ബോദ്ധ്യപ്പെടുത്തുവാൻ മനശ്ശാസ്ത്രപരമായ ഒരു സമീപനം സ്വായത്തമാക്കേണ്ടതുണ്ട്. പന്തുകൾ ഇരട്ടിക്കുന്ന ജാലവിദ്യ (Multiplying Billiard Balls) അവതരിപ്പിക്കുന്ന ഇന്ദ്രജാലക്കാരൻ ഈ ജാലവിദ്യയുടെ ഓരോ ഘട്ടത്തിലും ഏതെല്ലാം നിലയിൽ കൈകൾ ചരിച്ചുപിടിക്കണമെന്നത് വളരെ പ്രധാനപ്പെട്ട ഒരു കാര്യമാണ്. ഈ നട പടി ക്രമത്തിലെ ചെറിയൊരു പിഴവ് മതി ഇന്ദ്രജാലം ഒന്നാകെ തകരാ റിലാകുവാൻ. എന്നാൽ, അപ്രകാരം കൈകൾ ചലിപ്പിക്കുന്നതിന് വ്യക്ത മായ കാരണങ്ങൾ അതത് സമയത്ത് തന്നെ കാഴ്ചക്കാരെ ബോദ്ധ്യപ്പെ ടുത്തുവാനും ഇന്ദ്രജാലക്കാരൻ ബാദ്ധ്യസ്ഥനാണ്. ഇവിടെ അസ്വാഭാ വികത ലവലേശം പോലും കടന്നുവരുവാൻ പാടില്ല. എന്നാൽ, കൈകൾ പ്രത്യേക നിലയിൽ ചലിപ്പിക്കാതിരിക്കുവാനും കഴിയുകയില്ല. ഈയൊരവ സ്ഥയെ സമർത്ഥമായി തരണം ചെയ്യുമ്പോഴാണ് അവിടെ ഇന്ദ്രജാല ത്തിന്റെ സുഗന്ധ പുഷ്പങ്ങൾ അത്ഭുതപൂർവ്വം വിരിഞ്ഞു വിടർന്ന് നില്ക്കുന്നത്. പുഷ്പീകരണമെന്നത് സ്വമേധയാ നടക്കുന്ന ഒരു പ്രക്രി യയാണ്. അത് മനഃപൂർവ്വം സൃഷ്ടിക്കുന്ന ഒന്നല്ല. നിറഞ്ഞ് കവിയലാ ണത്, പരസ്പരം പങ്കുവെക്കൽ കൂടിയാണത്. ഇതു തന്നെയാകണം ഇന്ദ്രജാലവും. അത് നിറഞ്ഞുകവിയലും പരസ്പരം പങ്കുവെക്കലുമാക ണം. എങ്കിൽ മാത്രമേ, അവിടെ അത്ഭുതങ്ങൾ സംഭവിക്കുകയുള്ളൂ. അല്ലാ ത്തതെല്ലാം കൃത്രിമമായിരിക്കും. കൃത്രിമമായി പൂവിനെ സൃഷ്ടിക്കുവാ നാകില്ല എന്നതുപോലെ തന്നെ, കൃത്രിമമായി യഥാർത്ഥ ഇന്ദ്രജാലവും സൃഷ്ടിക്കുവാനാകില്ല. സ്വമേധയാ സംഭവിക്കുന്ന ഇന്ദ്രജാലങ്ങൾ നാമോ രോരുത്തരുടെയുമുള്ളിൽ സ്വമേധയാ അത്ഭുതങ്ങളും സംഭവിപ്പിക്കണം. അവിടെ അത്ഭുതം സൃഷ്ടിക്കുകയല്ല, സ്വമേധയാ സംഭവിക്കുകയാണ്.

ഈ നിലയിൽ കാര്യങ്ങളെത്തുന്നതിന് ശാസ്ത്രത്തിന്റെ സഹായം കൂടിയേ തീരൂ. ഇക്കാര്യങ്ങളിലെല്ലാം ശാസ്ത്രീയമായ ഒരു പഠനക്രമം ചിട്ടയോടെ നിർവ്വഹിക്കാതെ, ജാലവിദ്യ അലക്ഷ്യമായി കൈകാര്യം ചെയ്യുമ്പോഴാണ് ഇന്ദ്രജാലത്തിൽനിന്നും ശാസ്ത്രം ഒഴിഞ്ഞു പോകുന്നത്. അത് ഇന്ദ്രജാലത്തിന്റെ കുറ്റവും കുറവുമല്ല; മറിച്ച് ഇന്ദ്രജാലക്കാരന്റെ പരിമിതിയും പരാജയവുമാണ്. ജാലവിദ്യ വിജയിച്ചേക്കുമെന്ന ഊഹത്തിന്റെ അടിസ്ഥാനത്തിലല്ല ജാലവിദ്യ അവതരിപ്പിക്കേണ്ടത്. തെളിയിക്കപ്പെട്ട വസ്തുതകളെ മുൻനിർത്തിവേണം ജാലവിദ്യ അവതരിപ്പിക്കുവാൻ. ഇതിനായി മൗലിക തത്ത്വങ്ങൾ മനസ്സിലാക്കേണ്ടതുണ്ട്. അത്തരത്തിൽ ശ്രമങ്ങൾ നടത്തുമ്പോൾ മാത്രമാണ് നാം ഇന്ദ്രജാലക്കാരാകുന്നത്. ഒരു പക്ഷേ, ജാലവിദ്യ മറന്നാൽക്കൂടി മൗലികതത്ത്വങ്ങൾ മനസ്സിലാക്കിയവർക്ക് ജാലവിദ്യ വഴങ്ങുക തന്നെ ചെയ്യും. പഠിച്ചതിൽനിന്നും വ്യത്യസ്തമായി പലതരത്തിൽ അത്ഭുതങ്ങൾ സംഭവിപ്പിക്കാനാകുന്നതും ശാസ്ത്രീയമായ പഠനം കൈമുതലാകുമ്പോൾ മാത്രമാണ്.

സൂത്രപ്പണികൾ മാത്രം പഠിക്കുന്നവർ ഇന്ദ്രജാലത്തിലെ ശാസ്ത്രം കാണുന്നില്ല. ഒരു ജാലവിദ്യ അനുവാചകനിലേക്ക് അനായാസം കടന്നു ചെല്ലുന്നതിന് പാലിച്ചു പോരേണ്ട നിരവധി അടിസ്ഥാന തത്ത്വങ്ങളുണ്ട്. ഇവയെല്ലാം തന്നെ ശാസ്ത്രീയമായി രൂപകല്പന ചെയ്തവയുമാണ്. പിഴവുകൾ പറ്റാതെ ശരിയായി പ്രവർത്തിച്ചാൽ മാത്രമേ ഇന്ദ്രജാലം സാദ്ധ്യമാവുകയുള്ളൂ. ഒരു ജാലവിദ്യ കാഴ്ചക്കാരന്റെ മനസ്സിൽ അനുരണനങ്ങൾ സൃഷ്ടിക്കണമെങ്കിൽ ജാലവിദ്യയുടെ തുടക്കം മുതൽ മനസ്സിൽ പതിയുന്ന പ്രതിഫലനംവരെ ഇന്ദ്രജാലക്കാർ ശ്രദ്ധിക്കേണ്ട പ്രധാന വിഷയങ്ങൾ ഏറെയുണ്ട്. ഇവയിലൊന്നിൽ സംഭവിക്കുന്ന കേവലമൊരു പിഴവുമതി പ്രസ്തുത ജാലവിദ്യയുടെ ജീവൻ ഇല്ലാതാകാൻ. അതുകൊണ്ടാണ് ജീവനുള്ള ജാലവിദ്യയും ജീവനില്ലാത്ത ജാലവിദ്യയും ഉണ്ടാകുന്നത്. ജീവനുള്ള ജാലവിദ്യകൾ അവതരിപ്പിക്കുന്നവർ ശ്രദ്ധേയരായ ഇന്ദ്രജാലക്കാരാകും. മറിച്ചുള്ളവരുടെ ഇന്ദ്രജാലത്തിൽ മാത്രമല്ല, ഇന്ദ്രജാലക്കാരനിലും ജീവനില്ലാത്തതായി ബോദ്ധ്യമാകും. മൗലികതത്ത്വങ്ങൾ മനസ്സിലുറയ്ക്കുമ്പോൾ അവിടെ ഒരിന്ദ്രജാലക്കാരൻ പിറവിയെടുക്കുന്നു. ഈയൊരടിത്തറയിൽനിന്നും ജാലവിദ്യകൾ ഉദയം കൊള്ളുമ്പോൾ അവിടെ തത്ത്വദീക്ഷയുള്ള ശാസ്ത്രീയ ഇന്ദ്രജാലമുണ്ടാകും. ഇതു ബോദ്ധ്യമാകുമ്പോൾ മാത്രമേ ഇന്ദ്രജാലം മനസ്സിലുറയ്ക്കുകയുള്ളൂ. ഇത്തരത്തിൽ മൗലികതത്ത്വങ്ങൾ മനസ്സിലാക്കിയ ഒരു ശാസ്ത്രീയ ജാലവിദ്യക്കാരൻ മറ്റുള്ളവരിൽനിന്നും വ്യത്യസ്തനായിരിക്കും. അയാൾ ഒരു ഇന്ദ്രജാല ശാസ്ത്രജ്ഞനായിരിക്കും.

അതീന്ദ്രിയ മനശ്ശാസ്ത്രം

ഒരാളുടെ മനസ്സിൽനിന്നും മറ്റൊരു മനസ്സിലേക്ക് സന്ദേശങ്ങൾ കൈമാറുക, മറ്റൊരാളുടെ മനസ്സ് വായിച്ചു മനസ്സിലാക്കുക, ഭാവി പ്രവ ചനം നടത്തുക, കണ്ണുകളുടെ സഹായമില്ലാതെ കാണുക, യാതൊരു വിധ ഊർജ്ജവും ഉപയോഗിക്കാതെ മനസ്സിന്റെ ശക്തികൊണ്ട് വസ്തു ക്കളെ ചലിപ്പിക്കുകയയും വളയ്ക്കുകയയും ചെയ്യുക, ആത്മാക്കളുമായി സംസാരിക്കുക, ലക്ഷണം നോക്കി ഫലം പറയുക തുടങ്ങിയ അത്ഭുത ങ്ങൾ സാദ്ധ്യമാണെന്ന് കരുതുന്ന വലിയൊരു വിഭാഗം ജനത നമ്മുടെ യിടയിൽ ഉണ്ടെന്നതാണ് സത്യം. മേല്പറഞ്ഞ എല്ലാ അത്ഭുതങ്ങളും അനായാസം അവതരിപ്പിച്ചുകാണിക്കുവാൻ ഒരിന്ദ്രജാലക്കാരന് പ്രയാസ മേതുമില്ല. വേദികളിൽ ഇത് നേരിൽക്കാണുന്ന ആർക്കും ഇതു വിശ്വസി ക്കാതിരിക്കാനാവുകയുമില്ല.

നിർഭാഗ്യവശാൽ അറിവ് കൂടുന്നതിനനുസരിച്ച് പാരാനോർമൽ വിശ്വാസങ്ങളും വർദ്ധിച്ചുവരികയാണ്. പ്രൊഫ. റേ ഹൈമാൻ ഇതിനെ ഇൻഫർമേഷൻ പൊല്യൂഷൻ എന്നാണ് വിശേഷിപ്പിച്ചത്. അറിവ് ഇവിടെ ഒരു മാലിന്യമായി മാറുകയാണ്. അമാനുഷിക സിദ്ധികൾ ഉണ്ടാകണ മെന്ന് ആഗ്രഹിക്കുന്നവരാണ് നാമെന്നതിനാൽ പലപ്പോഴും പലരെയും തെറ്റിദ്ധരിപ്പിക്കുവാൻ എളുപ്പമാണ്. മനശ്ശാസ്ത്രത്തിൽ മിയർ എക്സ് പേഷർ ഇഫക്ട് എന്നറിയപ്പെടുന്ന ഒരവസ്ഥാവിശേഷത്തിന് നാം വിധേ യരാകുന്നതുകൊണ്ടാണ് ഇപ്രകാരം സംഭവിക്കുന്നത്. ഒരു സന്ന്യാസി അന്തരീക്ഷത്തിൽ സ്വയം ഉയർന്നുനില്ക്കുന്നതായി ഏതെങ്കിലും ഒരു സന്ദർഭത്തിൽ ആരെങ്കിലും പറഞ്ഞാൽ നാമത് ചിലപ്പോൾ വിശ്വസിച്ചു എന്ന് വരികയില്ല. എന്നാൽ നാളുകൾക്ക് ശേഷം, ഇതേ വിവരം റേഡി യോയിലൂടെയോ പത്രത്തിലൂടെയോ മറ്റ് ദൃശ്യമാദ്ധ്യമങ്ങളിലൂടെയോ നാമ റിയുകയാണെങ്കിൽ ആദ്യം കേട്ട സംഭവവുമായി ഇതിനെ കൂട്ടിയോജി

പ്പിക്കുകയും ഇത് ശരിയാണെന്ന് വിശ്വസിക്കുക മാത്രമല്ല, എവിടെയും സാക്ഷ്യപ്പെടുത്തുകയും ചെയ്യുന്ന തരത്തിൽ നമ്മുടെ മനസ്സ് നാമറി യാതെ ചിട്ടപ്പെടുകയാണ്. അപ്പോഴും ഇതിന്റെ സത്യാവസ്ഥ നമുക്കറി യുകയില്ല. എങ്കിൽപ്പോലും ഇത് ശരിയാണെന്ന് സാക്ഷ്യപ്പെടുത്തുന്നവ രായി നാം മാറുകയാണ്. ഇതാണ് മിയർ എക്സ്പോഷർ ഇഫക്ട്. അത്ഭു തകരമായി എന്തെങ്കിലും രോഗശാന്തിയുള്ളതായി അറിഞ്ഞാൽ സത്യാ വസ്ഥ അന്വേഷിക്കാതെ തന്നെ നാം ഇതിന്റെ പ്രചാരകരമായി മാറുന്നു. ഏതൊരു ശാസ്ത്രത്തേയും വെല്ലുവിളിക്കുന്ന ഒരത്ഭുത ശക്തി എനി ക്കുണ്ടാകണമെന്ന് നാം ആദ്യം ആഗ്രഹിക്കുന്നു. തുടർന്ന് അത്തരത്തിൽ സംഭവിക്കുവാൻ സാദ്ധ്യതയുണ്ടെന്ന് വരുത്തിത്തീർക്കുവാൻ നാമറി യാതെ ശ്രമങ്ങൾ തുടരുന്നു. ഈയൊരു മനോഭാവം ഒട്ടുമിക്ക മനുഷ്യ രിലും കാണുന്നുവെന്നതാണ് ശാസ്ത്രീയാടിത്തറയില്ലാത്ത പല കാര്യ ങ്ങളും ഉണ്ടെന്ന് കാണിക്കുവാൻ നമ്മെ പ്രേരിപ്പിക്കുന്ന ഘടകം. ഇതേ പോലെ തന്നെ ഭാവി അറിയാനും നാം ആഗ്രഹിക്കുന്നു. വർത്തമാന കാല അസ്ഥിരതകൾ ഭാവിയെക്കുറിച്ചുള്ള ആശങ്കകൾ വർദ്ധിപ്പിക്കുന്ന തിനാലാണ് ഇത് സംഭവിക്കുന്നത്. ഭാവിയെക്കുറിച്ചുള്ള ആശങ്ക ഒരു തെറ്റല്ല. എന്നാൽ, ഇതിന്റെ പേരിൽ നാം കബളിപ്പിക്കപ്പെടുന്നത് ശരിയു മല്ല. നാമറിയുന്ന പല അത്ഭുതങ്ങളും യഥാർത്ഥത്തിൽ ശാസ്ത്രീയമായി സ്ഥിരീകരിച്ചവയല്ല.

ആത്മാവ് എന്നർത്ഥം വരുന്ന ഗ്രീക്ക് പദമായ psyche എന്നവാക്കിന് പ്രകൃത്യാതീത ശക്തികൾ ലഭ്യമാകുന്ന എന്നൊരു വ്യാഖാനം കൂടി യുണ്ട്. ഈ വാക്കാണ് പില്ക്കാലത്ത് psychic എന്ന നിലയിൽ അറിയു വാൻ തുടങ്ങിയത്. അതീന്ദ്രിയ സ്വാധീനത്തിന് വിധേയനായ വ്യക്തി യെന്നാണ് ഈ വാക്കിനർത്ഥം. ഇന്നത് പാരാനോർമൽ അഥവാ സാധാ രണ രീതിയിലുള്ള ശാസ്ത്രീയ ഗവേഷണങ്ങളുടെ പരിധിക്ക് പുറത്തുള്ള എന്ന അർത്ഥത്തിൽ ചെന്നെത്തി നില്ക്കുന്നു. അങ്ങനെ സൈക്കോളജി അഥവാ മനശ്ശാസ്ത്രമെന്നത് പാരാ സൈക്കോളജി അഥവാ അതീന്ദ്രിയ മനശ്ശാസ്ത്രം എന്ന നിലയിൽ അറിയുവാൻ തുടങ്ങി.

ഒരു മനസ്സിൽനിന്നും മറ്റൊരു മനസ്സിലേക്ക് സന്ദേശങ്ങൾ കൈമാ റുക, മറ്റൊരാളുടെ മനസ്സിലെ ചിന്തകളെ വായിച്ചു മനസ്സിലാക്കുക എന്നീ വിശ്വാസങ്ങൾ നിലനിർത്തുന്ന പരഹൃദയജ്ഞാനം എന്ന ടെലി പ്പതി, ഭാവി പ്രവചനം സാദ്ധ്യമാക്കുന്ന പൂർവ്വജ്ഞാനം അഥവാ പ്രീകൊഗ്നിഷൻ, കണ്ണുകൾ മൂടിക്കെട്ടിയാലും വസ്തുക്കളെ കാണുന്ന അപ്രത്യക്ഷ ദർശനം അഥവാ ക്ലയർവോയൻസ്, നിശ്ശബ്ദതയിൽ സ്വയം ശബ്ദം കേൾക്കുന്ന അപ്രത്യക്ഷ ശ്രവണം അഥവാ ക്ലയർ ഓഡിയൻസ്, ഭൗതിക ശക്തി പ്രവർത്തിക്കാതെ വസ്തുക്കളെ വളയ്ക്കുകയും ഒടി ക്കുകയും ചെയ്യുന്ന സൈക്കോ കൈനസിസ്, ആത്മാക്കളുമായി സംസാ രിക്കുകയും നക്ഷത്രങ്ങളെ വായിക്കുകയും ലക്ഷണം നോക്കി ഫലം പറയുകയും ചെയ്യുന്ന ദിവ്യ വെളിപാട് അഥവാ ഡിവിനേഷൻ ഇതെല്ലാം തന്നെ അതീന്ദ്രിയ ജ്ഞാന പരിധിയിൽ വരുന്നവയാണ്.

ഇന്ദ്രജാലം അവതരിപ്പിക്കുന്ന ഒരു കലാകാരൻ വളരെ ഭംഗിയായി ഇവ ഓരോന്നും ബോദ്ധ്യപ്പെടുത്തി ജാലവിദ്യ നടത്തുമ്പോൾ മനശ്ശാസ്ത്ര വിദഗ്ദ്ധർ പോലും ഒരു നിമിഷം ഇത് വിശ്വസിച്ചുപോവുകയാണ്. ഇന്ദ്ര ജാലക്കാരൻ ഒരു കലാരൂപമായി ഇത് അവതരിപ്പിക്കുകയും കാഴ്ചക്കാരെ അത്ഭുതപ്പെടുത്തുകയും ചെയ്യുമ്പോൾ ഇതേ സങ്കേതമുപയോഗിച്ച് സൈക്കിക് ഹീലേഴ്സ് എന്ന പേരിൽ പലരും സമൂഹത്തെ കബളിപ്പി ക്കുകയാണ്. സൈക്കിക് ഹീലിങ്ങിലൂടെ രോഗം ഭേദമായതല്ലേ പിന്നെന്താ അതിൽ വിശ്വസിച്ചുകൂടെ എന്ന് പലരും ചോദിക്കുക പോലും ചെയ്യും. നമ്മുടെ രോഗങ്ങളിൽ 50 ശതമാനം യാതൊരു ചികിത്സയുമില്ലാതെ തന്നെ സ്വയം ഭേദമാകുന്നതാണെന്നും പ്രത്യായനത്തിലൂടെ നിരവധി രോഗങ്ങൾ ഭേദമാക്കാൻ കഴിയുമെന്നുമെല്ലാം അറിയുന്നവർ പോലും ഇത്തരം വിശ്വാസങ്ങളുടെ പിന്നാലെ സഞ്ചരിക്കുന്നത് കാണുമ്പോൾ കഷ്ടം എന്നല്ലാതെ എന്തു പറയാനാകും!

ഇന്ദ്രിയാനുഭൂതിയും ഇന്ദ്രജാലവും

മനുഷ്യമനസ്സും മസ്തിഷ്കവും സൃഷ്ടിക്കുന്ന അത്ഭുതങ്ങളെ വെല്ലാൻ പാകത്തിൽ ലോകത്തൊരിടത്തും നാളിതുവരെ ഒരത്ഭുതവും നടന്നിട്ടില്ല. അനന്തവും അതുല്യവുമായ അത്ഭുതങ്ങളെ സ്വയം സൃഷ്ടി ക്കുവാൻ കഴിയുന്ന നമ്മുടെ മനസ്സിന് നിസ്സാരമായ കാര്യങ്ങൾ കാണു മ്പോൾ പോലും നമ്മെ അത്ഭുതത്തിന്റെ ആഴങ്ങളിലേക്ക് കൂട്ടിക്കൊണ്ട് പോകുവാനാകുന്നു എന്നത് വിവരിക്കാനാകാത്ത മറ്റൊരത്ഭുതമാണ്. നമ്മെ അത്ഭുതത്തിലെത്തിക്കുവാൻ മനസ്സും മസ്തിഷ്കവും സദാ ശ്രമിച്ചുകൊണ്ടിരിക്കുന്നു എന്നത് ഒരു ലോക നീതിയാണ്.

ഒരു വസ്തുവിന്റെ രൂപമാത്ര ദർശനാരംഭത്തിൽത്തന്നെ പ്രസ്തുത വസ്തുവിന്റെ പൂർണ്ണരൂപം തലച്ചോറിൽ രൂപപ്പെടുന്നു. രൂപമാത്ര ദർശ നത്തിൽ നാം ഒരു വസ്തുവിനെ യഥാർത്ഥത്തിൽ പൂർണ്ണമായി കാണു ന്നില്ല. എങ്കിൽക്കൂടിയും ആ വസ്തുവിനെ സംബന്ധിച്ച മുൻ ധാരണ യുടെ അടിസ്ഥാനത്തിൽ പ്രസ്തുത രൂപം പൂർണ്ണമായും സങ്കല്പിക്കു വാൻ നാം പ്രേരിതരാകുന്നു. ഇത്തരം സ്വഭാവവിശേഷത്തെ അമൗഡൽ പെർസെപ്ഷൻ (Amodal Perception) എന്നു പറയുന്നു. മേൽസൂചിപ്പിച്ച സ്വഭാവ വിശേഷം മനുഷ്യന് ഒരേ സമയം കഴിവെന്ന പോലെ പരിമിതി യുമാണ്.

ഇതിന്റെ സാദ്ധ്യത ഫലപ്രദമായി ഉപയോഗപ്പെടുത്തി നിരവധി ജാല വിദ്യകൾ രൂപം കൊണ്ടിട്ടുണ്ട്. ആ ശൃംഖലയിൽപ്പെട്ട ഒരു ജാലവിദ്യ യാണ് സക്കർ ഡൈ ബോക്സ്. ജാലവിദ്യക്കാരൻ എടുത്തുയർത്തുന്ന പകിടയ്ക്ക് സമാനമായ ഒരു വസ്തു പൂർണ്ണ പകിട തന്നെയെന്ന് വിശ്വ സിക്കുവാൻ നമ്മൾ നിർബ്ബന്ധിതരായിത്തീരുന്നത് മനസ്സിന്റെയും മസ്തി ഷ്കത്തിന്റെയും പ്രക്രിയ മൂലമാണ്. (മനസ്സിന്റെയും മസ്തിഷ്കത്തി

ന്റെയും ഒരു മേന്മയെ ഇവിടെ പരിമിതിയാക്കി ഉപയോഗപ്പെടുത്തുക യാണ്.) ഇന്ദ്രിയജ്ഞാനത്തിന്റെ ഒരു ഗുണവശം ഇന്ദ്രജാലക്കാരൻ അത്ഭു തത്തിന്റെ വഴികൾ മെനയുന്നതിന് കാരണമാക്കുന്നു! ഒരു മേശയു ടെയോ കട്ടിലിന്റെയോ ചെറിയൊരു ഭാഗം കാണുമ്പോൾ തന്നെ പരി പൂർണ്ണമായ നിലയിൽ ആ ദൃശ്യം നമ്മുടെ തലച്ചോറിൽ രൂപമെടുക്കു ന്നതും ഇതുകൊണ്ടാണ്. ഒരു മതിലിനപ്പുറത്തു നില്ക്കുന്ന പൂച്ചയുടെ തലമുതൽ മുൻകാലുകൾ വരെയുള്ള ഭാഗങ്ങൾ കാണുമ്പോൾത്തന്നെ നാം കാണാത്ത വാലടക്കമുള്ള ഭാഗങ്ങളോടുകൂടിയ ഒരു പൂച്ചയുടെ രൂപം നമ്മുടെ തലച്ചോർ രേഖപ്പെടുത്തും.

കറുത്ത ചതുരത്തിനു പിന്നിൽ ഒരു വെളുത്ത ചതുരം ഒളിഞ്ഞിരി ക്കുന്നു എന്നൊരു തോന്നൽ ജനിപ്പിക്കുവാനും ഇതു കാരണമാകുന്നു.

ഇന്ദ്രിയ ഗോചരമായ അറിവുകളിലൂടെ പ്രകൃതിയെ മനസ്സിലാക്കു ന്നതിനും തിരിച്ചറിയുന്നതിനും സുഗ്രാഹ്യമാക്കുന്നതിനുമുള്ള വ്യവസ്ഥ പ്പെടുത്തലാണ് ഇന്ദ്രിയാനുഭൂതി അഥവാ പെർസെപ്ഷൻ.

മറ്റൊരർത്ഥത്തിൽ പറഞ്ഞാൽ, കണ്ടതും കേട്ടതും അനുഭവിച്ചതു മായ കാര്യങ്ങളെ പഠനത്തിന്റെയും ഓർമ്മശക്തിയുടെയും പ്രതീക്ഷയു ടെയും നിലയിൽ രൂപപ്പെടുത്തുക. നാഡീവ്യൂഹത്തിലെ സങ്കീർണ്ണ പ്രവർത്തനങ്ങളിലൂടെ മനസ്സിന്റെ ബോധതലത്തിനു പുറത്താണ് ഇത് സംഭവിക്കുന്നത്. നിലവിലുള്ള അറിവിനെ ആശ്രയിച്ച് ഇത് രൂപപ്പെടുന്നു. ജ്ഞാനേന്ദ്രിയങ്ങൾക്ക് ഉത്തേജനം പകരുന്നതിന് ഇതിനാകുന്നു. റെറ്റി നയിൽ വെളിച്ചം പതിക്കുമ്പോൾ കാഴ്ച ലഭ്യമാകുന്നു. സുഗന്ധ തന്മാ ത്രകൾ മൂക്കിന്റെ പ്രവർത്തനത്തെ ത്വരിതപ്പെടുത്തുന്നു. മർദ്ദ തരംഗ ങ്ങൾ കേൾവിയെ സഹായിക്കുന്നു. കണ്ടതും കേട്ടതും അനുഭവിച്ചതു മായ കാര്യങ്ങളെ അതേ അർത്ഥത്തിൽ സ്വീകരിച്ചാൽ അത് ഇന്ദ്രിയാ നുഭൂതിയാവുകയില്ല. ഇതിനെ രൂപപ്പെടുത്തി നമ്മുടെ അറിവിന്റെയും പ്രതീക്ഷയുടെയും ഒക്കെ നിലയിൽ മാറ്റുമ്പോഴാണ് യഥാർത്ഥ ഇന്ദ്രി യാനുഭൂതി ലഭ്യമാകുന്നത്. ഈ പ്രക്രിയ നടക്കുന്ന നിർണ്ണായക നിമി ഷത്തിലാണ് ഇന്ദ്രജാലക്കാരൻ തന്റെ സാമർത്ഥ്യത്തിലൂടെ അത്ഭുത സ്രഷ്ടാവായി സ്വയം മാറുന്നത്. കണ്ടതും കേട്ടതും അനുഭവിച്ചതുമായ കാര്യങ്ങളെ അറിവിന്റെയും പ്രതീക്ഷയുടെയും നിലയിൽ മാറ്റുന്ന നേരത്ത് തെറ്റിദ്ധരിപ്പിക്കലിലൂടെയും ഇന്ദ്രിയ ദൗർബ്ബല്യങ്ങൾ മുതലെ ടുത്തും ഇന്ദ്രജാലം ഇളകിയാടുകയാണ് ചെയ്യുന്നത്.

ഇന്ദ്രിയാനുഭൂതികളിലേക്കുള്ള ബോധപൂർവ്വമായ ഒരു കടന്നുകയ റ്റമാണ് ഇന്ദ്രജാലം ലക്ഷ്യമിടുന്നത്. ഇന്ദ്രിയാനുഭൂതികളെ സ്വാധീനിക്കുക ദുർഘടമാണെന്നതാണ് പൊതു ധാരണ. യഥാർത്ഥത്തിൽ ബോധപൂർവ്വ മായ ചെറിയൊരിടപെടലിലൂടെ ഇതിന് അനായാസം കഴിയുന്നു. ഒരി ക്കലും കഴിയില്ലെന്ന പൊതു ധാരണ നിലനില്ക്കുന്നതിനാൽ ഈ ദൗർബല്യം പൊതുവേ ശ്രദ്ധിക്കപ്പെടുന്നില്ല. ഈ ഒരശ്രദ്ധയാണ് ഇന്ദ്ര ജാലക്കാർ ആയുധമാക്കുന്നതും.

പത്തൊമ്പതാം നൂറ്റാ
ണ്ടിന്റെ അവസാന കാലഘട്ട
ത്തിൽ വിവിധ തരം സാങ്കേ
തിക വിദ്യകളുടെ സഹായ
ത്തോടെ പരീക്ഷണ മന
ശ്ശാസ്ത്ര സിദ്ധാന്തം മുൻ
നിർത്തി ഇന്ദ്രിയാനുഭൂതിയെ
(perception) വിശകലനം
ചെയ്യാൻ തുടങ്ങി. ഇതിന്റെ
ഫലം സമഗ്രമായി പരിശോ
ധിക്കുമ്പോഴാണ് സന്ദേ
ഹാർത്ഥ രൂപങ്ങൾക്ക് (Am-
biguous images) ഇന്ദ്രജാല
ത്തിൽ നിർണ്ണായകമായ
സ്വാധീനമുള്ളത് ബോദ്ധ്യമാ
കുന്നത്. ചിത്രരൂപ സമാനത
കളും മറ്റു ദൃശ്യസങ്കേതങ്ങ
ളുമുപയോഗിച്ച് വ്യത്യസ്ത
രൂപങ്ങളെ തിരിച്ചറിയുന്നതി
നുള്ള സാദ്ധ്യതകൾ ഉപ

Optical Illusion 1

യോഗപ്പെടുത്തി ഇല്ലാത്തത് ഉണ്ടെന്ന് തോന്നിപ്പിക്കുന്ന (Optical Illu-
sion) രീതിയാണ് സന്ദേഹാർത്ഥ രൂപങ്ങൾ. ചിത്രങ്ങൾ ശ്രദ്ധിച്ചാൽ ഇതു
മനസ്സിലാക്കാവുന്നതാണ്.

ഒരു ചിത്രത്തിൽത്തന്നെ താറാവിനെയും മുയലിനെയും കാണുവാ
നാകുന്നു. ഇതിൽനിന്നും ഒരു പടി കൂടി കടക്കുമ്പോൾ ചീട്ടുപെട്ടിയിൽ

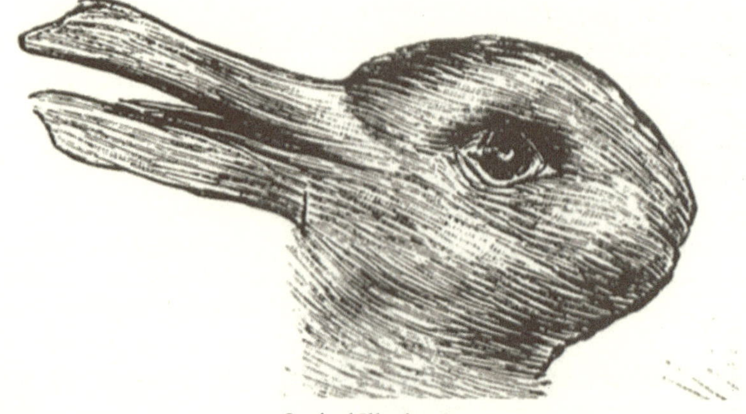

Optical Illusion 2

നിന്നും പുറത്തെടുക്കുന്ന ചീട്ട് റയിൽവെ ടിക്കറ്റായി മാറുന്ന ഇന്ദ്രജാലം ഉടലെടുക്കുകയായി. ഒന്നിനെ രണ്ടായിക്കാണുമ്പോൾ യഥാർത്ഥമേതെന്ന ശങ്ക ജനിക്കുക സ്വാഭാവികം. അവിടെ ഇതാണ് യഥാർത്ഥമെന്ന ബോധ്യ പ്പെടുത്തലുമായി ജാലവിദ്യക്കാരൻ കടന്നുവരുമ്പോൾ ചീട്ടുകൾ റയിൽവേ ടിക്കറ്റിന് വഴിമാറുകയാണ്! റൂബിൻസ്പേഡിന്റെ സ്ഥിതിയും ഇതുതന്നെയാണ്. രണ്ടുപേർ പരസ്പരം മുഖാമുഖം നോക്കിയിരിക്കുന്നു എന്നൊരു തോന്നലുളവാക്കുവാൻ ഈ ചിത്രത്തിനാകുന്നു. എന്നാൽ, അത്തരം ഒരു രൂപം സൃഷ്ടിക്കുവാൻ പ്രത്യേക ശ്രമങ്ങൾ നടന്നതായി യാതൊരു തെളിവും ലഭ്യവുമല്ല.

മനസ്സിന്റെ കാണാക്കയത്തിലെ ഇനിയും പിടികിട്ടാത്ത മഹാത്ഭുത ങ്ങളുമായി ഇഴുകിച്ചേർന്ന് ഇന്ദ്രജാല സന്ദർഭങ്ങൾ സൃഷ്ടിക്കുവാൻ വളരെ മുമ്പുതന്നെ ഇന്ദ്രജാലക്കാർക്ക് കഴിഞ്ഞിരുന്നു എന്നതാണ് സത്യം? ഇതിനു പിന്നിലെ ശാസ്ത്രം സംബന്ധിച്ച യാതൊരു വിവരവും കൈവശമില്ലാതിരുന്നിട്ടും ഈ സാദ്ധ്യതകൾ ജാലവിദ്യക്കാരന്റെ തൊപ്പി യിൽ കടന്നുകൂടി എന്നതും ഒരു മഹാത്ഭുതമായി നിലനില്ക്കുന്നു.

മാജിക്കിന്റെ ശാസ്ത്രം വിശകലനം ചെയ്യുമ്പോൾ

ആർതർ സി ക്ലാർക്കിന്റെ മൂന്നാം നിയമം ഇപ്രകാരം പറയുന്നു: "Any sufficient advanced technology is indistinguishable from magic". സയൻസും മാജിക്കും തമ്മിൽ തിരിച്ചറിയാനാകാത്ത വിധം സമന്വയി ക്കുന്നു. ചില അവസരങ്ങളിൽ ഒന്ന് മറ്റൊന്നായി പ്രച്ഛന്നവേഷമിട്ടുവരുന്നു. പരീക്ഷണങ്ങളിലൂടെ സത്യം ഗ്രഹിക്കുമ്പോൾ മാത്രമേ ശാസ്ത്രം ബോദ്ധ്യമാവുകയുള്ളൂ. നവംനവങ്ങളായ സാങ്കേതിക പരിജ്ഞാനങ്ങ ളെല്ലാം തന്നെ ഇന്ദ്രജാല സമമാണ്. ആധുനിക സാങ്കേതിക വിദ്യ നമു ക്കെന്നും അത്ഭുതങ്ങൾ പ്രദാനം ചെയ്യുന്നു. ഇന്ദ്രജാലത്തിലെ ശാസ്ത്രം പലപ്പോഴും പ്രച്ഛന്ന വേഷപ്പകർച്ചയിൽ മറ്റൊന്നായി നമ്മുടെ മുന്നിലവ തരിക്കുകയാണ്.

പ്രകൃതി നിയമങ്ങളെ മാറ്റിമറിച്ച് തനിക്ക് ഇഷ്ടപ്പെട്ട നിലയിൽ അത്ഭുതങ്ങൾ സൃഷ്ടിക്കുന്നവനാണ് ഇന്ദ്രജാലക്കാരനെന്ന ധാരണ വന്ന തുപോലും ഇതുകൊണ്ടാണ്. ശാസ്ത്രം എന്നും അനുവർത്തിക്കുന്ന പോലെ പ്രകൃതി നിയമങ്ങളെ ഉപയോഗിച്ച് അത്ഭുതങ്ങൾ സൃഷ്ടിക്കു കയാണ് മാജിക്കുകാരും. ശാസ്ത്രസാന്നിദ്ധ്യമില്ലാത്തതും ശാസ്ത്രത്തിന് വിശകലനം ചെയ്യാനാകാത്തതുമായ ഒരൊറ്റ ജാലവിദ്യയുമില്ല. എന്നാൽ, പൊതുവായ ധാരണ നേരെ മറിച്ചാണ്. ഇങ്ങനെയൊരു ധാരണ അടിയു റപ്പിക്കുന്നതിൽ ബഹുജനങ്ങളെന്നപോലെ ഇന്ദ്രജാലക്കാരും കാരണക്കാ രായി. ഇന്ദ്രജാലകലയിലെ ശാസ്ത്ര സാന്നിദ്ധ്യം എന്നും നിഗൂഢമായി രിക്കണമെന്ന് പല ഇന്ദ്രജാലക്കാരും കരുതിപ്പോന്നതിന്റെ അനന്തരഫ ലമാണ് ഇന്ദ്രജാലം ഗൂഢകലയാകാൻ കാരണമായത്. സുതാര്യത നഷ്ട പ്പെട്ട ഇന്ദ്രജാലം ഇവിടെ സംശയത്തിന്റെ നിഴൽപറ്റിയാണ് വളർന്നുവ ന്നത്. മനശ്ശാസ്ത്രത്തിലെ നിരവധി സങ്കേതങ്ങൾ ഇന്ദ്രജാലകലയിൽ യഥേഷ്ടം ഉപയോഗിച്ചുവരുന്നു. എന്നാൽ, ഇത് അപ്രകാരം സമ്മതി

ക്കുവാൻ ജാലവിദ്യക്കാർ തയ്യാറായതുമില്ല. അതുകൊണ്ടുതന്നെ പല ജാലവിദ്യകളും സുതാര്യത നഷ്ടപ്പെട്ട് സംശയത്തിന്റെ നിഴൽ വീഴുന്ന നിലയിലായി. ഇതിനിടയിലാണ് കൂനിന്മേൽ കുരു എന്നപോലെ വളരെ യധികം പ്രചാരവും പ്രശസ്തിയുമുള്ള പല പ്രസിദ്ധീകരണങ്ങളും അവാ സ്തവങ്ങളായ മനശ്ശാസ്ത്ര വാർത്തകൾ നല്കി ആളുകളെ കബളിപ്പി ക്കുക കൂടി ചെയ്തത്. ഇതെല്ലാം വായിക്കുന്ന വിദ്യാസമ്പന്നരടക്കമുള്ള പലരും അതീന്ദ്രിയ ജ്ഞാനങ്ങളിൽ (Extra Sensory Perception) പോലും തികഞ്ഞ വിശ്വാസം പുലർത്തുന്നവരായി. അതിശയോക്തി കലർന്ന ഇത്തരം വാർത്തകൾ മൂലം അത്ഭുതങ്ങളുടെ മേഖലകളിൽ അനേകമനേകം സങ്കല്പ സൃഷ്ടികൾ ഉദയംകൊണ്ടു. അമേരിക്കൻ മാന്ത്രികൻ ഡേവിഡ് കോപ്പർ ഫീൽഡ് ഒരു ലിയർ ജെറ്റ് വിമാനം അപ്ര ത്യക്ഷമാക്കുമ്പോൾ, അപ്രത്യക്ഷമായത് 747 ജെറ്റ് വിമാനമാണെന്നും പറന്നുകൊണ്ടിരുന്നപ്പോൾത്തന്നെയാണ് അപ്രത്യക്ഷമായതെന്നും വരെ വാർത്തകൾ പ്രചരിച്ചത് ഇപ്രകാരമാണ്. അറിവില്ലായ്മയുടെ ഉല്പന്ന ങ്ങളാണ് ഇത്തരം വാർത്തകൾ. ശാസ്ത്രത്തിന് പോലും ചിലപ്പോൾ സത്യവും മിഥ്യയും തമ്മിൽ തിരിച്ചറിയാൻ കഴിയാതെ വരുന്നു. പാരാസൈക്കോളജിയിൽ പഠനം നടത്തുന്ന ഒരാൾക്ക് ഇന്ദ്രജാലക്കാരന്റെ സാമർത്ഥ്യം തിരിച്ചറിയാനായി എന്നുവരില്ല. ഇത് ഒരുപാട് തെറ്റിദ്ധാര ണകൾക്ക് ഇടം നല്കുന്നു.

പ്രോജക്ട് ആൽഫ എക്സ്പെരിമെന്റ് തന്നെ ഇതിനൊരുദാഹര ണമാണ്. അമേരിക്കയിലെ അതിപ്രശസ്തമായ മാക് ഡൊണൽ ലബോ റട്ടറിയിലാണ് ഈ പരീക്ഷണം നടന്നത്. യുവാക്കളായ മൈക്ക് എഡ്വേർഡും സ്റ്റീവ് ഷായും മനശ്ശക്തികൊണ്ട് ലോഹ വസ്തുക്കളെ ചലിപ്പിക്കുവാനും വളയ്ക്കുവാനും ഒടിക്കുവാനും കഴിയുമെന്ന് അവകാ ശപ്പെട്ട് രംഗത്തുവന്നു. ഇതു പരീക്ഷിച്ച് തെളിയിക്കുവാൻ അയ്യായിരം ഡോളർ അനുവദിക്കുകയും പരീക്ഷണങ്ങൾ യഥാവിധി നടക്കുകയും ചെയ്തു. 1978 മുതൽ 1982 വരെ നടത്തിയ എല്ലാ പരീക്ഷണങ്ങളിലും ഈ രണ്ട് യുവാക്കളും മനശ്ശക്തികൊണ്ട് സ്പൂണുകൾ ചലിപ്പിക്കുകയും വളയ്ക്കുകയും ഒടിക്കുകയുമൊക്കെ ചെയ്തു കാണിച്ചു. അങ്ങനെ അതീ ന്ദ്രിയ ജ്ഞാനം അംഗീകരിച്ച് പേപ്പർ തയ്യാറാക്കി സർവ്വകലാശാലയുടെ അംഗീകാരവും നേടി. എന്നാൽ, തങ്ങൾ അവതരിപ്പിച്ചത് കേവലം ഇന്ദ്ര ജാലം മാത്രമാണെന്നും ഇതിൽ അതീന്ദ്രിയജ്ഞാനം കടന്നുവന്നിട്ടി ല്ലെന്നും 1983 ൽ മൈക്കും ഷായും തുറന്നുപറഞ്ഞു. പ്രകൃത്യാതീത ശക്തി തെളിയിക്കപ്പെട്ടുവെന്ന പ്രബന്ധങ്ങൾ അപ്പോഴേക്കും ശാസ്ത്ര ജ്ഞർ തയ്യാറാക്കിക്കഴിഞ്ഞിരുന്നു. ഈയൊരു സംഭവത്തോടുകൂടി മാക് ഡൊണൽ ലബോറട്ടറി എന്നെന്നേക്കുമായി അടച്ചുപൂട്ടേണ്ടി വന്നു എന്ന താണ് ഖേദകരമായ വസ്തുത.

ഇന്ദ്രജാലക്കാരും ശാസ്ത്രജ്ഞന്മാരും പരസ്പരം കൈകോർത്തു പിടിക്കുന്നതിൽ ഇരുകൂട്ടരുടെ ഭാഗത്തും വീഴ്ചകളുണ്ടായതിന്റെ ഫലം

കൂടിയാണ് ഇത്തരമൊരു ദുരന്തത്തിന് കാരണമായതും ഇന്ദ്രജാലം ശാസ്ത്രമല്ലെന്ന പ്രചാരണത്തിന് ആക്കം കൂട്ടിയതും. ശാസ്ത്രജ്ഞർ അറിവ് കൂടുതൽ ആൾക്കാരിലേക്ക് പകർന്നു നല്കിയപ്പോൾ ജാലവിദ്യ ക്കാർ അത് സ്വകാര്യമായി സൂക്ഷിച്ചുപോന്നു. ഇന്ന് സ്ഥിതിഗതികൾ മാറിയിട്ടും പരസ്പരൈക്യം എന്ന തലത്തിലേക്ക് പലപ്പോഴും അത് കടന്നുചെല്ലുന്നില്ല. എന്നാൽ, പ്രോജക്ട് ആൽഫാ എക്സ്പിരിമെന്റ് പരാ ജയത്തെത്തുടർന്ന് ഇന്ദ്രജാലക്കാരും ശാസ്ത്രജ്ഞന്മാരും സംയുക്ത മായി പ്രവർത്തിക്കുന്ന ഒറ്റപ്പെട്ട സംഭവങ്ങൾ നടന്നത് ആശാവഹം തന്നെ. ശാസ്ത്രജ്ഞന്മാരും ഇന്ദ്രജാലക്കാരുമടങ്ങിയ ഒരു സമിതി തന്നെ തന്മൂലം ഉദയം കൊണ്ടു. സൈക്കോപ് (Sycop) എന്ന സമിതി ഇതിലൊ ന്നാണ്. (Committee for the scientific investigation of claims of the paranormal). അസാധാരണങ്ങളായ അവകാശവാദങ്ങൾ ഇപ്പോൾ ഈ കമ്മിറ്റി സംയുക്തമായി പരിശോധിച്ചുവരുന്നു. ഇത് വലിയൊരാശ്വാസം തന്നെയാണ്. ഇത്തരത്തിലുള്ള കൂട്ടായ്മകൾ ഇനിയും അനേകമനേകം ഉണ്ടാകേണ്ടതാണ്.

സൂപ്പർമാനെ അവലോകനം ചെയ്യുന്ന വേളയിൽ ലിൻകാര സൂചി പ്പിച്ചത് മാജിക്കിന് രണ്ടു തലങ്ങളുണ്ടെന്നാണ്. ഒന്ന്: അത്ഭുതങ്ങൾ സൃഷ്ടിക്കുന്ന ശക്തിയാണ് ഇന്ദ്രജാലം. (Magic is a force that can grant wonderous). മറ്റൊന്ന് അതിവിശിഷ്ടമായ ഒരു സംക്ഷിപ്ത വച നമാണ്. അതിങ്ങനെ: "അത് ജാലവിദ്യയാണ് നമുക്കത് വിശദീകരിക്കാ നാവില്ല." (It's magic we don't have to explain it).

രണ്ടാമത്തെ കണ്ടെത്തൽ ഒരു സമാധാനപ്പെടലാണ്. നമുക്കറി യാത്ത കാര്യങ്ങളിൽ പൊതുവേ നാം ഈ സമീപനം കൈക്കൊള്ളുന്നു. ശാസ്ത്രം ബോദ്ധ്യമാകുമ്പോൾ മാത്രമേ ഈ തീരുമാനം മാറുകയുള്ളൂ. അതിനുള്ള അവസരം ഇന്ദ്രജാലക്കാർ നാളിതുവരെ നല്കിയിരുന്നില്ലെ ന്നതാണ് സത്യം.

ഒരാശയം നമ്മുടെ മനസ്സിൽ രൂപപ്പെടുന്ന ഉടനെ തന്നെ നാം അത് പ്രയോഗിക്കുവാൻ ശ്രമിക്കുന്നു. അതിലൂടെ ലഭിക്കുന്ന തെളിവുകൾ ആശ യത്തെ അനുകൂലിക്കുമ്പോൾ അവിടെ ഒരു സിദ്ധാന്തം (Theory) ഉണ്ടാ കുന്നു. ഈ സിദ്ധാന്തത്തിലൂടെ പ്രപഞ്ചത്തെ മനസ്സിലാക്കാൻ നാം ശ്രമി ക്കുന്നു. തുടർന്ന്, ഇതേ ആശയത്തിൽ മറ്റൊരു തെളിവു കണ്ടെത്താൻ ശ്രമിക്കുന്നു. അതു ലഭ്യമായാൽ, അതിന്റെ അടിസ്ഥാനത്തിൽ സിദ്ധാ ന്തത്തെ പരിഷ്കരിക്കുന്നു. പരിഷ്കരിച്ച സിദ്ധാന്തത്തിലൂടെ പ്രപ ഞ്ചത്തെ വീണ്ടും പഠിക്കുന്നു. ഇതാണ് ശാസ്ത്രത്തിന്റെ വഴി. ഇതേ വഴികൾ തന്നെയാണ് ഇന്ദ്രജാലത്തിലും ഉപയോഗിക്കുന്നത്. ഒരേ വഴി യിലൂടെ ഒരേ നിലയിൽ പ്രവർത്തിക്കുമ്പോൾ ഒന്ന് ശാസ്ത്രീയവും മറ്റൊന്ന് അശാസ്ത്രീയവുമാവുകയില്ല.

ശ്രദ്ധതിരിക്കുന്ന ശ്രദ്ധ ക്ഷണിക്കൽ

ജീവിത പരിചയത്തിലൂടെ ആർജ്ജിച്ചെടുത്ത അറിവും ഔപചാ രിക വിദ്യാഭ്യാസത്തിലൂടെ ഉരുത്തിരിഞ്ഞുവരുന്ന അറിവും സമരസപ്പെ ടുത്തി വാർത്തെടുക്കുന്നതാണ് ഒരു സാധാരണ വ്യക്തിയുടെ പൊതു വിജ്ഞാനം. ഒരാൾ അധിവസിക്കുന്ന സമൂഹവും അതിന്റെ പരിസരവും ഈ വിജ്ഞാനത്തെ പരുവപ്പെടുത്തുകയും ദൃഢീകരിക്കുകയും ചെയ്യുന്നു. ഇത്തരത്തിൽ അടിയുറയ്ക്കുന്ന അനുഭവജ്ഞാനത്തിന്റെയും ഇന്ദ്രിയജ്ഞാനത്തിന്റെയും പിൻബലത്തിലാണ് ഒരു വ്യക്തി കാര്യങ്ങളെ വിശകലനം ചെയ്യുന്നതും മനസ്സിലാക്കുന്നതും. ഈയൊരു മേഖലയെ സ്വാധീനിച്ചുകൊണ്ടാണ് ഇന്ദ്രജാലം അതിന്റെ അത്ഭുതങ്ങൾ വിന്യസി ക്കുന്നത്. സഹസ്രാബ്ദങ്ങളായി ഇന്ദ്രജാലക്കാർ ഈ പ്രക്രിയ ചെയ്തു കൊണ്ടേയിരിക്കുന്നു. എങ്കിൽപ്പോലും ഈ മേഖലയിൽ കാര്യമായ ഗവേ ഷണങ്ങൾ നടന്നിരുന്നില്ല. നിരന്തര പരിശീലനത്തിലൂടെ ഒരിന്ദ്രജാലക്കാ രൻ ആർജ്ജിച്ചെടുത്ത ഇത്തരം കഴിവുകളിലെ ശാസ്ത്രീയത പഠനവി ഷയമായിരുന്നില്ല എന്നതാണ് വസ്തുത. മനുഷ്യന്റെ അനുഭവജ്ഞാന ത്തെയും ഇന്ദ്രിയജ്ഞാനത്തെയും ഒരു ഇന്ദ്രജാലക്കാരൻ എത്രമാത്രം കൗശലപൂർവ്വം കൈകാര്യം ചെയ്യുന്നുവെന്ന് ശരിക്കും ബോദ്ധ്യപ്പെട്ടത് ഡോ. സ്റ്റീഫൻ മക്നിക്കിന്റെ ഗവേഷണത്തിനുശേഷമാണ്. ശ്രദ്ധയെ നിയന്ത്രിക്കുന്നതിനുള്ള ഇന്ദ്രജാലക്കാരന്റെ പാടവം വ്യക്തമായി ബോദ്ധ്യ പ്പെടുത്തുന്ന പരീക്ഷണമായിരുന്നു ഇത്. തനിക്ക് ചുറ്റുമുള്ള കാഴ്ചക്കാരെ എങ്ങനെയെല്ലാം തെറ്റിദ്ധരിപ്പിക്കാനാകുമെന്നും ഏതറ്റംവരെ അതിന് പോകാനാകുമെന്നും കൊഗ്നിറ്റീവ് സയന്റിസ്റ്റുകളെ ബോദ്ധ്യപ്പെടുത്തു വാൻ ഈ ഗവേഷണഫലം സഹായിച്ചു. ബി സി മൂന്നാം നൂറ്റാ ണ്ടിൽത്തന്നെ റോമിൽ ജാലവിദ്യക്കാർ അവതരിപ്പിച്ചിരുന്ന ചെപ്പും പന്തും (Cups and Balls) ജാലവിദ്യ മനസ്സിനെ എപ്രകാരം സ്വാധീനിക്കുന്നു

വെന്ന് പരിശോധിച്ചുകൊണ്ടാണ് ഗവേഷണം തുടങ്ങിയത്. പ്രകാശം പോലും കടന്നുപോകാത്ത കപ്പിനടിയിലൂടെ പന്തുകൾ തുളഞ്ഞുകയ റുന്നതായ തോന്നൽ ജനിപ്പിക്കുകയും അതിലൂടെ പന്തുകളുടെ കൂടു വിട്ട് കൂടുമാറ്റം നമ്മെ ബോദ്ധ്യപ്പെടുത്തുകയും ചെയ്യുന്ന ഒരു ജാലവിദ്യ യാണ് ചെപ്പും പന്തും. ഒടുവിൽ സുതാര്യമായ കപ്പിൽ പോലും ഇതര ങ്ങേറുമ്പോൾ ആർക്കായാലും അത്ഭുതപ്പെടുവാൻ മാത്രമേ കഴിയുക യുള്ളൂ.

ഇന്ദ്രജാലത്തിന്റെ തത്ത്വത്തിലൂടെയും പ്രയോഗത്തിലൂടെയും മനു ഷ്യന്റെ നിരീക്ഷണപാടവം മനസ്സിലാക്കാൻ കഴിയുമെന്ന് ബോദ്ധ്യമാ യതും ഈ പരീക്ഷണാനന്തരമാണ്. നാം കാണുന്ന ഓരോ വസ്തുവി നെയും മനസ്സ് എങ്ങനെ സ്വീകരിക്കുന്നുവെന്ന് അന്വേഷണം നടത്തി. അതോടൊപ്പം തന്നെ പ്രധാന വസ്തുക്കളിൽനിന്നും ശ്രദ്ധ മാറുന്നതെങ്ങ നെയെന്ന പഠനവും നടന്നു. ദൃശ്യമാദ്ധ്യമങ്ങളിലൂടെ ജാലവിദ്യ പ്രദർശി പ്പിക്കുകയും ഇതു ശ്രദ്ധിക്കുന്നവരുടെ നിരീക്ഷണ പാടവം മനസ്സിലാ ക്കുന്നതിലേക്കും നേത്രചലനം നിശ്ചയിക്കുന്നതിലേക്കും നേത്രാനുധാ വന ഉപകരണം (eye tracker device) ഉപയോഗിക്കുകയുണ്ടായി. ഇതി ലൂടെ അത്ഭുതങ്ങൾ അരങ്ങേറുന്ന വേളകളിൽ നേത്രചലനങ്ങളിലുണ്ടാ കുന്ന അപചയങ്ങൾ മനസ്സിനെ എത്രമാത്രം തെറ്റിദ്ധരിപ്പിക്കുന്നുവെന്ന് മനസ്സിലാക്കുവാനായി. വളരെ പ്രാധാന്യമുള്ള കാര്യങ്ങൾപോലും ചെറി യൊരു ചലനത്തിലൂടെ അപ്രധാനമാക്കി മാറ്റുവാൻ കഴിയും. അപ്രകാരം സംഭവിക്കുമ്പോൾ ഒരാൾക്ക് യഥാർത്ഥ വസ്തുത മനസ്സിലാക്കാൻ കഴി യാതെ വരുന്നു. പത്തി വിടർത്തി രോഷം ജ്വലിപ്പിച്ചു നില്ക്കുന്ന പാമ്പിന്റെ മുന്നിൽ ഒരു വസ്തു ചലിപ്പിക്കുമ്പോൾ ആ ചലനത്തിൽ മാത്രം പാമ്പിന്റെ ശ്രദ്ധ പതിയുന്നു. ഈ നിർണ്ണായകാവസ്ഥയിലാണ് പിറകി ലൂടെ പാമ്പിനെ പിടിക്കുവാൻ കഴിയുന്നത്. ഇത് പാമ്പിന് മാത്രമല്ല മനു ഷ്യരടക്കം എല്ലാ ജീവജാലങ്ങൾക്കും ബാധകമാണ്. യഥാർത്ഥ വസ്തുത കാണാതിരിക്കുയോ കാണുന്ന വേളയിൽ ശ്രദ്ധിക്കാതിരിക്കുകയോ ചെയ്യു മ്പോൾ വിപരീതാനുഭവം വരെ മനസ്സിലേക്ക് കടന്നുവരാം. അതോടു കൂടി യഥാർത്ഥ വസ്തുത മനസ്സിലാകാതെ പോവുകയാണ്. ഇതാണ് ഇന്ദ്രജാലത്തിലെ തെറ്റിദ്ധരിപ്പിക്കൽ.

സ്വന്തം ഇഷ്ടപ്രകാരം നാം തിരിഞ്ഞെടുത്തു എന്ന് കരുതുന്ന പലതും ഇന്ദ്രജാലക്കാരൻ സ്വന്തം ഇഷ്ടപ്രകാരം ബോധപൂർവ്വം നമ്മിൽ അടിച്ചേല്പിച്ചതാണെന്ന അറിവുപോലും നമുക്ക് നഷ്ടപ്പെടുന്നത് ഇതു കൊണ്ടാണ്. നാം കൈക്കൊള്ളുന്ന പല തീരുമാനങ്ങളും സ്വതന്ത്രമാ യിട്ടാണെന്ന് അടിയുറച്ച് വിശ്വസിക്കുമ്പോൾ അത്തരം ഒരു തീരുമാന മെടുക്കുവാൻ നടന്ന പ്രേരണ നാം അറിയാതെ പോവുകയാണ്. നമ്മിൽ ചിരി ജനിപ്പിക്കുന്ന ഇന്ദ്രജാലങ്ങൾ പോലും ഇന്ദ്രിയജ്ഞാനത്തെ വിചാ രണ ചെയ്യുവാൻ ലക്ഷ്യമിട്ടുകൊണ്ടുതന്നെയാണ് അവതരിപ്പിക്കുന്നത്. മാജിക്കിന്റെ തത്ത്വശാസ്ത്രത്തിന് ആയിരക്കണക്കിന് വർഷത്തെ പഴ

ക്കമുണ്ട്. മനസ്സ് എങ്ങനെ പ്രവർത്തിക്കുന്നുവെന്ന് ശാസ്ത്രജ്ഞർ പരീ
ക്ഷണശാലയിൽ ഉത്തരം കണ്ടെത്തുന്ന അതേ കാര്യങ്ങൾ ഇന്ദ്രജാല
ക്കാരൻ തന്റെ അനുഭവജ്ഞാനത്തിലൂടെ കണ്ടെത്തുന്നു. വർഷങ്ങളായി
ക്രമപ്രകാരം വളർന്നു വികസിച്ച ഇന്ദ്രജാലം കൈകാര്യം ചെയ്യുന്ന
പുതിയ തലമുറ ആസ്വാദകരിൽ ഇതെങ്ങനെ പ്രവർത്തിക്കുന്നുവെന്ന്
മനസ്സിലാക്കിയവരാണ്. ഇന്ദ്രജാലക്കാരന്റെ കൈയിൽനിന്നും താഴെ
വീഴുന്ന നോട്ടുകൾ അയാൾ വലതുകൈ കൊണ്ടു തിരികെ എടുക്കുന്ന
സന്ദർഭത്തിൽ ചലനസ്വാധീനം നമ്മുടെ മനസ്സിനെ കീഴ്പ്പെടുത്തുന്നത്
മൂലം അയാൾ എടുക്കുന്ന നോട്ടുകളിലേക്ക് മാത്രം ശ്രദ്ധ തിരിക്കുന്ന
തിന് നാം പ്രേരിതരാകുന്നു. ഈയൊരു സുവർണ്ണാവസരം ഫലപ്രദമായി
ഉപയോഗിക്കുമ്പോൾ ഒരിക്കലും തീരാത്തതുപോലെ നോട്ടുകളുടെ ഒരു
കൂമ്പാരം തന്നെ നമ്മുടെ മുന്നിൽ പ്രത്യക്ഷപ്പെടുന്നു. നമ്മുടെ അശ്രദ്ധ
യുടെ ആനുകൂല്യത്തിൽ ഇന്ദ്രജാലക്കാരൻ വിജയമാഘോഷിക്കുമ്പോൾ
അതേ അശ്രദ്ധയിലൂടെ നാം അത്ഭുതത്തിൽ ആണ്ടിറങ്ങുന്നു. ന്യൂറോ
സയൻസിൽ വിശകലനം ചെയ്യുന്ന മഹാഭൂരിപക്ഷം വസ്തുതകളും ഇന്ദ്ര
ജാലവുമായി അടുത്ത ബന്ധമുള്ളവയാണ്. സ്പെയിനിൽ ബാഴ്സിലോ
ണയിലെ എഞ്ചിനീയറും അർദ്ധ പ്രൊഫഷണൽ ജാലവിദ്യക്കാരനും
ന്യൂറോ സയൻസിൽ പി എച്ച് ഡി നേടിയ ആളുമായ ഹ്യൂഗോ (Hugo
Caffaratti) മസ്തിഷ്ക പഠനത്തിൽ പ്രത്യേകം താല്പര്യമെടുത്ത
വ്യക്തിയാണ്. ന്യൂറോ സയൻസും മാജിക്കും തമ്മിലുള്ള കൂടിച്ചേരൽ
പ്രക്രിയയിലെ സമാനതകൾ കണ്ട് ഇദ്ദേഹം അത്ഭുതപ്പെടുകയുണ്ടായി.

മനസ്സിനെ തെറ്റിദ്ധരിപ്പിച്ച് അത്ഭുതങ്ങൾ സൃഷ്ടിക്കുന്നപോലെ
തന്നെ മനസ്സിനെ ശക്തിപ്പെടുത്തി അത്ഭുതങ്ങൾ സംഭവിപ്പിക്കുന്നതിനും
ഇന്ദ്രജാലത്തിന് കഴിയുന്നു. ഇന്ദ്രജാല പ്രകടനത്തിൽ സംഭവിക്കുന്ന
അത്ഭുതങ്ങളേക്കാൾ ഫലപ്രദമായ അത്ഭുതങ്ങൾ ഓരോ വ്യക്തിയിലും
സൃഷ്ടിക്കുന്നതിന് ഇന്ദ്രജാലത്തിനാകുമെന്ന് പഠനങ്ങൾ സാക്ഷ്യപ്പെടു
ത്തുന്നു. അത് ജീവിത സാഹചര്യങ്ങളിൽപ്പോലും വളരെ വലിയ മാറ്റ
ങ്ങൾ സംഭവിപ്പിക്കുന്നു. സ്വഭാവ രൂപീകരണത്തിനും രോഗവിമുക്തിക്കും
വരെ ഇന്ദ്രജാലം ഫലപ്രദമാണെന്ന ശാസ്ത്രീയമായ കണ്ടെത്തലുകൾ
ഇന്ന് ലഭ്യമാണ്. ടെൽ അവീവ് യൂണിവേഴ്സിറ്റി സ്കൂൾ ഓഫ്
ഹെൽത്തിലെ ഡോ.ഡിഡോഗ്രീൻ നടത്തിയ ഗവേഷണ പ്രകാരം കൈയ
ടക്കമുറകൾ ശാസ്ത്രീയമായി പരിശീലിപ്പിക്കുന്നതിലൂടെ പക്ഷാഘാത
മടക്കമുള്ള തളർച്ചകളിൽനിന്നും രക്ഷനേടാനാകുമെന്ന് തെളിയിച്ചു.
സ്പോഞ്ചുബോളും സേഫ്റ്റി പിന്നും പേപ്പർ ക്ലിപ്പുമൊക്കെ ഉപയോഗി
ച്ചുള്ള ജാലവിദ്യകൾ പലരിലും പരീക്ഷിച്ചു. രോഗശമനത്തിന് ഇത് വളരെ
ഫലപ്രദമാണെന്ന് കണ്ടെത്തി. ഇന്ദ്രജാലമായതിനാൽ പരിശീലന
ക്കാർക്കും താല്പര്യമേറിയതായി കണ്ടു. നിരവധി മാജിക് ക്യാമ്പുകൾ
സംഘടിപ്പിച്ച് ഇംഗ്ലണ്ടിലെയും ഇസ്രായേലിലെയും നിരവധി കുട്ടികളെ
ഡോ.ഗ്രീൻ രോഗ വിമുക്തരാക്കി. പ്രതിദിനം കേവലം പത്തുമിനിട്ടുകൾ

വീതം ആറാഴ്ചയാണ് പരിശീലനം നല്കിയത്. മാജിക് തെറാപ്പിയെന്ന നിലയിൽ തന്നെ ഇതൊരു വിജയമായി.

മനഃശാസ്ത്രപരമായ സമീപനം ഇന്ദ്രജാലത്തിന്റെ കാതലാണ്. രോഗാതുരമായ ഒരവസ്ഥാവിശേഷത്തെ ഉന്മൂലനം ചെയ്യാൻ ഇന്ദ്രജാല ത്തിനാവുന്നതും ഇതു കൊണ്ടുതന്നെയാണ്. ശ്രദ്ധതിരിക്കുന്നതിലടക്കം ഇന്ദ്രജാലം അതിന്റെ ശാസ്ത്രീയത തന്നെയാണ് പ്രയോഗിക്കുന്നത്. നേർരേഖയിൽ നാം കൈ ചലിപ്പിച്ചാൽ ചലനത്തിന്റെ തുടക്കവും അവ സാനവും മാത്രമേ ശ്രദ്ധയിൽ പതിയുകയുള്ളൂ. ഇവിടെ പ്രാധാന്യം നല്കുന്നത് അവസാനത്തിന് മാത്രവും. എന്നാൽ, വൃത്താകാരത്തിൽ കൈ ചലിപ്പിക്കുമ്പോൾ ചലനം മുഴുവനും ശ്രദ്ധിക്കുന്നവരായി നാം മാറുന്നു. ഇതിനെയാണ് അനുധാവന രീതി (Pursuit Systems) എന്നുപ റയുന്നത്. വൃത്ത മണ്ഡലത്തിൽ കൈകൾ ചലിപ്പിക്കുമ്പോൾ ആസ്വാദ കന്റെ പരിപൂർണ്ണ ശ്രദ്ധയും അവിടേക്കാവാഹിക്കുവാനാകും എന്ന മഹ ത്തായ അറിവാണ് ഇന്ദ്രജാലക്കാരന് തെറ്റിദ്ധരിപ്പിക്കൽ പ്രാവർത്തിക മാക്കാൻ സഹായിക്കുന്ന പ്രധാന ഘടകം. അതുകൊണ്ടാണ് ശ്രദ്ധതി രിക്കുന്നതിലേക്കായി ശ്രദ്ധക്ഷണിക്കുന്നവനായി ഇന്ദ്രജാലക്കാരൻ മാറു ന്നതും.

ഇമോഷണൽ ഇന്റലിജൻസും ഇന്ദ്രജാലവും

വൈകാരിക ബുദ്ധിയെ (Emotional Intelligence) ഫലപ്രദമായി വിനിയോഗിച്ചാൽ മറ്റൊരാളുടെ വൈകാരികാവസ്ഥകളെ അനുകൂലമായ നിലയിൽ രൂപപ്പെടുത്തിയെടുക്കുന്നതിന് അനായാസം കഴിയുന്നു. നാനാ തരത്തിലുള്ള മാനസിക വ്യാപാരങ്ങളുമായി വിവിധ മേഖലകളിൽനിന്നും വന്ന് ഒരുമിച്ച് സംഗമിക്കുന്ന ഒരു സമൂഹത്തിന്റെ മുന്നിലാണ് ഇന്ദ്രജാല ക്കാരൻ തന്റെ കലാനൈപുണ്യം വിനിമയം ചെയ്യാൻ തയ്യാറെടുക്കുന്നത്. വ്യത്യസ്തമായ മാനസികാവസ്ഥയിലുള്ള ഈ സമൂഹത്തിൽ സമാന മായൊരു മാനസിക നില രൂപപ്പെടുത്തിയെടുക്കേണ്ടത് ഇന്ദ്രജാല വിജ യത്തിന് അനിവാര്യമാണ്. ഈ പ്രക്രിയ പ്രാവർത്തികമായില്ലെങ്കിൽ ഇന്ദ്ര ജാല വിജയം സാദ്ധ്യവുമല്ല. അതിലേക്കായി തുടക്കത്തിൽത്തന്നെ അനിതരസാധാരണമായ ഒരു വൈകാരികാവസ്ഥ തന്റെയുള്ളിൽ ഇന്ദ്ര ജാലക്കാരൻ ബോധപൂർവ്വം സൃഷ്ടിച്ചെടുക്കുന്നു. ഉണർവ്വിന്റെയും ഉത്സാ ഹത്തിന്റെയും അതിപ്രസരം ഇതിലൂടെ പിറവിയെടുക്കുന്നു. ജ്വലിച്ചുയരുന്ന ഈയൊരു വൈകാരിക തരംഗം ഇന്ദ്രജാലക്കാരന്റെ അന്ത രംഗത്തിൽ നിന്നും ക്രമേണ ആസ്വാദകന്റെ ഉള്ളിലേക്ക് അരിച്ചിറങ്ങു ന്നു. ഇവിടെ അദൃശ്യമായ വ്യതിവ്യാപനം സംഭവിക്കുകയാണ്. ഇന്ദ്രജാ ലക്കാരന്റെ ഉള്ളിൽനിന്നും സാന്ദ്രത കൂടിയ വൈകാരിക തരംഗങ്ങൾ കാഴ്ചക്കാരുടെ ബോധതലത്തിലേക്ക് ക്രമേണയായി ഒഴുകിയെത്തുന്നു. രണ്ടുകൂട്ടരുടെയും മാനസിക നില സമാനമാകുന്നതുവരെ ഇതു തുട രും. അവിടെ അവതാരകനും അനുവാചകനും ഒരേ മാനസിക നിലയി

ലേക്ക് പ്രവേശിക്കുന്നു. ഇതാണ് മാനസിക വ്യതിപ്യാപനം അഥവാ സൈക്കോ ഓസ്മോസിസ്. ഈ തലത്തിലേക്ക് അവതരണത്തെ കൈപി ടിച്ചുയർത്തുമ്പോൾ മാത്രമേ ഇന്ദ്രജാലക്കാരൻ അവതരണ കലാകാര നായി മാറുകയുള്ളൂ. അല്ലാതുള്ളതെല്ലാം പ്രകടനം മാത്രമായി അവശേ ഷിക്കുന്നു. പ്രകടനവും അവതരണവും രണ്ടു തന്നെയാണ്. അവതരണ കലാകാരൻ (Performing Artist) ഒരിക്കലും പ്രകടനക്കാരൻ (demon-strator) എന്ന തലത്തിലേക്ക് താഴ്ന്നിറങ്ങരുത്. അവതരണകല അഗാ ധതയിലേക്കല്ലെ, അപാരതയിലേക്കാണ് സഞ്ചരിക്കേണ്ടത്. അനുവാച കന്റെ മനസ്സിലെ പ്രവിശാലമായ പരപ്പുകളിലേക്കാണ് ഇന്ദ്രജാലക്കാരൻ ആഴ്ന്നിറങ്ങേണ്ടത്. ഇതിലേക്കായാണ് മാനസിക വ്യതിവ്യാപനം പ്രയോ ഗിക്കേണ്ടതും.

മാനസികാപഗ്രഥനത്തിന്റെ വിശാല സാധ്യതകൾ ബോധപൂർവ്വം നിർവ്വഹിക്കുമ്പോൾ കാഴ്ചക്കാരന്റെ സാമാന്യബോധ (Concept)ത്തെ യാണ് ഇന്ദ്രജാലക്കാരൻ സ്വാധീനിക്കുന്നത്. തികഞ്ഞ അർപ്പണബോധ ത്തോടെ ഇത് നിർവ്വഹിക്കുമ്പോൾ കാഴ്ചക്കാരുടെ സാമാന്യബോധത്തെ കാര്യമായി ഇതു ബാധിക്കുന്നു. അതോടെ അവരുടെ നിലവിലെ ആന്ത രിക സ്ഥിതികളിൽ വ്യതിയാനം സംഭവിക്കുകയും വിശാലവും അനുകൂ ലവുമായ മറ്റൊരു ഭാവതലത്തിലേക്ക് അവർ പ്രവേശിക്കുകയും ചെയ്യുന്നു. അങ്ങനെ ഒരു അന്തർദർശന അപനിർമ്മാണം (Cognitive restructure) അരങ്ങേറുകയും ചെയ്യുന്നു. ഇത് ഇന്ദ്രജാലക്കാരൻ തനി ക്കനുകൂലമായ സാഹചര്യം സൃഷ്ടിക്കുന്നതിന് ബോധപൂർവ്വം ഒരുക്കുന്ന വിശാല വീഥികളാണ്. ഇത്തരം സാധന കൈക്കലാക്കുവാൻ നിരന്തര പരിശീലനത്തിലൂടെ മാത്രമേ കഴിയുകയുള്ളൂ. ഈയൊരു പാതയിലേക്ക് പ്രവേശിച്ചുകഴിഞ്ഞാൽ തുടർന്നുള്ള സഞ്ചാരത്തിന് അനുകൂലമായ ഒരു ആന്തരിക നിഘണ്ടു (Internal Lexicon) സ്വമേധയാ രൂപപ്പെടും. നല്ലൊരു കലാകാരൻ അവതാരകനായി മാറുവാൻ ഇതുകൂടാതെ കഴിയുകയില്ല.

വൈവിധ്യമാർന്ന മാനസികനിലയിലുള്ള പൊതുസമൂഹത്തെ അഭി മുഖീകരിക്കുക എന്ന വളരെ പ്രയാസകരമായ ഒരു ദൗത്യം ശ്രദ്ധയോടെ നിർവ്വഹിക്കുന്നതിൽ മുമ്പന്തിയിൽ നില്ക്കുന്നവരാണ് ഇന്ദ്രജാലക്കാർ. ഒരു സമൂഹത്തിന്റെ തന്നെ മാനസികാവസ്ഥകളെ തങ്ങൾക്കനുകൂലമായ നിലയിൽ രൂപപ്പെടുത്തിയെടുക്കുന്നതിനുള്ള വൈകാരിക ബുദ്ധി നൂറ്റാ ണ്ടുകൾക്കുമുമ്പ് തന്നെ ഇന്ദ്രജാലക്കാർ ഉപയോഗപ്പെടുത്തിവരുന്നു. ഒരു ജനവിഭാഗം സ്വായത്തമാക്കിയ അറിവിനും ചിന്തകൾക്കുമെല്ലാം വെല്ലു വിളിയായി ഒരിക്കലും പ്രതീക്ഷിക്കാത്ത ഒരത്ഭുതം സമ്മാനിക്കുമ്പോൾ ഇന്ദ്രജാലക്കാരൻ ആദ്യം തന്റെയും തുടർന്ന് തന്റെ മുന്നിലുള്ളവരുടെയും വൈകാരികാവസ്ഥകളെ ബോധപൂർവ്വം നിയന്ത്രിക്കുകയാണ് ചെയ്യുന്നത്. ഇമോഷണൽ ഇന്റലിജൻസിലെ പ്രധാന സവിശേഷതകളിലൊന്നായ മാനേജിങ് ഇമോഷൻസ് അഥവാ വൈകാരികാവസ്ഥാ നിയന്ത്രണമാ ണിത്. ഈ പ്രക്രിയ അതിവിദഗ്ദ്ധമായി നിർവ്വഹിക്കുമ്പോൾ തന്റെയും

തന്റെ മുന്നിലുള്ള കാഴ്ചക്കാരുടെയും ആന്തരികപ്രവർത്തനങ്ങളായ ചിന്തകളും പ്രശ്നങ്ങളും ഫലപ്രദമായി നേരിടുകയും ചെയ്യുന്നു. അവിടെ അയാൾ വൈകാരികതകളെ ഉപയോഗപ്പെടുത്തുകയാണ് (Using Emotions). അമേരിക്കയിലെ പ്രശസ്ത ചിന്തകനും മനശ്ശാസ്ത്രജ്ഞനുമായ ഡാനിയേൽ ഗോൾമാനാണ് *ന്യൂയോർക്ക് ടൈംസിലൂടെ* ഇതു സംബന്ധിച്ച പഠന റിപ്പോർട്ടുകൾ തയ്യാറാക്കി പുറത്തുവിട്ടത്. അദ്ദേഹത്തിന്റെ തന്നെ 1995 ൽ പുറത്തിറങ്ങിയ പ്രശസ്തമായ പുസ്തകം *Emotional Intelligence Why It Can Matter More Than IQ* സാംസ്കാരിക സങ്കല്പങ്ങൾക്ക് പുതുമാനങ്ങൾ നല്കുന്നു.

ഏതൊരു പ്രവൃത്തിയും ഉത്തേജകമാക്കാൻ ഇമോഷൻ അഥവാ വൈകാരികാവസ്ഥ അനിവാര്യമാണ്. ഈ വൈകാരികാവസ്ഥയുടെ രൂപപ്പെടുത്തലുകൾക്ക് ഹോർമോൺസിന്റെയും ന്യൂറോട്രാൻസ്മിറ്റേഴ്സിന്റെയും സഹായം കൂടിയേ തീരൂ. ഡൊപ്പൊമെൻ, സിറോട്ടോണിൻ, ഓക്സിടോസിൻ, കോർട്ടിസോൾ തുടങ്ങി നിരവധി ഹോർമോണുകൾ ഇതിനായി സഹായിക്കുന്നു. നാഡീവ്യവസ്ഥയുമായി ബന്ധപ്പെട്ട ഒരു പ്രവർത്തനമാണിത്. ചിരി ജനിപ്പിക്കുന്നതിന് ഒരു ഹോർമോൺ സഹായിക്കുകയും ചിരിയിലൂടെ മറ്റനവധി ഹോർമോണുകൾ സൃഷ്ടിക്കപ്പെടുകയും ചെയ്യുന്നു. തുടർന്നുണ്ടാകുന്ന അത്ഭുതം നമ്മുടെയുള്ളിൽ പല തരം ചലനങ്ങൾക്കും കാരണമാവുകയും തന്മൂലം ഒട്ടനവധി ഹോർമോണുകൾ സൃഷ്ടിക്കപ്പെടുകയും ചെയ്യുന്നു. ഇന്ദ്രജാലക്കാരൻ പടിപടിയായി ഓരോ പ്രവർത്തനങ്ങൾ നടത്തുമ്പോഴും അയാൾ ഇക്കാര്യങ്ങളെല്ലാം സ്വയം മനസ്സിലാക്കി ബുദ്ധിപൂർവ്വം നീങ്ങുകയാണ് ചെയ്യുന്നത്. ഒരു പൊതു സമൂഹത്തെ ഒന്നാകെ ചിരിപ്പിക്കുന്നതിന് അയാൾ ചെയ്യുന്ന പ്രവർത്തനങ്ങൾ ചിരിയെ മാത്രം ലക്ഷ്യം വയ്ക്കുന്ന ഒന്നല്ല. അതിലൂടെ അയാൾക്ക് തന്റെ അത്ഭുത പ്രവൃത്തിയിലേക്ക് കടക്കേണ്ടതുണ്ട്. അതിനായി മറ്റുള്ളവരുടെ വൈകാരികാവസ്ഥകളെ സസൂക്ഷ്മം നിരീക്ഷിക്കുകയും മനസ്സിലാക്കുകയും വിശകലനം ചെയ്യുകയും അതിനനുസൃതമായി പ്രതികരിക്കുകയുമാണ് ചെയ്യുന്നത്. ഇതു തന്നെയാണ് വൈകാരിക ബുദ്ധിയുടെ കാതൽ. ഇക്കാര്യത്തിൽ ഗൗരവപൂർവ്വം പഠനങ്ങൾ നടക്കുന്നത് തൊണ്ണൂറുകളിലാണ്. അപൂർവ്വം ചില ന്യൂറോ സയന്റിസ്റ്റുകൾ മാത്രമാണ് ഇന്ദ്രജാല മേഖലയിൽ ഇതു സംബന്ധിച്ച പഠനങ്ങൾക്ക് തയ്യാറായിട്ടുള്ളത്. ദീർഘനാളുകളായി വൈകാരിക ബുദ്ധിയുടെ സാദ്ധ്യത ഉപയോഗപ്പെടുത്തി വിജയം ബോദ്ധ്യപ്പെടുത്തിയവരാണ് ഇന്ദ്രജാലക്കാർ. എന്നാൽ, തങ്ങൾ ഉപയോഗിക്കുന്ന തന്ത്രം ഇതാണെന്ന ബോധം ഒരു പക്ഷേ, പലരിലും ഉണ്ടായിരുന്നില്ല എന്നതും ഒരു സത്യമാണ്.

സംസാര ഭാഷ ഉപയോഗിക്കാതെ തന്നെ ശരീരഭാഷയിലൂടെയും മുഖലക്ഷണത്തിലൂടെയും ആംഗ്യങ്ങളിലൂടെയുമെല്ലാം കാര്യങ്ങൾ ഗ്രഹിക്കുക എന്ന പെർസീവിങ് ഇമോഷൻസ്, തന്റെയും മറ്റുള്ളവരുടെയും ചിന്തകളെയും ആന്തരിക ഭാവങ്ങളെയും ശ്രദ്ധിക്കുവാനും മനസ്സിലാക്കു

വാനും ശ്രമിക്കുന്ന റീസണിങ് വിത്ത് ഇമോഷൻസ്, ഓരോ വികാരഭാവ
ങ്ങളുടെയും കാരണം കണ്ടെത്തലെന്ന അണ്ടർസ്റ്റാന്റിങ് ഇമോഷൻ, മറ്റു
ള്ളവരുടെ വൈകാരിക ഭാവങ്ങളോട് ഇണങ്ങി പ്രതികരിക്കുകയെന്ന
മാനേജിങ് ഇമോഷൻസ് എന്നിവയാണ് വൈകാരിക ബുദ്ധിയുടെ സുപ്ര
ധാന പ്രവർത്തനങ്ങൾ. ഓരോ ജാലവിദ്യയുടെയും വിജയത്തിനായി ഇവ
നാലും ഫലപ്രദമായി ഉപയോഗപ്പെടുത്താതെ ആകർഷകമായ നിലയിൽ
ഇന്ദ്രജാലം അവതരിപ്പിക്കുക അസാദ്ധ്യമാണ്. ഇന്ദ്രജാലാവതരണം
തുടങ്ങി പത്തുമിനിട്ടുകൾക്കകം ഒരു കലാകാരൻ കാണികളിലൊരാളായി
മാറുന്നുവെങ്കിൽ, അതിനുള്ള പ്രധാന കാരണം അയാൾ വൈകാരിക
ബുദ്ധിയെ ഫലപ്രദമായി ഉപയോഗിച്ചു എന്നുള്ളതാണ്. ആന്തരിക ചിന്ത
കളെയും മാനസിക ഭാവങ്ങളെയും അതിസൂക്ഷ്മമായി നിരീക്ഷിച്ച് അതി
നനുസൃതമായി ഒരു കലാരൂപം തയ്യാറാക്കിയെടുക്കുമ്പോൾ ഇതൊന്നുമ
റിയാത്തവർക്കും ഈ കലാരൂപത്തെ യഥാവിധി ഉപയോഗപ്പെടുത്തിയാൽ
കൈയടി വാങ്ങാനാകുന്നു എന്നതാണ് ഏറ്റവും വലിയ ഇന്ദ്രജാലം! നൂറ്റാ
ണ്ടുകളുടെ തപസ്യയുടെ ഫലമായി നമ്മുടെ പൂർവ്വികർ ആർജ്ജിച്ചെ
ടുത്ത മഹത്തായ ഈ അറിവ് ആദരപൂർവ്വം ഏറ്റുവാങ്ങുമ്പോഴും ഇതിനു
പിന്നിലെ തത്ത്വശാസ്ത്രം മനസ്സിലാക്കുന്നതിൽ നാം ഏറെ പിന്നിലായി
രുന്നുവെന്ന് കാണാവുന്നതാണ്. എങ്കിൽപ്പോലും കൈമാറ്റത്തിലൂടെ ലഭ്യ
മായ അറിവിന്റെ പ്രയോഗം കാഴ്ചക്കാരിൽ അത്ഭുതം ജനിപ്പിക്കുന്നു
എന്ന തിരിച്ചറിവ് നമുക്ക് ലഭിച്ചു. അതുതന്നെയാണ് ഇന്ദ്രജാലത്തിന്റെ
വിജയവും.

പരസ്പരം നിറം മാറുന്ന മുയലുകളുടെ ജാലവിദ്യയായ ഹിപ്പിറ്റി
ഹോപ്പ് റാബിറ്റ് എന്ന ജാലവിദ്യ ഉദാഹരണമായി എടുത്താൽ ഇതു കൂടു
തൽ വ്യക്തമാകും. ഇതിലേക്കായി മാന്ത്രികൻ വെളുത്ത നിറത്തിലുള്ള
ഒരു മുയലിന്റെ രൂപവും കറുത്ത നിറത്തിലുള്ള മറ്റൊരു മുയലിന്റെ
രൂപവും പരിചയപ്പെടുത്തുന്നു. തുടർന്ന്, മൂടികൾ കൊണ്ട് മുയലുകളെ
മറയ്ക്കുന്നു. മുയലുകളുടെ സ്ഥാനം ബോദ്ധ്യപ്പെടുത്താനെന്ന വ്യാജേന
ഓരോ മുയലുകളെയും മൂടിയോടു കൂടി എടുക്കുകയും നിറം ബോദ്ധ്യ
പ്പെടുത്തിയശേഷം തിരികെ വയ്ക്കുമ്പോൾ അബദ്ധത്തിലെന്നവണ്ണം,
എന്നാൽ കാഴ്ചക്കാർ കാൺകെ തന്നെ, തിരിച്ചു വയ്ക്കുന്നു. രണ്ടു മുയ
ലുകളുടെ രൂപങ്ങളും ഇപ്രകാരം തിരിച്ചു വച്ച ശേഷം, മൂടി മാറ്റുമ്പോൾ
വെളുത്ത മുയലിന്റെ സ്ഥാനത്ത് കറുത്ത മുയലും കറുത്ത മുയലിന്റെ
സ്ഥാനത്ത് വെളുത്ത മുയലും വരുന്നു. സംഭവിച്ചതെന്താണെന്ന് വ്യക്ത
മായി അറിയുന്ന കാഴ്ചക്കാർ സംശയം രേഖപ്പെടുത്തുമ്പോൾ മാന്ത്രി
കൻ കാഴ്ചക്കാരെ ബോദ്ധ്യപ്പെടുത്താനെന്ന നാട്യത്തിൽ ഇന്ദ്രജാലം
ഒന്നുകൂടി കാണിക്കുന്നു. അപ്പോഴും മൂടിയോടൊപ്പം മുയലിന്റെ രൂപത്തെ
തിരിക്കുന്നു. മൂടിയെടുക്കുമ്പോൾ മുയലുകൾ പഴയപടി യഥാസ്ഥാനത്ത്
ഇരിക്കുന്നതായി കാണുന്നു. അപ്പോഴേക്കും കാഴ്ചക്കാർക്ക് തോന്നിയ
സംശയം ബലപ്പെടുകയും കാര്യം ബോദ്ധ്യപ്പെടുകയും ചെയ്യുന്നു. അതു

കൊണ്ട് തന്നെ മുയലിന്റെ രൂപങ്ങൾ തിരിച്ചുകാണിക്കുവാൻ അവർ ആവ ശ്യപ്പെടുന്നു. എന്നാൽ, മുയൽ രൂപങ്ങളെ തിരിക്കുന്നതിൽ നിന്നും പല പല കാരണങ്ങൾ പറഞ്ഞ് മാന്ത്രികൻ ഒഴിയുകയും കാഴ്ചക്കാർ ആ ആവശ്യത്തിൽ ഉറച്ചുനില്ക്കുകയും ചെയ്യുന്നു. ഗത്യന്തരമില്ലാത്ത ഒരു ഘട്ടമെത്തുമ്പോൾ മാത്രമാണ് അയാൾ മുയലുകളുടെ രൂപങ്ങളെ തിരി ച്ചുകാണിക്കുവാൻ തുനിയുന്നത്. എന്നാൽ, അപ്പോഴേക്കും പരാജിതന്റെ ഭാവത്തിൽ നിന്നും അയാൾ ഒരു വിജയിയുടെ ഭാവത്തിലേക്ക് പറന്നുയ രുകയും മുയൽ രൂപങ്ങളെ തിരിച്ചുകാണിക്കുമ്പോൾ വെളുത്ത മുയലിന്റെ പിറകിൽ മഞ്ഞ മുയലും കറുത്ത മുയലിന്റെ പിറകിൽ പച്ച മുയലു മാണ് കാണുന്നത്. ഇവിടെ കാഴ്ചക്കാർ ഒരു നിമിഷം പകച്ചുനില്ക്കു കയും തുടർന്ന് കൈയടിക്കുകയും ചെയ്യുന്നു.

വൈകാരിക ബുദ്ധിയുടെ അതിസമർത്ഥമായ പ്രയോഗം ഈ ജാല വിദ്യയുടെ ആദ്യാവസാനം ഓരോ നിമിഷത്തിലും നമുക്ക് വ്യക്തമായി ദർശിക്കുവാനാകുന്നു. നടക്കുന്ന കാര്യങ്ങൾ കൃത്യമായും കാഴ്ചക്കാരെ ബോദ്ധ്യപ്പെടുത്തിയാണ് ഇന്ദ്രജാലം അരങ്ങേറുന്നത്. ഇവിടെ ബോധ പൂർവ്വമുള്ള വൈകാരികാവസ്ഥാ നിയന്ത്രണം (മാനേജിങ് ഇമോഷൻസ്) ഇന്ദ്രജാലക്കാരൻ ഏറ്റെടുക്കുകയാണ്. തുടർന്ന്, താൻ ചെയ്യുന്നതെല്ലാം കാഴ്ചക്കാർക്ക് വ്യക്തമായും മനസ്സിലാക്കുന്നതിന് ഇടനല്കുന്നതായി ബോദ്ധ്യപ്പെടുത്തുന്നതിലൂടെ കാഴ്ചക്കാരുടെ ആന്തരിക പ്രവർത്തനങ്ങ ളായ ചിന്തകളിൽപ്പോലും മാന്ത്രികൻ സ്വാധീനം ചെലുത്തി വഴിതെറ്റിക്കുന്നു. വൈകാരികതകളെ ഇവിടെ ശരിക്കും ഉപയോഗപ്പെടുത്തുകയാണ് (Using Emotions). മാന്ത്രികൻ കാഴ്ചക്കാരുടെ ആന്തരിക ഭാവങ്ങളെ തനിക്കി ഷ്ടപ്പെട്ട നിലയിൽ രൂപപ്പെടുത്തുകയും തുടർന്ന്, സസൂക്ഷ്മം നിരീ ക്ഷിച്ച് മനസ്സിലാക്കുകയും കാഴ്ചക്കാരുടെ മാനസിക ഭാവങ്ങൾ അംഗീ കരിക്കുകയും അതിനനുഗുണമായി പ്രവർത്തിക്കുകയും ചെയ്യുന്നു. തങ്ങ ളുടെ വഴിയേ മാന്ത്രികൻ എത്തിയിരിക്കുന്നു എന്ന മിഥ്യാധാരണയിൽ കാഴ്ചക്കാർ വിശ്വസിച്ചിരിക്കുമ്പോഴാണ് ഇന്ദ്രജാലക്കാരൻ അത്ഭുത ത്തിന്റെ ആഴങ്ങളിലേക്ക് ആളുകളെ പിടിച്ചു താഴ്ത്തുന്നത്. ഓരോ വ്യക്തിയും അനുനിമിഷം ഇടപെടുന്ന ഒരിന്ദ്രജാലമായി ഇതുമാറുന്നു. ഇന്ദ്രജാലക്കാരനെ തോല്പിച്ചു എന്നു കരുതുന്ന കാഴ്ചക്കാർ ഒടുവിൽ ഇന്ദ്രജാലക്കാരന്റെ അപ്രതീക്ഷിത വിജയത്തിൽ സ്വയം മറന്ന് അഭിന ന്ദിക്കുന്ന നിലയിലേക്ക് കാര്യങ്ങൾ മാറുകയാണ്. വൈകാരിക ബുദ്ധി യുടെ അതിവിദഗ്ദ്ധമായ പ്രയോഗത്താൽ വിലപ്പെട്ട ഒരുല്പന്നമായി ഇന്ദ്ര ജാലം മാറുന്നതിപ്രകാരമാണ്. ഈയൊരു കണ്ടെത്തൽ തലമുറകളായി കൈമാറി വരുന്ന ഒന്നായിട്ടും ഇതിനുപിന്നിലെ ശാസ്ത്രീയത ബോദ്ധ്യ പ്പെടുവാൻ നാളുകൾ ഏറെയെടുത്തുവെന്നതാണ് ഖേദകരമായ ഒരു വസ്തുത. ഉള്ളിലേക്കിറങ്ങി സമഗ്രവും സമൂലവുമായ ഒരിന്ദ്രജാല പഠനം ഇനിയും നടക്കേണ്ടതുണ്ടെന്ന തിരിച്ചറിവാണ് ഇതിലൂടെ നമുക്ക് ലഭ്യമാ യിരിക്കുന്നത്.

ഇന്ദ്രജാലക്കാഴ്ചയിലെ മനശ്ശാസ്ത്രം

ഇന്ദ്രജാലം കാണുന്നവരില്‍ അടിസ്ഥാനപരമായി രണ്ടു തരത്തി ലുള്ള വൈകാരികാവസ്ഥകളാണ് സാമാന്യമായി നാം കണ്ടുവരുന്നത്. പൊതുസമൂഹത്തെ പ്രവര്‍ത്തനോന്മുഖമാക്കുന്ന സ്നേഹം, സന്തോഷം, ആദരം, ദയ തുടങ്ങിയ വൈകാരികാവസ്ഥ ഒരു വശത്തും പ്രവര്‍ത്തന ക്ഷമത കുറയ്ക്കുകയോ തീരെ ഇല്ലാതാക്കുകയോ ചെയ്യുന്ന സങ്കടം, ഭയം, നാണക്കേട്, താഴ്ത്തിക്കെട്ടല്‍ തുടങ്ങിയ വൈകാരികാവസ്ഥ മറു വശത്തും. ഇതില്‍ ഒരവതരണ കലാകാരന്‍ ഏതു വൈകാരികാവസ്ഥയെ ഉദ്ദീപിപ്പിക്കണമെന്നത് തര്‍ക്കമറ്റ വസ്തുതയാണ്. ആദ്യം സൂചിപ്പിച്ച ആഘോഷദായകമായ ഒരു മാനസിക നില കാഴ്ചക്കാരില്‍ ജനിപ്പിക്കു മ്പോള്‍ അവതരണ മികവ് അറിയാതെ ഉയര്‍ന്നുനില്‍ക്കുന്നു. ഈയൊരു വൈകാരികാവസ്ഥ സ്വയം ആര്‍ജ്ജിച്ചെടുത്ത് വ്യാപനം ചെയ്യുവാന്‍ ഒരു കലാകാരന് കഴിയണം. അവിടെ ആരുമാരുമറിയാതെ തന്നെ ഒരു മാന സിക വ്യതിവ്യാപനം (Psycho Osmosis) അനായാസം അരങ്ങേറും. സമൂഹം നേരിടുന്ന പൊതുപ്രശ്നങ്ങള്‍ സമര്‍ത്ഥമായി ഓര്‍മ്മപ്പെടു ത്തിയും അതിവിദഗ്ദ്ധമായി അതിനെ ശാസ്ത്രീയമായി നേരിടുന്ന വിവിധ വഴികള്‍ ഉദാഹരണങ്ങളിലൂടെ ഉയര്‍ത്തിക്കാട്ടിയും അവതരണം മുന്നേ റിയാല്‍ ആകര്‍ഷണത്തോടെ കൂടെ സഞ്ചരിക്കുന്നവരായി ദൃക്സാക്ഷി കള്‍ മാറുമെന്നതില്‍ സംശയമില്ല. ഈയൊരവസ്ഥയില്‍ ഇന്ദ്രജാല പ്രക ടനത്തെ താല്‍പര്യപൂര്‍വ്വം സംരക്ഷിക്കുന്നവരായി കാഴ്ചക്കാര്‍ മാറുന്നു എന്നതാണ് രസകരമായ വസ്തുത. മഞ്ഞുരുകിയ മനസ്സില്‍ ആഹ്ലാദത്തി രകള്‍ അടിച്ചുയരുമെന്നതില്‍ തര്‍ക്കമില്ല. എന്നാല്‍, ഒരു ചെറിയ വിഭാ ഗത്തെയും വലിയ വിഭാഗത്തെയും ഒരേ നിലയില്‍ കൈകാര്യം ചെയ്യു വാന്‍ ശ്രമിച്ചാല്‍ അതൊരു പരാജയം തന്നെയാകും. കാഴ്ചക്കാരുടെ എണ്ണം, സാമൂഹ്യപശ്ചാത്തലം, ജീവിത രീതിയിലെ വ്യതിയാനം എന്നിവ സമഗ്രമായി മനസ്സിലാക്കാതെ അവതരണത്തിന് ശ്രമിച്ചാല്‍ വിചാരിക്കുന്ന വിജയം നേടുവാനാവുകയില്ല. ആസ്വാദകരെ അറിയുക (know your audience) എന്ന മഹത്തായ കാര്യം വളരെ പ്രാധാന്യത്തോടെ കാണു മ്പോള്‍ മാത്രമേ ഒരാള്‍ അവതരണ യോഗ്യത നേടുകയുള്ളൂ.

ആസ്വാദകന്റെ നിലവാരമുറപ്പിക്കുവാന്‍ ബോധപൂര്‍വ്വം ഒരു ശ്രമം നടത്തേണ്ടത് അനിവാര്യമാണ്. ചെറിയ ചെറിയ ചോദ്യങ്ങളിലൂടെ ആസ്വാദകനോട് സംവദിക്കുകയും ഉത്തരങ്ങള്‍ക്കായി കൈ ഉയര്‍ത്തു വാന്‍ നിര്‍ദ്ദേശിക്കുകയും ചെയ്താല്‍ ഒരു പരിധിവരെ നമുക്കിതിന് കഴിയും. കൈകള്‍ ഉയര്‍ത്തുമ്പോള്‍ കാലുകളിലേക്കുള്ള രക്ത പ്രവാഹം വര്‍ദ്ധിക്കും. രക്തചംക്രമണ വ്യവസ്ഥ അനുകൂലമായാല്‍ ഡോപ്പമിന്‍ ഉല്‍പാദനം വര്‍ദ്ധിക്കും. വിഷാദ വ്യാകുലതകളെ മറികടക്കാന്‍ ഡോപ്പ മിന്‍ സാന്നിദ്ധ്യം മാത്രം മതിയാകും. ഉത്സാഹവും അതിലൂടെ സന്തോ ഷവും ജനിപ്പിക്കുവാന്‍ ഡോപ്പമിന്‍ സഹായിക്കുന്നു. അവതരണം

അതിന്റെ പാരമ്യത്തിലെത്തുന്നതിന് ആദ്യം അവതാരകനിൽ ഡോപ്പ മിൻ സാന്നിദ്ധ്യമുണ്ടാകണം. അതിലൂടെ ആ സാഹചര്യം ആസ്വാദക നിലേക്ക് വ്യാപനം ചെയ്യണം. ഇത് അനുകൂലമായ സമീപനം സൃഷ്ടി ക്കുന്നതിന് വളരെ നല്ലതാണ്. പ്രതികരണരീതി വീക്ഷിക്കുമ്പോൾ സദ സ്സിന്റെ മാനസികാവസ്ഥ മനസ്സിലാക്കുവാനും എളുപ്പം കഴിയുന്നു.

സംഭാഷണ ജാലവിദ്യകളിൽ പ്രത്യേകമായി ശ്രദ്ധിക്കേണ്ടത് സംഭാ ഷണം ഒരു കലയായി തന്നെ മാറണമെന്ന തത്ത്വമാണ്. നിലവാരമുള്ള തമാശ കലർന്ന സംഭാഷണം അവതരണത്തിനിണങ്ങും വിധം രൂപപ്പെ ടുത്തിയെടുക്കുന്നതിലെ മികവ് തീർച്ചയായും ഉണ്ടായേ കഴിയൂ. വച്ചു കെട്ടിയ തമാശകൾ സംഭാഷണ മദ്ധ്യേ കടന്നുവരുമ്പോൾ അത് വിപരീ താനുഭവം ക്ഷണിച്ചുവരുത്തും. ഒരു കാരണവശാലും ആസ്വാദകനെ അപ കീർത്തിപ്പെടുത്തുകയോ വേദനിപ്പിക്കുകയോ ചെയ്യുന്ന ഒരു പ്രതികര ണവും ഉണ്ടാകുവാൻ പാടില്ല. അത്തരം വേളകളിൽ അവതരണ കലാ കാരൻ സ്വയം അപഹാസ്യനായി മാറിയാൽ അത് രസം പകരുകയും അവതരണ നിലയെ ഗണ്യമായി ഉയർത്തുകയും ചെയ്യുമെന്ന സത്യവും മനസ്സിലാക്കണം. ഈ രീതി പ്രയോഗക്ഷമമാക്കുന്നതിലെ വൈദഗ്ദ്ധ്യ മാണ് ഒരവതരണകലാകാരൻ നേടിയെടുക്കേണ്ടത്.

ആസ്വാദകനിലേക്ക് പുതിയ അറിവുകൾ നല്കുകയോ അവരിലെ അറിവിനെ ഓർമ്മിപ്പിക്കുകയോ ചെയ്യുമ്പോൾ അവതാരകന് അംഗീകാരം ലഭിക്കുന്നു എന്നതാണ് സത്യം. ശാസ്ത്ര സാങ്കേതികരംഗങ്ങളിലെ നൂത നമായ ആശയങ്ങൾ അറിയുന്നവരും അറിയാത്തവരും നമ്മുടെ മുന്നി ലുണ്ടായെന്നുവരാം. ഏവർക്കും അറിയുന്ന കാര്യമെന്ന നിലയിൽ ഒരു പങ്കുവെക്കൽ പോലെ ഇക്കാര്യം അവതരിപ്പിക്കുമ്പോൾ അറിയുന്നവരും അറിയാത്തവരും ഒരു പോലെ ഇതംഗീകരിക്കുന്നവരായി മാറുകയാണ്. ഓരോ ജാലവിദ്യയിലും ആരംഭത്തിലും തുടർച്ചയിലും അവസാനിപ്പി ക്കലിലുമെല്ലാം ഇത്തരം സാദ്ധ്യതകൾ ഭംഗിയായി ഉപയോഗിക്കുമ്പോ ഴാണ് ഒരാൾ യഥാർത്ഥത്തിൽ ആസ്വാദകരെ മനസ്സിലാക്കുന്ന കലാകാ രനായി മാറുന്നത്. ജാലവിദ്യയുടെ അത്ഭുതത്തോടൊപ്പം ഈയൊരത്ഭു തവും കൂടിച്ചേരുമ്പോഴാണ് ഇന്ദ്രജാലം ഒരവതരണ കലയെന്ന നിലയി ലേക്കു കടക്കുന്നത്.

കാണാമറയത്തെ വിസ്മയച്ചിന്തുകൾ

കൺനിറയെ കണ്ടുവെന്ന് കരുതുമ്പോഴും കാണാമറയത്തെ ന്നപോലെ പലതും കാണുവാൻ കൺമുന്നിൽ തന്നെ ബാക്കി വയ്ക്കുന്നവരാണോ നാം? മനം കുളിർപ്പിക്കുന്ന മധുരക്കാഴ്ചകൾ അന വധി കണ്ടുമടങ്ങുമ്പോൾ കണ്ടതിൽപ്പോലും ഇനിയുമിനിയും കാണു വാൻ എത്രയേറെ ബാക്കിവയ്ക്കുന്നവരാണ് നാം! സമൂലം കണ്ടുവെന്ന് കരുതുമ്പോഴും കണ്ടതിന്റെ മറുതലയ്ക്കൽ കിടക്കുന്നു കാണേണ്ടതെന്ന

സത്യം പലപ്പോഴും നാം തിരിച്ചറിയുന്നില്ല. ഏതൊരു കാഴ്ചയിലും തങ്ങൾക്കിഷ്ടമുള്ളതുമാത്രം കാണുന്നതിനുള്ള അഥവാ അത്തിൽ മാത്രം ശ്രദ്ധ കേന്ദ്രീകരിക്കുന്നതിനുള്ള ഒരു പ്രവണത എല്ലാ മനുഷ്യരിലുമുണ്ട്. അതോടൊപ്പം ഇഷ്ടമില്ലാത്തത് കാണാതെയും പോകുന്നു. ദൃശ്യചേത നയുടെ മേൽ മനസ്സ് നേടുന്ന സ്വാധീനം മൂലമാണ് ഇപ്രകാരം സംഭവി ക്കുന്നത്. കാഴ്ചയിലെ സൂക്ഷ്മത എന്നത്, കണ്ണുകളുടെ ഉത്തരവാദിത്വ മാണ്. നിറയെ കാഴ്ചകൾ ലഭ്യമാകുമ്പോൾ എല്ലാം കാണുവാനും അവശ്യം വേണ്ടതിനെ വേർതിരിച്ച് ആഴത്തിൽ പോകുവാനും കണ്ണു കളെ പ്രാപ്തമാക്കുന്നത് മനസ്സിന്റെ ഇടപെടലുകളാണ്. മനസ്സിന്റെ ആഴ ങ്ങളിൽ അടിയുറച്ച താല്പര്യങ്ങൾക്കനുസൃതമായിട്ടായിരിക്കും നമ്മുടെ കാഴ്ചകളെ വഴിതിരിച്ചുവിടുവാൻ ആന്തരിക പ്രേരണയുണ്ടാകുന്നത്. തന്മൂലം ഒരു കാഴ്ചയിൽ തന്നെ മുഴുവൻ കാര്യങ്ങളും നാം കാണാതെ പോകുന്നു. നമ്മുടെ താല്പര്യങ്ങൾക്കനുസരിച്ച് ക്രമപ്രകാരം പ്രാധാന്യം നല്കിയാണ് ഓരോ കാഴ്ചയും അവസാനിക്കുന്നത്. താല്പര്യരഹിത മായ കാഴ്ചകളോരോന്നും ഇവിടെ ഒഴിവാക്കിയാണ് കാഴ്ചയുടെ പ്രയാണം തുടരുന്നത്. മനുഷ്യരിൽ പൊതുവേ കാണുന്ന ഈ പ്രവണ തയാണ് സ്കോട്ടോമൈസേഷൻ (Scotomisation) എന്നറിയപ്പെടുന്നത്. കണ്ണിലേക്കുള്ള ഞരമ്പുകളുടെ വൈകല്യം മൂലം സംഭവിക്കുന്ന ഒരു രോഗാവസ്ഥയായിട്ടാണ് വൈദ്യശാസ്ത്രം ഇതിനെ വിലയിരുത്തിയിട്ടു ള്ളത്. എന്നാൽ, മനശ്ശാസ്ത്രപരമായി ഇതിന് മറ്റൊരു തലം കൂടിയുണ്ട്. അധികം താല്പര്യമില്ലാത്തവയെ സന്ദർഭാനുസരണം ക്രമപ്പെടുത്തി ഒഴി വാക്കുവാൻ മനസ്സ് കാഴ്ചയുടെമേൽ നടത്തുന്ന ശക്തമായൊരിടപെട ലാണ് മനശ്ശാസ്ത്രപരമായി സ്കോട്ടോമൈസേഷൻ എന്ന നിലയിൽ വിവക്ഷിക്കുന്നത്. അതുകൊണ്ട് കാഴ്ചയുടെ പ്രത്യയശാസ്ത്രം വിശക ലനം ചെയ്യുമ്പോൾ കാണുന്നതെല്ലാം കാഴ്ചയല്ലെന്ന് മനസ്സിലാക്കാം. മറ്റൊരർത്ഥത്തിൽ ഏകാഗ്രമായ മനസ്സിന്റെ ശക്തമായ പ്രേരണയാൽ സിദ്ധിക്കുന്ന ശ്രദ്ധയിലൂടെ സൃഷ്ടിക്കപ്പെടുന്നതാണ് കാഴ്ച. ഇത് കാഴ്ച യുടെ ഒരു സാംസ്കാരിക പ്രക്രിയയാണ്. കാണുന്നതിനെ ഏതു തര ത്തിൽ രൂപപ്പെടുത്തണമെന്ന സങ്കീർണ്ണമായ ഒരു പ്രവർത്തനം സ്വാനു ഭവങ്ങളുടെയും സ്വാഭീഷ്ടങ്ങളുടെയും പശ്ചാത്തലത്തിൽ സ്വമേധയാ സംഭവിക്കുന്നു. അത്തരത്തിൽ സൃഷ്ടിക്കപ്പെടുന്ന ബിംബങ്ങൾ ഓരോ വ്യക്തിയിലും വിഭിന്നമായി തന്നെ നിലകൊള്ളും. മാനസിക വ്യാപാര ങ്ങളുടെ സമാനതകൾക്കനുസൃതമായി ഈ രൂപങ്ങൾക്കും സമാനത കൾ സംഭവിച്ചേക്കാം. ഇവിടെ നാം കാഴ്ചയുടെ ഉടമസ്ഥരാവുകയാണ്. ഒരു വസ്തുവിനെ തന്നെ ഒന്നിലധികം പേർ കാണുമ്പോൾ അവർക്ക് ലഭ്യമാകുന്ന കാഴ്ച ഓരോരുത്തരുടേയും അഭിരുചികൾക്കനുസരിച്ച് വിഭി ന്നങ്ങളായി മാറും. അങ്ങനെ ഓരോ വ്യക്തിക്കും വ്യത്യസ്തമായ കാഴ്ചാ നുഭവം സിദ്ധിക്കുന്നു. അറിവിന്റെ ആഴത്തിനനുസരിച്ച് കണ്ണിന്റെ വില ക്കുകൾ ഇല്ലാതാവുകയും വിശാലമായ കാഴ്ചപ്പാടുകൾ ലഭ്യമാവുകയും

ചെയ്യുന്നു. അതാണ് കാഴ്ചയെ സൃഷ്ടിക്കുന്നത് കാണികൾ തന്നെയാ ണെന്ന് പറയുവാൻ കാരണം.

സങ്കീർണ്ണവും സ്വമേധയായെന്നപോലെ സംഭവിക്കുന്നതുമായ ഈ പ്രക്രിയ ഇന്ദ്രജാലക്കാരെ കാര്യമായി സഹായിക്കുന്നു എന്നതാണ് രസ കരമായ വസ്തുത. ഇന്ദ്രജാലക്കാരന്റെ മുന്നിലിരിക്കുന്ന പൊതുസമൂ ഹത്തിന്റെ പൊതു മനസ്സുകളെ പൊതുവായൊരു താല്പര്യത്തിലേക്ക് ബോധപൂർവ്വം ആകർഷിക്കുക എന്നത് ഇന്ദ്രജാലത്തിന്റെ വിജയത്തിന് അനിവാര്യമായ ഒന്നാണ്. അവരാരും അറിയാതെ ഇത്തരം ഒരു മാനസി കാവസ്ഥയിലേക്ക് ഓരോരുത്തരേയും കൊണ്ടെത്തിക്കുന്നതിന് വേണ്ട സൂചനകളും ഓർമ്മപ്പെടുത്തലുകളും ഇന്ദ്രജാലക്കാരൻ ബോധപൂർവ്വം കൊണ്ടുവരുന്നു. എന്നാൽ, ഇത് തികച്ചും ജാലവിദ്യാവതരണത്തിന്റെ ഭാഗമെന്ന നിലയിൽ മാത്രമാണ് ചെയ്യുന്നത്. അതോടെ വിവിധ നില യിൽ ചിന്തിക്കുന്നവർ ഏകദേശം ഒരേ നിലയിൽ ചിന്തിക്കുന്നതിന് കാര ണമാകുന്നു. ഇവിടെ കാഴ്ചയെ ഒരു ഉപഭോഗവസ്തുവാക്കി മാറ്റുക യാണ്. സ്വയം കാണുക എന്ന സ്വാഭാവിക തലത്തിൽനിന്നും ബോധ പൂർവ്വം കാണിക്കുക എന്ന പ്രേരണാതലത്തിലേക്ക് കാര്യങ്ങൾ മാറുക യാണ്. ഓരോ കാഴ്ചയിലും ഒരാത്മബന്ധമുണ്ട്. കാഴ്ചയോടൊപ്പം ഈ ആത്മബന്ധത്തേയും ഒന്നുപോലെ സ്വാധീനിക്കുക എന്നതാണ് ഇന്ദ്ര ജാലക്കാരന്റെ ധർമ്മം. ഉദാഹരണത്തിന്, ഒരെലിയെക്കുറിച്ച് സംസാരി ക്കുമ്പോൾ നമുക്ക് രണ്ടുതരത്തിൽ ഇത് അവതരിപ്പിക്കാം. ഒന്ന് എലി യെക്കുറിച്ച് സംസാരിക്കുക മാത്രം ചെയ്യുക എന്നതാണ്. ഈ സമയം കേട്ടിരിക്കുന്ന ഓരോ വ്യക്തികളുടേയും മനസ്സിലേക്ക് വ്യത്യസ്തമായ ഓരോ എലിയുടെ രൂപമാകും പ്രകടമാവുക. രണ്ടാമത്തെ വഴി ഒരെലി യുടെ ചിത്രം കാണിച്ച ശേഷം എലിയെപ്പറ്റി സംസാരിക്കുക എന്നതാണ്. ഇവിടെ കേട്ടിരിക്കുന്നവരെല്ലാം തന്നെ ഒരെലിയെ കാണുകകൂടി ചെയ്യു ന്നു. തുടർന്ന് ചിത്രത്തിൽ കണ്ട എലിയുടെ രൂപം ക്രമേണ മനസ്സിൽ പതിഞ്ഞുവരുന്നു. ഇത് ഏവരുടേയും മനസ്സിൽ ഏറക്കുറെ സമാനത യുള്ള ഒരു രൂപമാണ് സൃഷ്ടിക്കുന്നത്. ചിത്രമില്ലാതെ സംസാരിക്കുമ്പോൾ മനസ്സിടപെടുകയും നമ്മുടെ താല്പര്യത്തിനനുസരിച്ച് ഒരെലിയെ മന സ്സിൽ സൃഷ്ടിക്കുകയുമാണ് ചെയ്യുന്നതെങ്കിൽ ചിത്രത്തോടൊപ്പമുള്ള വിശദീകരണത്തിൽ ചിത്രത്തിലെ രൂപം അതേപടി മനസ്സിൽ പകർത്തു കയാണ് ചെയ്യുന്നത്. പൊതുസമൂഹത്തിന്റെ ചിന്താധാരകളെ ഒരേ പാത യിൽ കൊണ്ടെത്തിക്കുന്നതിന് രണ്ടാമത്തെ വഴിയാണ് നാം അവലംബി ക്കേണ്ടത്.

ഒരു കാഴ്ചയിൽ ലഭ്യമാകുന്ന വസ്തുതകളെ ബുദ്ധിപരമായും വൈകാരികമായും വേർതിരിച്ച് വിശകലനം ചെയ്ത ശേഷം ലഭ്യമാകുന്ന ബോധമാണ് ഇന്ദ്രിയജ്ഞാനം. കാഴ്ചയുടെ ആരംഭത്തിൽത്തന്നെ ഈയൊരു പ്രക്രിയ നമ്മുടെയുള്ളിൽ അരങ്ങേറുവാൻ തുടങ്ങും. ആ സമയത്തെ അവസരോചിതമായ ഇടപെടൽ കൊണ്ടാണ് നാം ശ്രദ്ധയു

നേണ്ടതെവിടെയെന്ന് ഇന്ദ്രജാലക്കാരൻ ഇടപെട്ട് തീരുമാനമെടുപ്പിക്കു ന്നത്. അതോടെ കാണേണ്ടതും കാണരുതാത്തതും ഏതെന്ന് നാം തീരു മാനിക്കുന്നു. ഈ തീരുമാനത്തിന്മേൽ ഇന്ദ്രജാലക്കാരന്റെ സ്വാധീനം പിടി മുറുക്കുമ്പോൾ നാമോരോരുത്തരും ശ്രദ്ധാസ്വാധീനത്തിന് വഴിപ്പെടുകയും ഇന്ദ്രജാലത്തിലെ വഴികളിലൂടെ മാത്രം സഞ്ചരിക്കാൻ കഴിയുന്നവരായി മാറുകയയും ചെയ്യുന്നു. അല്ലാത്തപക്ഷം ഒരേ കാഴ്ചയിൽ തന്നെ പലർക്കും ലഭിക്കുന്ന ഇന്ദ്രിയജ്ഞാനം പലതരത്തിലായിരിക്കും. ഇത് സ്വാഭാവിക മായ ഒരു പ്രക്രിയയാണ്. ഈ ക്രമത്തെയാണ് ഒരു പൊതുക്രമമായി രൂപപ്പെടുത്തി ഇന്ദ്രജാലക്കാരൻ വിജയം കൈവരിക്കുന്നത്. മനസ്സിൽ അടിയുറച്ച ഒരു വിശ്വാസപ്രമാണത്തിന്റെ പിൻബലത്തിൽ ഒരാൾ തന്റെ കാഴ്ചയെ നിയന്ത്രിക്കും. ഇഷ്ടമില്ലാത്തവ കാണാതിരിക്കുകയയും, കണ്ടാൽത്തന്നെ അത് വിശ്വസിക്കാതിരിക്കുകയയും ചെയ്യും. ഈയൊരവ സ്ഥയെയാണ് ഇന്ദ്രജാലക്കാരൻ സ്വപ്രയത്നത്തിലൂടെ നിയന്ത്രിക്കുന്നത്. കാഴ്ചക്കാരന്റെ മനസ്സിൽ ഇഷ്ടം ജനിപ്പിക്കുവാൻ ബോധപൂർവ്വം ശ്രമി ക്കുകയയും അതിലേക്കുള്ള പാതകൾ പൊതുവായ രീതിയിൽ ഭംഗിയായി ഒരുക്കിയെടുക്കുകയുമാണ് ചെയ്യുന്നത്. അങ്ങനെയായാൽ കാഴ്ചക്കാർ അത് ശ്രദ്ധിക്കുകയയും സ്വയം അംഗീകരിക്കുകയയും ചെയ്യുന്നു. സ്കോട്ടോ മൈസേഷൻ എന്ന പൊതു സ്വഭാവക്രമത്തെ തനിക്കനുകൂലമായ ഒരു ഘടകമാക്കി മാറ്റുക എന്നതാണ് നല്ലൊരിന്ദ്രജാലക്കാരന്റെ മുഖ്യധർമ്മം.

കാഴ്ചക്കാരുടെ മനസ്സിൽ ബോധപൂർവ്വം താല്പര്യമുണർത്തിയെ ടുക്കുകയയും തുടർന്ന് ആ താല്പര്യത്തിനനുസരിച്ച് അവരുടെ സാധാ രണ ചിന്തകളെ ക്രമപ്പെടുത്തിയെടുക്കുകയയും ചെയ്യുക എന്ന ശ്രമകര മായ ഒരു പ്രവർത്തനം ഇവിടെ നടപ്പാക്കേണ്ടതുണ്ട്. ഈയൊരു ഇന്ദ്ര ജാല പ്രക്രിയ ഫലപ്രദമായി നടപ്പിലാക്കുമ്പോൾ ഇന്ദ്രജാലക്കാരൻ ഊന്നൽ നല്കുന്ന വസ്തുതകളിലേക്കു മാത്രം കൂടുതൽ ശ്രദ്ധ കടന്നു വരികയയും കാണാൻ പാടില്ലെന്ന് ഇന്ദ്രജാലക്കാർ കരുതുന്നതൊന്നും പൊതുവേ നാം കാണാതിരിക്കുകയയും ചെയ്യുന്നു. ഓരോരുത്തരുടേയും മനസ്സിന്റെ താല്പര്യത്തിനും ഇഷ്ടത്തിനുമൊക്കെ വിധേയമായി ചിന്തി ക്കേണ്ടിയിരുന്ന നാം ജാലവിദ്യക്കാരന്റെ ബോധപൂർവ്വമുള്ള ഇടപെട ലിന്റെ ഫലമായി ശ്രദ്ധമാറുന്നവരായി അഥവാ ശ്രദ്ധ തെറ്റുന്നവരായി തീരുന്നു. ഈ ഒരിടവേള ഫലപ്രദമായി ഉപയോഗപ്പെടുത്തിയാണ് ഇന്ദ്ര ജാലത്തിൽ ശ്രദ്ധാസ്വാധീനം നടപ്പിലാക്കുന്നത്. ഓരോ വ്യക്തികൾക്കും തനതായ താല്പര്യങ്ങൾ കാണുമെങ്കിലും സമൂഹജീവിയെന്ന നിലയിൽ അവരിലൊരു പൊതു താല്പര്യബോധം തീർച്ചയായും ഉണ്ടാകും. ഈ പൊതുതാല്പര്യ ബോധത്തിന്മേലാണ് ഇന്ദ്രജാലക്കാരൻ പിടിമുറുക്കു ന്നത്. ഇത് ഇന്ദ്രജാലക്കാരന് അനുകൂലമായ നിലയിൽ മാറ്റിയെടുക്കു മ്പോൾ അവിടെ ഏറ്ക്കുറെ സമാനമായൊരു പൊതുബോധം സൃഷ്ടി ക്കപ്പെടുകയാണ്. ഈയൊരു ദൗത്യം അനായാസം നിർവ്വഹിക്കുമ്പോൾ ജാലവിദ്യക്കാരൻ നല്ല അവതാരകനും അതിലൂടെ മികവുറ്റ ജാലവിദ്യ

ക്കാരനുമായി മാറും. കലയിലും സാഹിത്യത്തിലും ഇത്തരം സ്കോട്ടോ മൈസേഷൻ ഫലപ്രദമായി നടപ്പിലാക്കാൻ ബോധപൂർവ്വമുള്ള പ്രവർത്തനം അനിവാര്യമാണ്. അതിലേക്കുള്ള പരിശീലനം സമർത്ഥ മായി പൂർത്തിയാക്കുക എന്നതാണ് ഒരു ഇന്ദ്രജാലക്കാരന്റെ പ്രധാന കർത്തവ്യം.

സമാനസംബന്ധവും അവതരണ കലകളും

മനുഷ്യമനസ്സുകളെ സമ്മർദ്ദങ്ങളിൽ നിന്നകറ്റി വിമലീകരിക്കുന്ന ഒരു മഹാപ്രവർത്തനമാണ് ഓരോ കലാരൂപവും ലക്ഷ്യമിടുന്നത്. ഇത്തരം കലാരൂപങ്ങൾ മനസ്സുകളിലേക്ക് ആഴ്ന്നിറങ്ങുന്നു എന്നതാണ് ഇതിനുകാരണം. ഇതിനുള്ള ശേഷി കൈവരിച്ച അവതാരകനുമാത്രമേ അതിനാവുകയയുള്ളൂ. ഈ സത്യം മനസ്സിലാക്കി പ്രവർത്തിക്കുന്നവരാണ് യഥാർത്ഥ കലാകാരന്മാർ. സ്വന്തം മനസ്സിനെ നിയന്ത്രിച്ച് നിർഭയം നില നിർത്തുന്ന ഒരാളിനു മാത്രമേ മറ്റൊരു മനസ്സിൽ കടന്നുകയറുവാൻ സാധി ക്കുകയയുള്ളൂ. മാനസിക വ്യാപാരങ്ങളെ സംബന്ധിച്ച ഒരു പൊതുധാരണ ലഭിച്ച ഒരാളിന് ഇതു ഫലപ്രദമായി പ്രയോഗത്തിൽ വരുത്തുവാനാകും. സമൂഹം, കുടുംബം, പ്രകൃതി എന്നിവയയിൽ നിന്നൊക്കെ നിരവധി അനു ഭവങ്ങൾ ലഭ്യമാകുന്നു. ഇത്തരം അനുഭവങ്ങളിൽനിന്നും ഉരുത്തിയിരി യുന്ന വസ്തുതകളിൽ നിന്നാണ് ഒരാളുടെ ചിന്താധാര രൂപമെടുക്കുന്നത്. ഈ സത്യം മനസ്സിലാക്കി പ്രവർത്തിക്കുമ്പോഴാണ് ശാസ്ത്രീയമായ ഒരു വതരണം നിർവ്വഹിക്കുവാനാകുന്നത്. വാനശാസ്ത്രം, ഭൗതികശാസ്ത്രം, ഗണിതശാസ്ത്രം എന്നീ മേഖലകളിൽ പ്രസിദ്ധനാണ് സർ അർതർ സ്റ്റാൻലി എഡ്ഡിങ്ടൺ. ശാസ്ത്രത്തെ അദ്ദേഹം വിശകലനം ചെയ്യുന്നത് ഇപ്രകാരമാണ്: "അനുഭവ ജ്ഞാനത്താൽ ലഭ്യമാകുന്ന വസ്തുതകളെ ചിട്ടയായ രീതിയിൽ ക്രമപ്പെടുത്തുവാനുള്ള ശ്രമമാണ് സയൻസ് അഥവാ ശാസ്ത്രം." പ്രശസ്തനായ മനശ്ശാസ്ത്രജ്ഞൻ ജോർജ്ജ് കെല്ലി ഈ ആശയമുപയോഗിച്ച് വ്യക്തിത്വ നിർമ്മാണത്തിന്റെ ഒരു തത്ത്വസംഹിത തന്നെയുണ്ടാക്കി. അതിലൂടെ പുതിയ സാഹചര്യങ്ങളെ നേരിടുമ്പോൾ ആൾക്കാർ ഏതു നിലയിൽ പ്രതികരിക്കുമെന്ന് മുൻകൂട്ടി കാണുവാൻ അദ്ദേഹത്തിനായി. അവതരണ കലാകാരന്മാർക്കെല്ലാം ഇതു ഗുണം ചെയ്തുവെങ്കിലും ഈ സാധ്യത പരമാവധി പ്രയോജനപ്പെടുത്തിയത് ഇന്ദ്രജാലം അവതരിപ്പിക്കുന്ന കലാകാരന്മാരാണ്. സമാനസംബന്ധം (Association) എന്ന ഒരു വിശാലമേഖല ഉദയം കൊണ്ടതും ഇപ്രകാരമാണ്.

സ്വതന്ത്ര സമാനസംബന്ധം (Free Association) എന്ന സാധ്യതയെ ഫലപ്രദമായി നീരീക്ഷിക്കുകയും പ്രായോഗിക തലത്തിൽ അതിന്റെ ശക്തി ബോധ്യപ്പെടുത്തുകയും ചെയ്യുന്നതിൽ ശാസ്ത്രം ബഹുദൂരം മുന്നോട്ടുപോയി. മനശ്ശാസ്ത്ര വിശകലന വിദഗ്ധനായ ജയിംസ് സ്ട്രാച്ചി യുടെ ഗൗരവതരമായ ഇടപെടൽ കൂടിയായപ്പോൾ മനുഷ്യമനസ്സിനെ

ശാസ്ത്രീയമായി പരീക്ഷിക്കുവാനുള്ള ആദ്യ ഉപകരണമാണ് സ്വതന്ത്ര സമാനസംബന്ധം അഥവാ ഫ്രീ അസോസിയേഷൻ എന്ന ചിന്തയ്ക്ക് ആക്കം കൂടി. രണ്ടാമതൊരു ആലോചനയ്ക്ക് ഇടം നല്കാതെ തീരുമാ നങ്ങളിലേക്കെത്തുക എന്ന ഒരു രീതിയെക്കുറിച്ചുള്ള പഠനം ഉദയം കൊണ്ടതും ഇതിലൂടെയാണ്. ഒരല്പം കടന്ന ചിന്തയെന്ന ഇത്തരം പ്രവ ണതയിൽ നിന്നാണ് കല്പിത കഥകൾ പിറവിയെടുത്തത്. യുക്തിഭദ്ര തയ്ക്കായുള്ള ആലോചനയ്ക്കോ തെളിയിക്കപ്പെട്ട ശാസ്ത്രീയ വഴി കൾക്കോ ഒന്നും തന്നെ ഇവിടെ സ്ഥാനമില്ല. തെളിയിക്കപ്പെടേണ്ട വസ്തു തകളിലേക്കാണ് ഇവിടെ വിരൽ ചൂണ്ടുന്നത്. ഇത്തരം രചനകൾക്ക് ആക്കം കൂട്ടുന്നതിൽ സ്വതന്ത്ര സമാനസംബന്ധം (Free Association) വഹിച്ച പങ്ക് വളരെ വലുതാണ്. വെർജീനിയ വൂൾഫ്, മാർസൽ പ്രൗസ്റ്റ് എന്നിവർ ഈ സാധ്യത പരമാവധി പ്രയോജനപ്പെടുത്തിയ എഴുത്തു കാരാണ്. അതിബോധ ചിന്തയുടെ ഉല്പന്നമാണ് സ്വതന്ത്ര സമാന സംബന്ധം അഥവാ ഫ്രീ അസോസ്സിയേഷൻ. ഇവിടെ മുൻധാരണക ളില്ല, നിയന്ത്രണങ്ങളില്ല, ഗൗരവമായ ചിന്തയില്ല, തന്മൂലമുള്ള വിധി നിർണ്ണയവുമില്ല. അതുകൊണ്ടുതന്നെ ചിന്തകൾക്ക് ഏതറ്റംവരെയും സഞ്ചരിക്കുവാനാകുന്നു.

ചിന്താപരമായ സാധ്യതകൾ ഉപയോഗിക്കാതെ തന്നെ ഉടനടി രൂപ പ്പെടുന്ന ഈയൊരു പ്രവൃത്തിയിലൂടെ ജീവിതത്തിന്റെ പല ഘട്ടങ്ങളിലും നാം അറിഞ്ഞോ അറിയാതെയോ കടന്നുപോകുന്നു. അത്തരം സന്ദർഭ ങ്ങളെ അവസരത്തിനൊത്ത് ഉപയോഗപ്പെടുത്തുന്നതിൽ ഇന്ദ്രജാലക്കാർ കാണിക്കുന്ന മിടുക്ക് ഏതായാലും മറ്റൊരു മേഖലയിലും കാണുവാനാ കില്ല. ഒരു മഹാഭൂരിപക്ഷത്തിനെ അത്ഭുതപ്പെടുത്തുവാൻ ഈയൊരു പഴുതിലൂടെ ഇന്ദ്രജാലക്കാർക്കാകുന്നു എന്നത് നിസ്സാരമായ ഒന്നല്ല. കാഴ്ചക്കാരെ ഒന്നാകെ ഈയൊരവസ്ഥയിലേയ്ക്ക് ബോധപൂർവ്വം കൊണ്ടെത്തിക്കുന്നതിലെ മിടുക്കാണ് ഇവിടെ ഇന്ദ്രജാലക്കാരന് വിജയ മൊരുക്കുന്നത്. മുൻധാരണയോ ഗൗരവമായ ചിന്തയോ തന്മൂലമുള്ള വിധി നിർണ്ണയമോ ഒന്നും ആസ്വാദകന്റെ മനസ്സിൽ കടന്നുവരാതെ കാത്തു സൂക്ഷിക്കുവാൻ ഒരു ജാലവിദ്യക്കാരന് പ്രയാസമേതുമില്ല.

കാഴ്ചക്കാരിൽ ഒരാളെ സ്റ്റേജിലേക്കു വിളിക്കുകയും തന്റെ കൈവ ശമുള്ള ശീട്ടുകൾ ഓരോന്നും വ്യത്യസ്തമാണെന്ന് ബോധ്യപ്പെടുത്തു കയും ചെയ്ത ശേഷം ഇഷ്ടമുള്ള ഒരു ശീട്ടിനെ തിരിഞ്ഞെടുക്കുവാനും അത് മനസ്സിൽ ഓർത്തുവയ്ക്കുവാനും പറയുന്നു. ഇപ്പോൾ ഏതു ശീട്ടാണ് മനസ്സിൽ വിചാരിച്ചതെന്ന് ആർക്കും അറിയില്ല. എന്നാൽ ഇന്ദ്ര ജാലക്കാരൻ ഒരു ശീട്ട് തിരിഞ്ഞെടുത്ത് അദ്ദേഹത്തെ കാണിച്ച ശേഷം ശരിയല്ലേ എന്നു ചോദിക്കുമ്പോൾ അതെ എന്ന് അയാൾ തലയാട്ടുന്നു. ഇതു കാണുന്ന നാം അറിയാതെ അവിടെ കൈയടിച്ചുപോവുകയാണ്. അയാൾ മനസ്സിൽ കണ്ട ശീട്ട് ഇന്ദ്രജാലക്കാരൻ കണ്ടെത്തിയെന്ന ധാര ണയിലാണ് നാം കൈയടിക്കുന്നത്. എന്നാൽ, ഇന്ദ്രജാലക്കാരൻ ഇവിടെ

സ്വതന്ത്ര സമാനസംബന്ധത്തിന്റെ അപാര സാധ്യത പ്രയോജനപ്പെടു ത്തുകയാണുണ്ടായത്. ഇന്ദ്രജാലക്കാരൻ സ്റ്റേജിലുള്ള കാഴ്ചക്കാരന് കാട്ടി ക്കൊടുക്കുന്ന ശീട്ടിൽ 'ഇതല്ല താങ്കൾ തിരിഞ്ഞെടുത്ത ശീട്ട്' എന്നാണ് എഴുതിയിട്ടുള്ളത്. ഇതു കാണിച്ചിട്ടാണ് ഇന്ദ്രജാലക്കാരൻ ശരിയല്ലേ എന്ന് ചോദിക്കുന്നത്. അവിടെ അതെ എന്ന ഉത്തരത്തിനുമാത്രമേ പ്രസക്തി യുള്ളൂ. എന്നാൽ, ആ 'അതെ' എന്ന ഉത്തരം കാഴ്ചക്കാരിലേക്ക് എത്തു മ്പോൾ ലഭിക്കുന്ന അർത്ഥം മറ്റൊന്നാണ്. അത് മനസ്സിലുള്ള ശീട്ടാ ണെന്ന ബോധം നാമറിയാതെ നമ്മിലേക്കു വരികയാണ്. ഇത്തരം ഒരു നിഗമനത്തിലേക്ക് നമ്മെ കൊണ്ടെത്തിക്കുന്നത് സ്വതന്ത്ര സമാനസംബന്ധം എന്ന തത്ത്വമാണ്. 'അതെ' എന്ന ഉത്തരം മനസ്സിൽ വിചാരിച്ച കാർഡ് കണ്ടെത്തിയതിനാലാണെന്ന് നാം ധരിക്കുന്നത് ഈയൊരു ബോധം നമ്മിൽ അടിയുറച്ചുള്ളതിനാലാണ്. കലയിലും സാഹിത്യത്തിലും ഇന്ദ്ര ജാലത്തിലും മാത്രമല്ല ജീവിതത്തിന്റെ ഒട്ടുമിക്ക തലങ്ങളിലും ഇത് കാര്യ മായി നടന്നുവരുന്നു എന്നതാണ് യഥാർത്ഥ അത്ഭുതം.

ഇന്ദ്രജാലത്തിന്റെ അവതരണ വഴികൾ

"Experience soon showed that the amateur must also will be well trained so as to support the professional-for the professional's great enemy was the untrained man who billed himself as a magician and then only presented tricks, poorly performed, poorly arranged and poorly dramatized"

വിശ്വവിഖ്യാതനായ ഹർലൻ ടർബൽ എഴുതിയതും മാജിക്കിന്റെ മഹാഭാരതം എന്നു വിശേഷിപ്പിക്കാവുന്നതുമായ *ടർബൽ കോഴ്സ് ഇൻ മാജിക്* എന്ന പുസ്തകത്തിൽ ആമുഖത്തിൽ ടർബൽ സൂചിപ്പിച്ചതാണ് മേൽ കാണുന്ന വരികൾ. ഓരോ ഇന്ദ്രജാലക്കാരനും നിർബ്ബന്ധപൂർവ്വം വായിച്ച് ദിനംപ്രതി ഉരുവിടേണ്ട മന്ത്രമാണിത്. ഒരു ജാലവിദ്യക്കാരന്റെ ശത്രു മറ്റാരുമല്ല, അവതരണകലയുടെ നാലയലത്ത് എത്തിനോക്കുവാൻ പോലും ത്രാണിയില്ലെങ്കിലും സ്വയം ഇന്ദ്രജാലക്കാരനെന്ന് ധരിച്ച് അല ക്ഷ്യമായി ജാലവിദ്യ കൈകാര്യം ചെയ്യുന്നവരാണ് ജാലവിദ്യക്കാരന്റെ യഥാർത്ഥ ശത്രു.

സാധാരണ നിലയിൽ നിരന്തര പരിശീലനത്തിനൊടുവിൽ കലാ കാരന് വഴങ്ങുന്നതാണ് മിക്ക കലാരൂപങ്ങളും. എന്നാൽ ചില കലാരൂപ ങ്ങൾക്കുവേണ്ടി കലാകാരൻ സ്വയം വഴങ്ങേണ്ടിയും വരും. കഥകളി അത്തരത്തിലുള്ള ഒരു കലാരൂപമാണ്. ഇന്ദ്രജാലാവതരണത്തിന് ഈ രണ്ടുവഴികളും ആവശ്യമാണ്. അവിടെ ഒരു പാകപ്പെടലിന് ഇന്ദ്രജാല ക്കാരൻ സ്വയം വിധേയനാകേണ്ടതുണ്ട്. അത് ശാരീരികവും അതേ സമയം മാനസികവുമാണ്. പരിശീലനവും പാകപ്പെടലും ഒരുപോലെ സംഭവിച്ചാൽ മാത്രമേ ഇന്ദ്രജാലം അതിന്റെ ഉച്ചസ്ഥായിയിലെത്തുക യുള്ളൂ. ലഭ്യമായ ഇന്ദ്രജാലത്തെ മനസ്സിലുറപ്പിക്കുക എന്നതാണ്

പ്രധാനം. തുടർന്ന് അന്തരംഗത്തിൽ ഒരലയായി അത് അടിച്ചുയരണം. നിരന്തരമായ മനനത്തിലൂടെ സ്ഫുടം ചെയ്ത് പാകമാക്കുക എന്നതാണ് അടുത്ത പടി. ഇതോടെ മനസ്സും ശരീരവും ഒന്നായി ഇന്ദ്രജാലത്തെ സ്വയം ഏറ്റുവാങ്ങുന്നു. ഒട്ടനവധി വേദികളിൽ നിറഞ്ഞാടിയതെങ്കിലും ഇവിടെ ഒരു പുതിയ ഇന്ദ്രജാലമായി ഇത് പരിണമിക്കുന്നു. അതോടെ ഇന്ദ്രജാലക്കാരന്റെ മനസ്സ് നിറഞ്ഞു കവിയുന്നു. നിറഞ്ഞു കവിയലാണ് പുഷ്പീകരണം. സുഗന്ധവാഹിയായ ഇന്ദ്രജാലം അവിടെ പുഷ്പിക്കു കയാണ്. പൂവിന് ഒരു വൃക്ഷത്തെ പിളർന്ന് പുറത്തുവരാതിരിക്കാൻ കഴിയാത്തതുപോലെ ഇവിടെ ഇന്ദ്രജാലത്തിനും പുറത്തുവരാതിരിക്കാ നാവുന്നില്ല. അതോടെ ഉള്ളിൽനിന്നും ഒരിന്ദ്രജാലം പിറവിയെടുക്കുന്നു. അത് അയാളിലെ ഇന്ദ്രജാലമാണ്. അയാളപ്പോൾ അവതരണ മികവിന്റെ നിറുകയിലാണ്. അപ്പോൾ മാത്രമാണ് അയാളൊരു ഇന്ദ്രജാലക്കാരനാ കുന്നത്. അത് മാത്രമാണ് ഇന്ദ്രജാലമാകുന്നതും.

ഈയൊരു മായികാവസ്ഥയിലേക്കുള്ള പരിണാമത്തിന് ദുർഘടമായ പല വഴികളും പിന്നിടേണ്ടതായിട്ടുണ്ട്. അവതരണ വഴികളിലെ ചെറുതും വലുതുമായ എല്ലാ പ്രതിസന്ധികളും ഒന്നൊന്നായി തരണം ചെയ്തേ മതിയാകൂ. എന്നാൽ മാത്രമേ, ഇന്ദ്രജാല വഴികൾ മനസ്സിലുറയ്ക്കുക യുള്ളൂ. ഈയൊരു മനസ്സുറയ്ക്കലിന് ശേഷമേ അവതരണ സഞ്ചാരം സാദ്ധ്യമാകൂ. അവതരണ വഴികളിലെ ചെറിയൊരു പിഴവുപോലും കലയുടെ സൗന്ദര്യം കെടുത്തും. പിഴവുകളില്ലാത്ത പരിശീലനം മാത്ര മാണ് ഇവിടെ കരണീയം. പരിശീലനത്തികവ് കൈവരുമ്പോൾ അവത രണ മികവ് സ്വയമേ കടന്നുവരും. അത് ജീവനുള്ളതായിരിക്കുകയും ചെയ്യും. കാരണം അത് ഉള്ളിൽ നിന്നുവരുന്നുവെന്നതാണ്. ഈയൊരവ സ്ഥയിൽ ഇന്ദ്രജാലക്കാരൻ ഒരു പട്ടുറുമാൽ കൈകാര്യം ചെയ്യുന്നത് പട്ടിന്റെ പവിത്രതയും മൃദുലതയും കാത്തു സൂക്ഷിച്ചുകൊണ്ടാണ്. ഒരു തൂവൽ കൈയിലെടുക്കുന്നത് ഒരു തൂവൽ സ്പർശം സൃഷ്ടിച്ചുകൊ ണ്ടാണ്. ടർബ്ബലിന്റെ ഭാഷയിൽ ഒരു സംഗീതജ്ഞൻ തന്റെ സംഗീത ഉപകരണം കൈകാര്യം ചെയ്യുന്ന പരിപാവനതയോടെയാണ് ഇന്ദ്രജാ ലക്കാരൻ തന്റെ ഉപകരണങ്ങൾ കൈകാര്യം ചെയ്യുന്നത്.

ഇത്രയുമായാൽ ജാലവിദ്യാകലാകാരന്റെയുള്ളിലെ ഊർജ്ജസ്രോ തസ്സ് തനിയെ പൊട്ടിവിടരും. അതൊരു പ്രവാഹമായി പരന്നൊഴുകിയും സ്വയം ബാഷ്പീകരണം സംഭവിച്ച് ആസ്വാദക മനസ്സിലേക്ക് അവരറി യാതെ പ്രവഹിക്കും. അദൃശ്യമായ ഈ പ്രക്രിയയാണ് സൈക്കോ ഓസ്മോസിസ് അഥവാ മാനസിക വ്യതിവ്യാപനം. അവതാരകനും ആസ്വാദകനും ഇവിടെ ഒന്നായി മാറുകയാണ്. വ്യതിയാനങ്ങളില്ലാത്ത സമാനമായൊരു മാനസികാവസ്ഥ സംജാതമാകുന്ന ഈ നിമിഷമാണ് ഇന്ദ്രജാലം വിജയത്തിന്റെ വെന്നിക്കൊടി പാറിക്കുന്നത്. കാണിക്കുന്ന വന്റെ ഉള്ളിലെ പ്രതിഫലനങ്ങൾ അതേപടി കണ്ടിരിക്കുന്നവന്റെ ഉള്ളി ലേക്ക് കടന്നുകയറുമ്പോൾ മാത്രമാണ് കാണിക്കുന്നവനും കണ്ടിരിക്കു

ന്നവനും ഒന്നായി മാറുന്നത്. അവതാരകനും അനുവാചകനും ഇവിടെ ആസ്വാദകരാവുകയാണ്. അതോടെ ഇരുവരുടേയും മാനസിക നിലയും ഗതിവിഗതികളും ഒരേ തലത്തിലെത്തി നില്ക്കും. ഇതാണ് ഇന്ദ്രജാല ത്തിന്റെ അവതരണവഴികൾ. ഇതൊന്നുമറിയാതെ ലഭ്യമായ ഉപകര ണത്തെ ലക്ഷ്യമില്ലാതെ ഉപയോഗിക്കുമ്പോൾ അത് അവതരണത്തിലെ അപചയമായി മാറുകയാണ്. അത്തരക്കാരാണ് ഇന്ദ്രജാലക്കാരന്റെ യഥാർത്ഥ ശത്രു. ഇതാണ് ഹർലൻ ടർബൽ നമ്മെ ഓർമ്മപ്പെടുത്തു ന്നത്.

പെരുമാറ്റശാസ്ത്രവും ഇന്ദ്രജാലവും

ഇംഗ്ലീഷ് അക്ഷരമാലയിലെ ആറ് അക്ഷരങ്ങളിൽ കൂടുതലുള്ള ഇഷ്ടമുള്ള ഒരു വാക്ക് മനസ്സിൽ സങ്കല്പിക്കുക. സാധാരണയായി ഇങ്ങനെ പറയുമ്പോൾ തന്നെ നമ്മുടെ മനസ്സിൽ കടന്നുവരുന്നത് കമ്പ്യൂ ട്ടർ, ടെലിവിഷൻ തുടങ്ങിയ വാക്കുകളാണ്. ഇത്തരം സാധാരണ വാക്കു കൾ ഒഴിവാക്കുക. നിങ്ങൾക്ക് ഇഷ്ടമുള്ള ഒരു ആനിമൽ അല്ലെങ്കിൽ പക്ഷി അതുമല്ലെങ്കിൽ ഒരു വൃക്ഷം. പ്രകൃതിയുമായി ബന്ധപ്പെട്ട ഇത്തരത്തിൽ ഏതെങ്കിലുമൊന്ന് മനസ്സിൽ വിചാരിക്കുക. ഇപ്പോൾ നിങ്ങ ളുടെ മനസ്സിൽ നിങ്ങൾക്കിഷ്ടപ്പെട്ട ഒരു വാക്കുണ്ട്. ഇനി എന്റെ കൈവ ശമുള്ള ഒരു കവർ നിങ്ങളെ ഏല്പിക്കുകയാണ്. ഇത്രയും പറഞ്ഞ് കവ റുമേല്പിച്ചശേഷം ഇന്ദ്രജാലക്കാരൻ നിങ്ങളോട് നിങ്ങൾ വിചാരിച്ച വാക്ക് ഏതാണെന്നും ചോദിക്കുന്നു. ഉടൻ നിങ്ങൾ പറയുന്നു Elephant എന്ന്. നിങ്ങളുടെ കണ്ണിൽ തറപ്പിച്ചു നോക്കി ശരിക്കും അതു തന്നെയാണോ എന്ന് വീണ്ടും ചോദ്യം. അതേ എന്ന് നിങ്ങൾ. എങ്കിൽ ആ കവറൊന്ന് പൊട്ടിച്ചു നോക്കൂ എന്ന് ഇന്ദ്രജാലക്കാരൻ. നിങ്ങൾ കവർ പൊട്ടിക്കു മ്പോൾ കവറിനുള്ളിൽ ഒരു കടലാസിൽ Elephant എന്നെഴുതി വച്ചിരി ക്കുന്നു. അത്ഭുതം ഇവിടെ അതിന്റെ പാരമ്യത്തിൽ ചെന്നെത്തുകയാണ്.

കണ്ണഞ്ചിപ്പിക്കുകയും വിഭ്രമിപ്പിക്കുകയും ചെയ്യുന്ന ഇത്തരം ഇന്ദ്ര ജാലങ്ങൾ നൂറ്റാണ്ടുകളായി അവതരിപ്പിച്ചു വരുന്നു. ഇതെങ്ങനെ സാദ്ധ്യ മാകുന്നു എന്ന പഠനം തുലോം വിരളങ്ങളായിരുന്നു. എന്നാൽ, ന്യൂറോ സയൻസ് മേഖലകളിൽ ഇത്തരം പഠനങ്ങൾ ഇപ്പോൾ ഗൗരവപൂർവ്വം നടക്കുന്നു എന്നത് സന്തോഷത്തിന് വക നല്കുന്ന ഒന്നാണ്. ഈ പഠന ഫലങ്ങൾ മനസ്സിലാക്കിത്തരുന്ന കാര്യങ്ങൾ വളരെ വലുതാണ്. ഇന്ദ്രി യാനുഭൂതി, ശ്രദ്ധാസ്വാധീനം, മനസ്സിനെ നിയന്ത്രിച്ച് വരുതിയിലാക്കൽ തുടങ്ങിയ നിരവധി മനശ്ശാസ്ത്ര സമീപനങ്ങൾ ഇന്ദ്രജാലക്കാർ പല ഘട്ടങ്ങളിലായി പ്രയോഗിച്ച് വിജയം കാണുന്നു. ഇന്ദ്രജാലത്തെ ശാസ്ത്ര മായി ഉയർത്തി നിർത്തുന്നതിൽ മനശ്ശാസ്ത്രം വഹിക്കുന്ന പങ്ക് വളരെ വലുതാണ്. ഇന്ദ്രജാലം അവതരിപ്പിക്കുന്നതിൽ മാത്രമല്ല അതു കാണുന്നതിലും ഒരു മനശ്ശാസ്ത്ര സമീപനം അനിവാര്യമാണ്. ഇവിടെ

രണ്ടും നടപ്പിലാക്കേണ്ടത് ഇന്ദ്രജാലക്കാരനാണ്. കാഴ്ചക്കാർ മുന്നൊരു ക്കമെന്നും കൂടാതെ വെറും കാണികളായി വരുന്നവർ മാത്രമാണ്. അവരെ കാഴ്ചയുടെ മനശ്ശാസ്ത്ര വഴികളിലൂടെ സഞ്ചരിപ്പിക്കേണ്ട ബാദ്ധ്യത കൂടി ഇവിടെ അവതാരകനിൽ നിക്ഷിപ്തമാകുന്നു. മാനസിക വ്യതിവ്യാപനത്തിലൂടെ (Psycho osmosis) ഇതു സാദ്ധ്യമാക്കണം. ആധു നിക ശാസ്ത്ര സാങ്കേതിക വിദ്യകളുടെ സ്വാധീനം ഇന്ദ്രജാല നവീക രണ പ്രക്രിയയ്ക്ക് ആക്കം കൂട്ടുന്നു. ഇതിലൂടെ ഇന്ദ്രജാല മേഖലയിലെ നവീകരണം മാത്രമല്ല സംഭവിച്ചത്, സമൂഹത്തിൽ ഇന്ദ്രജാലക്കാരുടെ ഒരു പ്രത്യേക മേഖല തന്നെ സൃഷ്ടിക്കുന്നതിന് ഇതു കാരണമായി. ഇവിടെയാണ് മനശ്ശാസ്ത്രവും ഇന്ദ്രജാലവും തമ്മിലുള്ള പരസ്പരാശ്രയ ബന്ധം പഠനങ്ങൾക്ക് വിധേയമാക്കേണ്ടത്.

ആറ് അക്ഷരങ്ങളിൽ കൂടുതലുള്ള ഇഷ്ടമുള്ള ഒരു വാക്ക് ചിന്തി ക്കുവാനാണ് ആദ്യം പറയുന്നത്. തൊട്ടുപിന്നാലെ ഒരു പൊതുകാര്യ മെന്നപോലെയാണ് അടുത്ത പ്രയോഗം. സാധാരണയായി കമ്പ്യൂട്ടർ, ടെലിവിഷൻ എന്നീ വാക്കുകളാവും നമ്മുടെ മനസ്സിൽ വരിക എന്ന പ്രയോഗം നാമറിയാതെ നമ്മിലേക്ക് കൊണ്ടുവരുന്ന ഒരു നിയന്ത്രണ മാണ്. അതോടുകൂടി ഒരു വലിയ മേഖല ഒഴിവാക്കപ്പെടുകയാണ് ചെയ്യു ന്നത്. ഇത് സത്യമാണെങ്കിലും നാമതറിയാതെ പോവുകയാണ്. തൊട്ടു പിന്നാലെ ഏതെങ്കിലും ഒരു ആനിമൽ അഥവാ മൃഗം എന്ന വാക്ക് ഒരല്പം കടുപ്പിച്ചും തുടർന്ന് പക്ഷികൾ, വൃക്ഷം തുടങ്ങി പ്രകൃതിയു മായി ബന്ധപ്പെട്ട ഇഷ്ടമുള്ള വാക്കെന്ന് ഒഴുക്കൻ മട്ടിലുമാണ് പ്രയോഗം. ഇതോടെ ആനിമൽ അഥവാ മൃഗമെന്ന പദം നാമറിയാതെ നമ്മുടെയു ള്ളിൽ സ്ഥാനം പിടിക്കുന്നു. വളരെ പെട്ടെന്ന് മനസ്സിൽ വരുന്നത് കുരങ്ങ്, ആന എന്നീ മൃഗങ്ങളാണ്. സിംഹം, കടുവ, മാൻ, കരടി തുടങ്ങിയ ഒരു മൃഗത്തിനും ആറിൽ കൂടുതൽ അക്ഷരങ്ങളില്ല. കുരങ്ങിനാണെങ്കിൽ Monkey എന്നതിൽ ആറ് അക്ഷരങ്ങൾ മാത്രമേയുള്ളൂ. പിന്നെ ആറിൽ കൂടുതലുള്ളത് ആന എന്ന Elephantൽ മാത്രമാണ്. ഈ ഒരു കെണിയി ലാണ് നാം വീണതെന്ന് നമുക്ക് ഒരിക്കലും മനസ്സിലാകുന്നില്ല. ഇഷ്ട മുള്ള വാക്കാണ് മനസ്സിൽ വിചാരിക്കുന്നത് എന്നാണ് നാം കരുതുന്നത്. ശ്രദ്ധാസ്വാധീനത്തിന് പിന്നിലെ മനശ്ശാസ്ത്രം പഠിക്കുമ്പോൾ മാത്രമേ ഇത്തരത്തിൽ തെറ്റായ വിശ്വാസങ്ങൾ ഭംഗിയായി അടിച്ചേല്പിക്കുന്നത് മനസ്സിലാക്കാനാവുകയുള്ളൂ.

അനുഭവ ജ്ഞാനം (Cognitive), പെരുമാറ്റശാസ്ത്രം (Behavioural Science) എന്നിവ നന്നായി വശമാക്കുന്നതിലൂടെയാണ് ഇന്ദ്രജാലക്കാ രൻ മറ്റുള്ളവരിൽനിന്നും വ്യത്യസ്തനാകുന്നത്. ഈ ഒരു സാദ്ധ്യതയെ ആയുധമാക്കി അവതരിപ്പിക്കുന്ന ഇന്ദ്രജാലങ്ങൾ ഒന്നിനൊന്നു മെച്ചപ്പെ ട്ടവയായിരിക്കും. അത്തരം കരുത്തുറ്റ ഇന്ദ്രജാലങ്ങൾ ഇനിയും പഠനവിധേ യമാക്കേണ്ടതുണ്ട്. ഇന്ദ്രജാലവഴികളിലൂടെയുള്ള സക്രിയ സഞ്ചാര ങ്ങളിൽ ഒരല്പം ശ്രദ്ധ ചെലുത്തിയാൽ മനുഷ്യമനസ്സുകളെയും പെരു

മാറ്റ ശാസ്ത്രങ്ങളെയും സമഗ്രമായി പഠിക്കുവാനാകും. അതിനായാൽ കാഴ്ചക്കാരുടെ പെരുമാറ്റരീതി മനസ്സിലാക്കുവാനും ഇന്ദ്രജാലക്കാരന്റെ മനസ്സിലുള്ള തീരുമാനങ്ങൾ കാഴ്ചക്കാരുടെ തീരുമാനങ്ങളായി അവത രിപ്പിച്ച് ബോധ്യപ്പെടുത്തുവാനുമാകും. അടിച്ചേല്പിക്കപ്പെട്ട തീരുമാന മാണെന്ന സത്യം ഒരിക്കലും കാഴ്ചക്കാർക്ക് ലഭ്യമാകുന്നില്ലെന്നതാണ് വിജയത്തിന്റെ രഹസ്യം. ഒരു ന്യൂറോ സയന്റിസ്റ്റ് ലബോറട്ടറിയിൽ ചെയ്യുന്ന അതേ താത്ത്വിക പരീക്ഷണമാണ് തെരുവിൽ സാധാരണ ചുറ്റുപാടിൽ ഇന്ദ്രജാലക്കാർ അത്ഭുതം ജനിപ്പിക്കുന്ന അനുഭവങ്ങളാക്കി മാറ്റുന്നത്.

പ്രബോധനം (Persuation), വിശ്വാസം (Trust), തീരുമാനമെടുക്കൽ (Decision Making) തുടങ്ങിയ വിവിധ മേഖലകളിൽ വിശദമായ പഠനം നടത്തിയാണ് ഇന്ദ്രജാലം പുഷ്ടിപ്പെടുന്നത്. ഈ മേഖലയിലൂടെ സഞ്ച രിച്ചാൽ മനുഷ്യന്റെ പെരുമാറ്റശാസ്ത്ര രംഗത്ത് ജാലവിദ്യക്കാർ ഉപയോ ഗിക്കുന്ന ഉപകരണങ്ങളിൽ പലതും നാം ഇനിയും ഉപയോഗിക്കാതെയും പരിശോധിക്കാതെയും ബാക്കി വച്ചിരിക്കുന്നതായി കാണാനാകും. കൂടു തൽ ശ്രദ്ധ പിടിച്ചുപറ്റുന്ന ജാലവിദ്യകളേതെന്നും അതെങ്ങനെ സംഭവി ച്ചുവെന്നും കൂടുതൽ ശ്രദ്ധ വേണ്ട പല ജാലവിദ്യകളും എന്തുകൊണ്ട് ശ്രദ്ധേയമാകുന്നില്ലെന്നും മറ്റുമുള്ള കാര്യങ്ങളിൽ ഇനിയും പഠനങ്ങൾ നടക്കേണ്ടതുണ്ട്. പെരുമാറ്റ ശാസ്ത്ര രംഗത്ത് ഇത്തരം ഗവേഷണങ്ങൾ നടക്കുമ്പോൾ അത് ഇന്ദ്രജാല മേഖലയ്ക്കും ഒരു മുതൽക്കൂട്ടുതന്നെ യാകും.

ഭാഷാശാസ്ത്രവും ഇന്ദ്രജാലവും

അവതരണ കലാരൂപമാണ് ഇന്ദ്രജാലം. അതുകൊണ്ടുതന്നെ അവ തരണ വഴികളിലെ ചെറിയൊരു പിഴവുപോലും ഇന്ദ്രജാല വിജയത്തിന് വിഘാതം സൃഷ്ടിക്കും. ഭാഷയുടെ പ്രയോഗരീതിക്ക് ഇക്കാര്യത്തിൽ വളരെ വലിയൊരു പങ്ക് നിർവ്വഹിക്കുവാനുണ്ട്. ആകർഷകമായ ഭാഷാ പ്രയോഗത്തിന്റെ ചാരുത ഇന്ദ്രജാല വിജയത്തിന്റെ തിളക്കം ഇരട്ടിപ്പി ക്കുന്നു. അടുക്കുമൊഴി മന്ത്രത്തിന്റെ അസാധാരണമായ പ്രയോഗം മനു ഷ്യമനസ്സുകളിൽ ഉത്സാഹത്തിന്റെ വേലിയേറ്റം തന്നെ സൃഷ്ടിക്കുന്നു. അതോടെ കൈയടക്കത്തിനൊപ്പമോ ഒരല്പം കൂടിയോ നാവടക്കം അതി ന്റേതായ ഒരു തലം പ്രത്യേകമായി സൃഷ്ടിക്കുന്നു.

നിരവധി പ്രത്യേകതകളാൽ സമ്പുഷ്ടമായ ഓരോ വാക്കും അതി ന്റേതായ ഗൗരവത്തിലും പ്രാധാന്യത്തിലും ക്രമപ്രകാരം വേണം കട ന്നുവരുവാൻ. അപ്പോൾ കാഴ്ചക്കാരന്റെ മനസ്സിൽ ഒരാന്തരിക പ്രതിഫ ലനം സംഭവിക്കും. ഈയൊരു മാനസികാവസ്ഥയിൽ അത്ഭുതം കടന്നു വരുമ്പോൾ അത് ആഴത്തിലുള്ള അത്ഭുതമായി മനസ്സിൽ അടിയുറ യ്ക്കുന്നു. വാക്കുകളുടെ മായാജലം ആരംഭിക്കുന്നതിവിടെയാണ്. ഓരോ

വാക്കിലും അന്തർല്ലീനമായിരിക്കുന്ന അത്ഭുതത്തിന്റെ ഒരു രഹസ്യമുണ്ട്. ആ അത്ഭുതം അപ്രകാരംതന്നെ വിനിമയം ചെയ്യുമ്പോൾ അതിന്റെ ശക്തി പതിന്മടങ്ങ് വർദ്ധിക്കുന്നു. അവതരിപ്പിക്കുന്ന ജാലവിദ്യയുടെ അത്ഭുതത്തോടൊപ്പം കിടപിടിക്കുന്ന വാക്കുകളുടെ അത്ഭുതവും സമര സത്തോടെ കൈകോർക്കുമ്പോൾ അത്ഭുതം ഇരട്ടിക്കുക തന്നെ ചെയ്യും. സസൂക്ഷ്മം വാക്കുകളെ ചിട്ടയോടെ ക്രമീകരിക്കുമ്പോൾ ജനിക്കുന്ന രൂപഭംഗി അത്ഭുതത്തിന്റെ അളവ് വർദ്ധിപ്പിക്കുന്നു.

ഇതൊക്കെയാണെങ്കിലും ഭാഷാ പ്രയോഗത്തിൽ ഏറ്റവും വലിയ പ്രാധാന്യം സംസാര ഭാഷയിലല്ല എന്നതാണ് സത്യം. വാക്കുകളുടെ ശക്തിയും സൗന്ദര്യവും അതിലടങ്ങിയിരിക്കുന്ന രഹസ്യവുമൊക്കെ പ്രാധാന്യമുള്ളതാണെങ്കിലും ശരീരഭാഷയുടെ പ്രാധാന്യത്തോടൊപ്പം നില്ക്കുവാൻ ഇവയ്ക്കാവുന്നില്ല. അതുകൊണ്ടുതന്നെ ഇന്ദ്രജാലാവത രണത്തിൽ ശരീരഭാഷയുടെ പങ്ക് സുപ്രധാനമാണ്. ആംഗലേയ ഭാഷാ വിദഗ്ദ്ധരും തത്ത്വചിന്തകരുമൊക്കെയായ ചാൾസ് ഒഗ്ടൻ (Charles Ogden), ഐവർ ആംസ്ട്രോംഗ് റിച്ചാർഡ്സ് (Ivor Armstrong Richards) എന്നിവർ നടത്തിയ പരീക്ഷണങ്ങളിലും നിരീക്ഷണങ്ങളിലും ഇന്ദ്രജാല ഭാഷയുടെ പ്രാധാന്യം സംബന്ധിച്ച് പ്രത്യേക പരാമർശം നടത്തിയി ട്ടുണ്ട്. ആശയവിനിമയത്തിൽ 55% നിർവ്വഹിക്കുന്നത് ശരീരഭാഷയാണ്! പെട്ടെന്ന് കേൾക്കുമ്പോൾ അത്ഭുതം തോന്നുമെങ്കിലും അതൊരു പര മാർത്ഥമായിത്തന്നെ നിലനില്ക്കുന്നു. സംസാരശേഷി ലഭ്യമാകുന്നതിന് മുമ്പ് ഒരു കുഞ്ഞ് അതിന്റെ എല്ലാ ആവശ്യങ്ങളും നേടിയെടുക്കുന്നത് വെറുമൊരു കരച്ചിലിലൂടെയാണ്. ഓരോ കരച്ചിലിനും വ്യത്യസ്തങ്ങ ളായ കാരണവും ആവശ്യവും നിലനില്ക്കുന്നു. അവ വ്യക്തമാക്കുന്ന തിന് കുഞ്ഞിനെ സഹായിക്കുന്നത് ശരീരഭാഷയാണ്. വിശപ്പിന്റെ കര ച്ചിലും ഉറക്കത്തിന്റെ കരച്ചിലും ഉണർവ്വിന്റെ കരച്ചിലും കടന്നുവരുന്നത് വ്യത്യസ്തമായ ശരീരഭാഷയോടൊപ്പമാണ്. ഇവിടെ കരച്ചിൽ ഒരു പൊതു സ്വഭാവമാണെങ്കിലും വ്യത്യസ്തങ്ങളായ ആവശ്യങ്ങളെ ബോദ്ധ്യപ്പെടു ത്തുന്ന ഒരു ശരീരഭാഷയുടെ സാന്നിദ്ധ്യത്തിൽ നാം കാര്യങ്ങൾ ഗ്രഹി ക്കുന്നു. ഇതേ നടപടിക്രമം തന്നെയാണ് ഒരവതരണ കലാകാരൻ ആസ്വാ ദകനിലേക്കും പ്രയോഗിക്കുന്നത്. ഒരാളുടെ ആവശ്യങ്ങളിൽ പകുതിയി ലധികവും അവതരിപ്പിക്കുന്നതിന് ശരീരഭാഷ മാത്രം മതി എന്നതാണ് സത്യം. ഇതു മനസ്സിലാക്കി ശരീരഭാഷയുടെ സാദ്ധ്യത ഭംഗിയായി വിനി യോഗിക്കുന്നവരാണ് യഥാർത്ഥ അവതാരകരായി മാറുന്നത്. ആശയമാ യാലും അത്ഭുതമായാലും അത് അനായാസം വിനിമയം ചെയ്യുന്നതിന് ശരീരഭാഷയുടെ പങ്ക് നിസ്തുലമത്രേ.

വാക്കുകൾ പ്രയോഗിക്കുന്നതിന്റെ വൈദഗ്ദ്ധ്യം, ശരീര ഭാഷയുടെ പ്രസക്തി എന്നിവയോടൊപ്പം തന്നെ പ്രാധാന്യമുള്ള ഒന്നാണ് ശബ്ദ ക്രമീകരണം. ശബ്ദത്തിന്റെ സ്വഭാവമാറ്റവും ശരീരഭാഷയും കൂടിച്ചേരു മ്പോൾത്തന്നെ ആശയവിനിമയത്തിന്റെ 93% പൂർത്തിയായി. വാക്കുക

ളുടെ ശക്തി പിന്നെ കേവലം 7% മാത്രമായി ചുരുങ്ങുകയാണ്. ശബ്ദ ത്തിന്റെ സ്വഭാവ മാറ്റം ശരീരഭാഷയിൽ ചെലുത്തുന്ന സ്വാധീനം നിർണ്ണാ യകമാണ്. ഇവയുടെ സംയോജനം ഏറ്റക്കുറച്ചിലുകൾ ഇല്ലാതെ സന്തു ലിതാവസ്ഥയിൽ തുടരുമ്പോൾ അതുതന്നെ ഒരു വിസ്മയമായി പരിണ മിക്കുന്നു. കാഴ്ചക്കാരനെ ഉത്തേജിപ്പിക്കുവാൻ ശബ്ദത്തിന്റെ സ്വഭാവ മാറ്റവും ശരീരഭാഷയും വഹിക്കുന്ന പങ്ക് വളരെ വലുതാണ്. ഈ ശബ്ദ- ദൃശ്യ വിസ്മയം മനസ്സിലേയ്ക്ക് ആഴ്ന്നിറങ്ങി അനുവാചകന്റെ ശരീര ത്തിൽ അതൊരു പ്രത്യേകഭാഷയായി പരിണമിക്കുകയാണ്. വാക്കുകളോ വാചകങ്ങളോ ഒന്നും തന്നെയില്ലാതെ അവയുടെ സാദ്ധ്യതയെക്കാളു പരി സംവേദനക്ഷമമായ മറ്റൊരു ഭാഷ അവിടെ രൂപം കൊള്ളുന്നു. ഇത് അനുവാചകന്റെ ഉള്ളിലൂടെ, ശരീരത്തിലൂടെയൊക്കെ ഒരത്ഭുതമായി പര ന്നൊഴുകുന്നു. ഇവിടെ ദൃശ്യങ്ങൾ മാത്രമല്ല, അയാൾ തന്നെ ഒരത്ഭുത മായി മാറുകയാണ്. അങ്ങനെ ഇന്ദ്രജാലം കാണുന്ന ഓരോ വ്യക്തിയും ഒരത്ഭുതമായി മാറുമ്പോഴാണ് ഭാഷാശാസ്ത്രത്തിലെ ഇന്ദ്രജാലം നമുക്ക് ബോദ്ധ്യമാകുന്നത്.

ഇന്ദ്രജാല കലയിലെ ആന്തരിക പ്രതിപതനം

ഭൗതിക ശാസ്ത്രത്തിൽ ടോട്ടൽ ഇന്റേണൽ റിഫ്ളക്ഷൻ അഥവാ സമ്പൂർണ്ണ ആന്തരിക പ്രതിപതനം എന്ന തത്ത്വം പ്രചുരപ്രചാരം നേടിയ ഒന്നാണ്. കാഴ്ചയിലെ വിഭ്രമം അഥവാ ഓപ്ടിക്കൽ ഫിനോമിനൻ എന്ന താണ് ഇതിൽ പ്രധാനം. ഈ സങ്കേതത്തിന്റെ സഹായത്താൽ നിരവധി ജാലവിദ്യകളും രൂപമെടുത്തിട്ടുണ്ട്. മരീചിക, മഴവില്ല് തുടങ്ങിയവയാണ് കാഴ്ചയിലെ മതിഭ്രമത്തിന് ഉദാഹരണങ്ങൾ. ശക്തമായ വെയിലിൽ ടാറിട്ട റോഡിലൂടെ വാഹനങ്ങളിൽ പോകുമ്പോൾ ഇല്ലാത്ത കാനൽ ജലം ദൃശ്യ മാകുന്നു. മഴത്തുള്ളികളിൽ പ്രകാശ രശ്മി പതിക്കുമ്പോഴുണ്ടാകുന്ന പ്രതിഫലനം അപവർത്തനത്തിന് (റിഫ്രാക്ഷൻ) വിധേയമാകുമ്പോൾ മഴവില്ല് പ്രത്യക്ഷമായി! ഇത്തരത്തിൽ യാഥാർത്ഥ്യത്തിൽനിന്നും വ്യത്യ സ്തമായി സംഭവിക്കുന്ന കാഴ്ചകൾ, വാസ്തവത്തിൽ ഇല്ലാത്ത ഒരു സാധനം കാണുന്നതായുള്ള തോന്നലാണ്. ഇതാണ് കാഴ്ചയുടെ മിഥ്യാ ബോധം അഥവാ ഓപ്റ്റിക്കൽ ഇല്യൂഷൻ. ഇതെല്ലാം തന്നെ കാഴ്ച യുമായി ബന്ധപ്പെട്ട പ്രതിഭാസങ്ങളാണ്. ബഹുസഹസ്രം ഇന്ദ്രജാലങ്ങ ളാണ് ഈ തത്ത്വവുമായി ബന്ധപ്പെട്ട് നിലനില്ക്കുന്നത്. ഈ തത്ത്വ ശാസ്ത്രത്തിന്റെ പിൻബലത്തിലാണ് ആധുനിക ഇന്ദ്രജാലം വികാസം കൊണ്ടതും. മായ എന്ന പേരു തന്നെ ജാലവിദ്യയ്ക്ക് കൈവന്നതും ഇപ്രകാരമാണ്. യഥാർത്ഥത്തിൽ ഇല്ലാത്തത് ഉള്ളതായി തോന്നുമ്പോൾ അത് മായ. ഈയൊരു പേരുതന്നെ ഇന്ദ്രജാലത്തിന്റെ ശാസ്ത്ര സാന്നിദ്ധ്യം ബോദ്ധ്യമാക്കുന്ന ഒന്നാണ്.

അരണ്ട വെളിച്ചത്തിൽ ചുരുണ്ടു കിടക്കുന്ന കയർ പാമ്പാണെന്നു തന്നെ നാം കരുതുന്നു. അവിടെ ഒരു പാമ്പില്ലെങ്കിൽ കൂടി യഥാർത്ഥ

ത്തിൽ പാമ്പിനെ കണ്ടാൽ ഉണ്ടാകുന്ന എല്ലാ ഭാവഹാവാദികളും അവിടെ ഉണ്ടാകുന്നു. വെളിച്ചവുമായി അടുത്തു ചെന്ന് അത് കയറാണെന്ന് ബോദ്ധ്യപ്പെടുന്നതുവരെ പാമ്പായിത്തന്നെ അത് നമ്മുടെയുള്ളിൽ സ്ഥിതി ചെയ്യുന്നു. ഇത് കാഴ്ചയുടെ മതിഭ്രമം.

കാഴ്ചയുടെ മതിഭ്രമം പോലെതന്നെ കേൾവിയിലെ മതിഭ്രമവും ഇന്ദ്രജാലത്തിൽ സവിശേഷമായി ഉപയോഗിച്ചുവരുന്നു. തെറ്റിദ്ധരിപ്പിക്ക ലിലൂടെ വിശ്വാസം ജനിപ്പിക്കുന്നതിന് ഒരു പ്രത്യേക രീതിയിൽ വാക്കു കൾ പ്രയോഗിക്കുകയാണ് ചെയ്യുന്നത്. ശ്രോതാക്കളുടെ കർണ്ണത്തിൽ പതിക്കുന്ന ഓരോ വാക്കും ഉള്ളിൽ കടന്ന് ഒരു പ്രകാശം പോലെ ജ്വലിച്ചു നില്ക്കാൻ പാകത്തിൽ ഒരു ക്രിട്ടിക്കൽ ആംഗിൾ നിശ്ചയിച്ച് വാക്കുകൾ പ്രയോഗിക്കുമ്പോൾ ഉണ്ടാകുന്ന ആന്തരിക പ്രതിപതനം വളരെ വലു തായിരിക്കും. ഇക്കാര്യത്തിൽ പാലിക്കേണ്ട ശാസ്ത്രീയതയ്ക്ക് ഇളവു നല്കുമ്പോൾ ചിതറിയ ആന്തരിക പ്രതിപതനം (Frustrated Total Internal Reflection) മാത്രമേ ലഭ്യമാവുകയുള്ളൂ. പ്രകാശത്തിന്റെ കാര്യ ത്തിലെന്ന പോലെ ശബ്ദത്തിലും ഇത് ഒരുപോലെ സംഭവിക്കുന്നു എന്ന താണ് പ്രത്യേകത. മഹാന്മാരുടെ പദപ്രയോഗങ്ങൾ അടുക്കുമൊഴി മന്ത്രം പോലെ സ്വീകാര്യമാകുന്നത് ആന്തരിക പ്രതിപതനം പൂർണ്ണമാകുമ്പോൾ മാത്രമാണ്. ഇക്കാര്യത്തിലുണ്ടാകുന്ന ചെറിയൊരു വിട്ടുവീഴ്ച പോലും പ്രസംഗ കലയിലെ വൻ വീഴ്ചകളായി മാറും. ശബ്ദത്തിന്റെ സ്വഭാവ ത്തിൽ അവശ്യം വേണ്ട മാറ്റങ്ങൾ വരുത്തിയാണ് ഇത് പ്രാവർത്തികമാ ക്കുന്നത്. അതോടെ ശബ്ദം ഉള്ളിലെത്തി മനസ്സാകെ നിറഞ്ഞ് ജ്വലി ക്കുന്നു. ഇന്ദ്രജാലക്കാരെന്ന പോലെ ഉജ്ജ്വല വാഗ്മികളായ പലരും ഇപ്ര കാരം വിജയം കണ്ടവരാണ്. ശബ്ദ-സ്വഭാവ വ്യതിയാനം സമയ ക്രമീ കരണവുമായി സമന്വയിക്കുമ്പോൾ, അത് സൃഷ്ടിക്കുന്ന അത്ഭുതങ്ങൾ അതിരുകൾ ഭേദിക്കുന്നവയാണ്. ഈ ശാസ്ത്രതത്ത്വം അവഗണിച്ചു പോകുമ്പോഴാണ് ആന്തരിക പ്രതിപതനത്തിന്റെ ആകെത്തുകയിലേക്ക് ചെന്നെത്തുവാൻ കഴിയാതെ പോകുന്നത്. പ്രൗഢമായ ഒരു സദസ്സിൽ കടന്നുവന്ന മുണ്ടശ്ശേരി മാസ്റ്റർ നിശ്ശബ്ദമായ സദസ്സിനെ ഒരു നിമിഷം നോക്കി. മൈക്കിനരികിൽ വന്ന അദ്ദേഹം തന്റെ ഘനഗംഭീരമായ ശബ്ദ ത്തിൽ സ്ഫുടതയോടെ ശബ്ദക്രമീകരണം നടത്തി ഇപ്രകാരം ചൊല്ലി:

"ഒരുവേള പഴക്കമേറിയാൽ
ഇരുളും മെല്ലെ വെളിച്ചമായ് വരാം
ശരിയായ് മധുരിച്ചിടാം സ്വയം
പരിശീലിപ്പൊരു കയ്പുതാനുമേ!"

ഇതു ചൊല്ലിക്കഴിഞ്ഞ് രണ്ടു സെക്കന്റു നേരം നിർന്നിമേഷനായി സദസ്സിലേക്കു നോക്കി നിന്ന അദ്ദേഹം തുടർന്നു പറഞ്ഞു: ഒരാന പിടി ച്ചാൽ അനങ്ങാത്ത അർത്ഥമുണ്ട് ഈ വരികൾക്കെന്ന്. കൂടിയിരുന്ന

വർക്കെല്ലാം ഒരു ഗജരാജനെ നേരിൽക്കണ്ട ആശ്ചര്യം ഉണ്ടാക്കിയാണ് ആ രംഗം അവസാനിച്ചത്. പിഴവുകളില്ലാത്ത, ഇത്തരം അവതരണത്തെ യാണ് ശാസ്ത്രീയ സമീപനം എന്ന് നാം പറയുന്നത്. ഈ ശാസ്ത്രീ യത ഏതൊരു കലാകാരനും തന്റെ അവതരണ വഴികളിൽ കൈമുത ലായി കരുതണം. അവിടെയാണ് ഇന്ദ്രജാലത്തിന്റെ അവതരണ ത്തിൽപോലും ഒരു ശാസ്ത്രം ഒളിഞ്ഞിരിക്കുന്നു എന്ന സത്യം നാം അറി യുന്നത്.

പരിവേഷം അഴിച്ചുവെച്ച ഇന്ദ്രജാലം

കലാരൂപങ്ങളിൽ ഏറിയ പങ്കും ഒരു കാലത്ത് പരിവേഷ കല (Art of Aura) യായി നിലനിന്നിരുന്നവയാണ്. അപ്രകാരം ഇന്ദ്രജാലവും ഒരു പരിവേഷ കലയായി വിരാജിച്ചിരുന്ന ഒരു കാലമുണ്ടായിരുന്നു. പരി വേഷമെന്നത് വെറുമൊരു പൊയ്മുഖവും ബോധപൂർവ്വം കൂട്ടിച്ചേർക്കുന്ന ഒരു പ്രക്രിയയുമാണ്. അതിനാൽ, പരിവേഷ സാന്നിദ്ധ്യമുള്ള ഏതൊരു കലയും ആസ്വാദകനിൽനിന്നും അകലം പാലിക്കുന്നു എന്ന് വാൾട്ടർ ബഞ്ചമിൻ കണ്ടെത്തിയിട്ടുള്ളതാണ്. ആസ്വാദകനും അവതാരകനുമിട യിൽ പരിവേഷം ഒരു മറയായി വർത്തിക്കുന്നു. ഇവിടെ ഉൾക്കാഴ്ചയോടെ കലയെ സമീപിക്കുന്നതിനുള്ള അവസരം ഇല്ലാതാക്കുകയാണ്. ആസ്വാ ദകനും അവതാരകനും മറകളില്ലാതെ ഒന്നാകുമ്പോഴാണ് ഒരു കലാ രൂപം പൂർണ്ണത കൈവരിക്കുന്നത്. അനുഷ്ഠാനങ്ങളിൽനിന്നാണ് കലാ രൂപങ്ങളുടെ പിറവി. അതിനാൽ, അനുഷ്ഠാനങ്ങളുടേതായ ഒരു പ്രഭാ വലയം എന്നും അവയ്ക്കു ചുറ്റുമുണ്ടായിരുന്നു. കലകൾ ഏറിയ പങ്കും അനുഷ്ഠാനമുക്തമായതോടെയാണ് ഈ സ്ഥിതിയിൽ ഒരു മാറ്റം സംഭ വിച്ചത്. യാതൊരു പരിവേഷങ്ങളുടേയും അകമ്പടിയില്ലാതെ ശുദ്ധമായ കല ആസ്വാദകനുമായി സംവദിക്കാൻ തുടങ്ങിയപ്പോഴാണ് കലകൾ ജന കീയമായി മാറിയത്. ഒട്ടനവധി വിസമ്മതങ്ങൾക്കൊടുവിലാണ് ഇന്ദ്ര ജാലം പരിവേഷ മുക്തമായി മാറിയത്. അകക്കാമ്പില്ലാത്ത പല കലാരൂ പങ്ങളും പരിവേഷ സാന്നിദ്ധ്യംകൊണ്ട് എന്തൊക്കെയോ ആണെന്ന ധാരണ ഉറപ്പിക്കുവാനാണ് ശ്രമിക്കുന്നത്. അതുകൊണ്ട് തന്നെ പ്രസ്തുത കലകൾ നിലവാരത്തകർച്ച നേരിടുകയും ചെയ്തു. പരിവേ ഷങ്ങൾ അഴിച്ചുവച്ച് സുതാര്യമായ നിലയിലും ആസ്വാദകന് പ്രാപ്യമായ നിലയിലും കലകൾ കടന്നുവരുമ്പോൾ മാത്രമേ, അവയെ ശരിയായ വിധത്തിൽ ഉൾക്കൊള്ളുവാനാവുകയുള്ളൂ. പരിവേഷ സാന്നിദ്ധ്യം അസ്വാ ഭാവികതകളെ സൃഷ്ടിക്കുന്നു എന്നത് ചരിത്രം. യഥാർത്ഥ ചിത്രം മറച്ചു കൊണ്ടാണ് പരിവേഷ രീതി കടന്നുവരുന്നത്. ഇത് ആസ്വാദകനെ ബഹു ദൂരം അകറ്റി നിർത്തുന്നതിന് ഹേതുവായി.

ഏതൊരു കലാരൂപത്തേയും മനനം ചെയ്യുക വഴി പതർച്ചയിലേക്കു

മാത്രമേ എത്തിച്ചേരാനാവുകയുള്ളൂ. ഈ മേഖലയിലെ ചിന്തകൾക്കു തുടക്കം കുറിച്ചതും വാൾട്ടർ ബെഞ്ചമിനാണ്. മനനത്തിൽനിന്നും പതർച്ച യിലേക്ക് കടക്കുമ്പോൾ അഥവാ വിശകലനത്തിൽനിന്നും അത്ഭുതത്തി ലേക്ക് കടക്കുമ്പോൾ സംഭവിക്കുന്ന പരിണാമങ്ങൾ നിരവധിയാണ്. മന നത്തിൽ ആസ്വാദകനിൽ സ്വാധീനം ചെലുത്തുന്നത് കലയാണെങ്കിൽ പതർച്ചയിൽ ആസ്വാദകൻ കലയെ തന്റെ ഉള്ളിലേക്ക് അപ്പാടെ വലിച്ചെ ടുക്കുകയാണ്. ഇവിടെ ആസ്വാദകൻ കലയോട് കൂടുതൽ ഇഴുകിച്ചേരു കയും അതിലൂടെ മനോവ്യാപാരങ്ങളെ കലയ്ക്ക് അനുകൂലമാക്കി മാറ്റു കയുമാണ്. എന്നാൽ, ഇപ്രകാരം കലയിൽ അഭിരമിക്കുന്ന ആസ്വാദകന്റെ ചിന്തകളെ ബോധപൂർവ്വം മാറ്റിയെടുത്ത് യാഥാർത്ഥ്യത്തിലേക്കുള്ള അയാ ളുടെ പ്രയാണത്തെ തടസ്സപ്പെടുത്തുക എന്നതാണ് ശ്രദ്ധാസ്വാധീനം. ഒരുത്തമ കലാകാരൻ ഈ കൃത്യം ഭംഗിയായി നിർവ്വഹിക്കുന്നവനാ കണം. ഇവിടെ കാഴ്ചക്കാരൻ ഒരു പരീക്ഷകൻ കൂടിയാണ്. ഈ സാഹ ചര്യത്തിൽപോലും ആസ്വാദകന്റെ മനസ്സാന്നിദ്ധ്യത്തെ സ്വാധീനിക്കുവാൻ യഥാർത്ഥ കലയ്ക്ക് അനായാസം കഴിയും. അപ്രകാരം കഴിയുന്നെങ്കിൽ മാത്രമേ, ആസ്വാദകന്റെ വിലയിരുത്തലിന്മേൽ സ്വാധീനം ചെലുത്തുവാൻ ഒരു കലാരൂപത്തിന് സാധിക്കുകയയുള്ളൂ.

ഒരാളുടെ ഇന്ദ്രിയ സംബന്ധിയായ കാഴ്ചപ്പാട് പൂർണ്ണമായും ജീവ ശാസ്ത്രപരമോ പ്രകൃതിദത്തമോ അല്ല. അത് ചരിത്രത്തിനും സാമൂഹ്യ മാറ്റങ്ങൾക്കും വിധേയമായി മാറിക്കൊണ്ടിരിക്കുന്ന ഒന്നാണ്. ചരിത്രാവ ബോധവും സാമൂഹ്യമാറ്റങ്ങളെ സംബന്ധിച്ച വ്യക്തമായ കാഴ്ചപ്പാടും രൂപപ്പെടുത്താതെ ഒരു കലാകാരന് ഒരടിപോലും മുന്നോട്ട് പോകുവാ നാവുകയില്ല. ഇതിലൂടെ ആസ്വാദകന്റെ മാനസിക നിലയ്ക്കനു യോജ്യമായ നിലയിൽ പ്രവർത്തിക്കുവാൻ കഴിയുമ്പോൾ മാത്രമേ ഒരു കല അതിന്റേതായ നിലയിൽ സ്വീകരിക്കപ്പെടുകയയുള്ളൂ. ഇന്ദ്രിയ ജ്ഞാന ത്തെയും അവബോധത്തെയും ഉൾക്കാഴ്ചയോടെ ഇന്ദ്രജാലക്കാർ സമീ പിക്കുന്ന രീതി ഗവേഷണ ബുദ്ധിയോടെ ഇനിയും കണ്ടെത്തേണ്ടതുണ്ട്. ആധുനിക ശാസ്ത്രം ഇക്കാര്യം വിലയിരുത്തിത്തുടങ്ങുന്നതിന് വളരെ മുമ്പു തന്നെ ഇന്ദ്രജാലക്കാർ ഈ ദിശയിൽ ബഹുദൂരം സഞ്ചരിച്ചിരുന്നു. ഒരു കലാകാരൻ ഇക്കാര്യം മനസ്സിലാക്കുമ്പോൾ മാത്രമേ ഏതു നില യിൽ പ്രവർത്തിക്കേണ്ടവനാണ് താനെന്ന് തിരിച്ചറിയുകയയുള്ളൂ.

മനനവേളയിലെ അറിയലും സ്വീകരിക്കപ്പെടലുമല്ല, പതർച്ചയിലെ അറിയലും സ്വീകരിക്കപ്പെടലും. ഈയൊരു വ്യതിയാനം ശരിക്കും അറി യുമ്പോൾ മാത്രമാണ് ഒരവതാരകന് ആസ്വാദകനിൽ സ്വാധീനം ചെലു ത്തുവാൻ കഴിയുന്നത്. ഓരോ ഘട്ടത്തിലും ആസ്വാദകന്റെ ആസ്വാദന നിലവാരം മനസ്സിലാക്കുവാനും അതിനനുഗുണമായി പ്രവർത്തിക്കു വാനും ഒരു കലാകാരന് കഴിയണം. ആസ്വാദകനെ പരീക്ഷകനാക്കേ

ണ്ടതും അതേ പരീക്ഷകനിലൂടെ തന്റെ നിലവാരം വളരെ ഉയർന്നതാ
ണെന്ന് ബോദ്ധ്യപ്പെടുത്തേണ്ടതും കലാകാരന്റെ ഉത്തരവാദിത്വമാണ്.
അപ്പോൾ മാത്രമാണ് പരിവേഷങ്ങളില്ലാത്ത കലാകാരനും പരിവേഷങ്ങ
ളില്ലാത്ത കലയും ഉണ്ടാകുന്നത്. അഴിച്ചുവച്ച പരിവേഷത്തെ വീണ്ടും
ധരിപ്പിക്കലല്ല; മറിച്ച് പരിവേഷ ലേശമില്ലാത്ത ഇന്ദ്രജാലം സാദ്ധ്യമാക്കു
കയാണ് നാമിനി ചെയ്യേണ്ടത്.

വിശ്വാസ്യപ്രേരണ

ആസ്വാദകന്റെ മനസ്സിൽ ബോധപൂർവ്വം വിശ്വാസങ്ങൾ സൃഷ്ടി ച്ചുകൊണ്ട് മാത്രമേ ഏതൊരു കലാരൂപത്തിനും വിജയം കൈവരിക്കാ നാവുകയുള്ളൂ. യാതൊരുവിധ പ്രേരണയുമില്ലാതെ ഈയൊരു ധാരണ അഥവാ വിശ്വാസം സ്വയമേവ വന്നതാണെന്ന് ആസ്വാദകൻ കരുതു കയോ അല്ലെങ്കിൽ വിശ്വസിക്കുകയോ വേണം. ഇതിലേക്കുള്ള വഴി ശ്രദ്ധാപൂർവ്വം സൃഷ്ടിച്ചെടുക്കേണ്ടത് ഓരോ അവതരണകലാകാരന്റെയും ചുമതലയാണ്. ഈയൊരു ചുമതല അനായാസം ചെയ്തുതീർക്കുമ്പോൾ അയാൾ ഒരു മികച്ച കലാകാരനാകും. ആദ്യപടിയെന്നോണം താൻ എന്താണെന്ന ഒരു ധാരണ പകർന്നു നല്കുക എന്നതാണ് പ്രധാനം. താൻ എന്തായിരുന്നാലും പ്രശ്നമല്ല; താനൊരു സംഭവമാണെന്ന ധാരണ ആസ്വാദകനിലെത്തിക്കുന്നതിനുള്ള അവതരണ മികവ് സ്വായത്തമാക്കു ക എന്നതാണ് പ്രധാന കർത്തവ്യം. തന്നെ ശ്രദ്ധിക്കുന്നവരെക്കൊണ്ട് തുടർച്ചയായി മൂന്ന് തവണ കൈയടിപ്പിക്കുവാനായാൽ പിന്നെ കാര്യ ങ്ങൾ എളുപ്പമായി. ചിട്ടയോടെയുള്ള സ്റ്റേജ് ക്രമീകരണവും ആകർഷ കമായ വസ്ത്രധാരണവും ഇമ്പമാർന്ന സംഭാഷണ ശകലങ്ങളുമെല്ലാം ഇതിന് അനിവാര്യമാണ്. ഇവയോരോന്നും വെവ്വേറെ വിഷയങ്ങളാണെ ങ്കിലും അദൃശ്യമായ ഒരു പരസ്പര ബന്ധം ഇതിലടങ്ങിയിരിക്കുന്നു. ഇവ യോരോന്നും ആകർഷകമായി കോർത്തിണക്കുമ്പോൾ അന്നെ ഒരസാ ധാരണത്വം സ്വയമുണ്ടാകുന്നു. ഇതിനൊക്കെ നായകത്വം വഹിക്കുന്ന കലാകാരൻ അതോടെ സ്വീകാര്യനും വ്യത്യസ്ത മാനങ്ങളുള്ള ഒരു വ്യക്തിയുമായി പരിണമിക്കുന്നു. ഇത്തരം സന്ദർഭം സൃഷ്ടിച്ചുകൊണ്ട് ബുദ്ധിപൂർവ്വം നീങ്ങുക എന്നതാണ് യഥാർത്ഥ കലാകൗശലം. അസാ ധാരണത്വം ആസ്വാദകനെക്കൊണ്ടംഗീകരിപ്പിച്ചാൽ പിന്നെ കാര്യങ്ങൾ

സുഗമമാണ്. അസാധാരണ വ്യക്തിയുടെ അഭിപ്രായങ്ങൾക്ക് വലിയ പ്രാധാന്യം എപ്പോഴുമുണ്ടാകും. അസാധാരണത്വം കൂടുന്നതിനനുസരിച്ച് വിശ്വാസ്യതയും കൂടിക്കൂടി വരുമെന്നതാണ് സത്യം. പ്രധാനപ്പെട്ട ഒരു വ്യക്തി പറയുന്നത് അപ്പാടെ നാം വിശ്വസിക്കാൻ പ്രേരിതരാവുകയാ ണ്. തന്റെ മഹിമ അനായാസം ആസ്വാദകന് എത്തിക്കുവാൻ കഴിയണ മെന്നതാണ് പ്രധാനം. ഇക്കാര്യത്തിൽ ഒരല്പം വീഴ്ച സംഭവിച്ചാൽ അത് വെറും വീമ്പ് പറച്ചിലായി പരിണമിക്കും. ഈ അപകടം അറിഞ്ഞുവേണം ഓരോ ചുവടും വയ്ക്കേണ്ടത്. പെരുമാറ്റത്തിലും പ്രവൃത്തിയിലും അത്ഭുത സൃഷ്ടിയിലുമെല്ലാം ഒരു പ്രത്യേക തരം മേന്മ ബോധപൂർവ്വം കൊണ്ടുവരണം. അത് സ്വയമേ സംഭവിച്ചപോലെ തന്നെയാവുകയും വേണം. അപ്പോൾ നാം അസാധാരണത്വത്തിലേക്ക് അറിയാതെ ഉയരും. തുടർന്ന് ആസ്വാദകരെ എന്താണ് വിശ്വസിപ്പിക്കേണ്ടതെന്ന ധാരണ രൂപ പ്പെടുത്തണം. അതിസരളമായി അത് ആസ്വാദകനിലേക്ക് കൈമാറ്റം ചെയ്യുകയേ വേണ്ടൂ. അപ്പോൾ ഉടൻ ഫലം കാണുവാനാകും. അവരൊ ന്നാകെ അത് വിശ്വസിക്കുന്നതായി കാണാം. ഇതേ കാര്യം ഇതേ രീതി യിൽ മഹത്വം ലഭ്യമല്ലാത്ത ഒരാൾ പറഞ്ഞാൽ സത്യമാണെങ്കിൽക്കൂടി വിശ്വസിക്കുവാൻ പ്രയാസം നേരിടും. അതിനാൽ വിശ്വാസ്യത നില നിർത്തി മഹിമ ബോദ്ധ്യപ്പെടുത്തുമ്പോൾ അംഗീകാരം താനേ കൈവ രും. ഈയൊരു സന്ദർഭം അവസരോചിതമായി ഉപയോഗപ്പെടുത്തുമ്പോൾ അത് വിശ്വാസ്യ പ്രേരണയായി (പ്രസ്റ്റീജ് സജഷൻ) മാറുന്നു. പിന്നെ അവിശ്വാസത്തിന്റെ നിഴലുകൾക്കുപോലും അവിടെ സ്ഥാനമില്ലാതാകു ന്നു.

ആദരവും അംഗീകാരവും ലഭ്യമാകുമ്പോൾ തന്നെ ആദരണീയനായ വ്യക്തിയുടെ ഏതൊരു പ്രഖ്യാപനവും ഒരു പ്രത്യായനമായി പരിണമി ക്കുന്നു. അവിടെ സത്യാസത്യ പരിശോധനകൾക്ക് ഇടം ലഭിക്കുന്നില്ല. വ്യക്തി പ്രഭാവത്തിന്റെ മായിക വലയം അയാൾക്കു ചുറ്റും സ്വയമുണ്ടാ വുകയാണ്. ഈയൊരു വലയത്തിലൂടെ മാത്രം നമുക്ക് കാണുവാനാകുന്ന വ്യക്തി പറയുന്നതെന്തും അംഗീകരിക്കുവാനും അനുസരിക്കുവാനും നാം സദാ സന്നദ്ധരാകുന്നു. ഇവിടെ എന്തുപറഞ്ഞു എന്നല്ല; മറിച്ച് ആരു പറഞ്ഞു എന്നുമാത്രമേ നമുക്ക് നോക്കുവാനാകുന്നുള്ളൂ. അപ്രതീക്ഷി തമായി അത്ഭുത സന്ദർഭങ്ങൾ സൃഷ്ടിച്ചുകൊണ്ട് ഒരു ഉത്തമ കലാകാ രൻ ഈയൊരു മായിക പ്രഭാവം ജാലവിദ്യാവസാനം വരെ നിലനിർത്തു കയാണ്. അപ്രകാരം സംഭവിക്കുന്ന അസാധാരണത്വത്തിന്റെ തുടർച്ച യാണ് അവതരണ മികവായി മാറുന്നത്. ഒരിന്ദ്രജാലക്കാരൻ തന്റെ അഭി നയ പാടവത്തിലൂടെ ഈ മഹിമ അല്ലെങ്കിൽ മഹത്ത്വം നിലനിർത്തുന്നി ടത്തോളം അദ്ദേഹം പറയുന്നതെന്തും അപ്പാടെ പിന്തുടരുവാനും വിശ്വ സിക്കുവാനും ആസ്വാദകൻ തയ്യാറാകുന്നു. അസാധാരണത്വത്തിന്റെ

സാന്നിദ്ധ്യമില്ലാതെ സാധാരണ നിലയിൽ ഒരു കാര്യം പറയുമ്പോൾ അക്കാര്യം വിശ്വസിക്കുവാൻ മഹാഭൂരിപക്ഷം ആസ്വാദകരും തയ്യാറല്ലെ ന്നാണ് ഗവേഷണ ഫലങ്ങൾ വ്യക്തമാക്കുന്നത്. അതുകൊണ്ട് അവത രണ വേളയിലുടനീളം ഇത്തരം വിശ്വാസ്യ പ്രേരണ നിലനിർത്തി അവ തരണം മെച്ചപ്പെടുത്തുവാൻ കഴിയുന്നവരാകണം ഏതൊരു അവതരണ കലാകാരനും.

ദ്വന്ദ്വയാഥാർത്ഥ്യവും ഇന്ദ്രജാലവും

ഒരേ സമയത്തു നിലനില്ക്കുന്ന വ്യത്യസ്തമായ രണ്ടുകാര്യങ്ങൾ ഒന്നാണെന്ന് ബോദ്ധ്യപ്പെടുത്തിയാൽ അത് അത്ഭുതത്തിന്റെ അതിർവരമ്പുകൾ മറികടക്കുന്ന മഹാത്ഭുതത്തിന് വഴിയൊരുക്കും. ഇതിനെ ദ്വന്ദ്വയാഥാർത്ഥ്യം അഥവാ ഡ്യുവൽ റിയാലിറ്റി എന്ന് പറയുന്നു. അറിഞ്ഞും അറിയാതെയും പ്രായോഗിക ജീവിതത്തിൽ ഇത് പലപ്പോഴും സംഭവിക്കാറുണ്ട്. അത്തരം സന്ദർഭങ്ങളിൽ ഇത് ഒരു കബളിപ്പിക്കലായി ചുവടുമാറ്റുന്നു. അത്ഭുതം എന്നത് ഒരു പരിധിവരെ കബളിപ്പിക്കലുമാണ്. അത്ഭുതത്തിന് രണ്ടു തരത്തിലുള്ള പ്രയോഗരീതികളുണ്ട്. ഒന്ന് ആളു കളെ അത്ഭുതത്തിലൂടെ ആനന്ദിപ്പിക്കുക എന്നതും മറ്റൊന്ന് കാഴ്ചക്കാ രുടെ അജ്ഞതയെ മുതലെടുത്ത് കബളിപ്പിക്കുക എന്നതും. ആദ്യത്തേത് കലയും രണ്ടാമത്തേത് വഞ്ചനയുമാണ്. കലയിൽ ദ്വന്ദ്വയാഥാർത്ഥ്യം ഫല പ്രദമായി പ്രയോഗിക്കുന്നതിൽ നൈപുണ്യം നേടിയവരാണ് ഇന്ദ്രജാല ക്കാർ. ഇതരകലകളിൽ പ്രധാനമായും ഇവയുടെ പ്രയോഗം ഹാസ്യരസം പ്രദാനം ചെയ്യുന്നുവെങ്കിൽ ഇന്ദ്രജാലത്തിൽ ഇത് അത്ഭുതം ജനിപ്പിക്കു ന്നു. സവിശേഷമായ ഒരവതരണരീതി വളരെ സമർത്ഥമായി പ്രയോഗി ക്കുമ്പോൾ മാത്രമാണ് ദ്വന്ദ്വയാഥാർത്ഥ്യം ഒരത്ഭുതമായി പരിണമിക്കു ന്നത്. ഹാസ്യത്തിന്റെയും കബളിപ്പിക്കലിന്റെയും ഒരു തലത്തിൽനിന്നും ഇതിനെ ഒരത്ഭുതത്തിന്റെ പരമമായ തലത്തിലേക്ക് ഗതിമാറ്റിവിടുക എന്നത് അത്ര നിസ്സാരമായ ഒന്നല്ല. പച്ചമാങ്ങയിലെ പുളി മാമ്പഴത്തിൽ മധുരമായി മാറുന്നതുപോലെ മഹത്തായ ഒരു പരിണാമമാണിവിടെ സംഭ വിക്കുന്നത്.

ഇന്ദ്രജാലത്തിൽ ദ്വന്ദ്വയാഥാർത്ഥ്യത്തിന്റെ സാദ്ധ്യതയും സൗക ര്യവും വളരെ ഭംഗിയായി ഉപയോഗിക്കുവാനാകും. പലരും ഈ സാദ്ധ്യത ശരിയായി അറിയാത്തതുമൂലം നല്ലനിലയിൽ നഷ്ടം സഭവിച്ചവരാണ്.

യാതൊരുവിധ മുന്നൊരുക്കങ്ങളോ തയ്യാറെടുപ്പുകളോ ആവശ്യമില്ല എന്ന
താണ് ഇതിന്റെ മുഖ്യ ആകർഷണം. മനശ്ശാസ്ത്രജാലവിദ്യകളവതരി
പ്പിക്കുന്ന ഒട്ടുമിക്ക ജാലവിദ്യക്കാരും കാഴ്ചക്കാരെ അമ്പരപ്പിക്കുന്ന
അദൃശ്യസ്പർശം അഥവാ ഇൻവിസിബിൾ ടച്ച് എന്ന അത്ഭുത ജാല
വിദ്യ അവതരിപ്പിക്കുന്നത് ദ്വന്ദ്വയാഥാർത്ഥ്യത്തിന്റെ സഹായത്തോടെ
യാണ്. അടുത്ത സുഹൃത്തുക്കളായ രണ്ടുപേരെ തിരിഞ്ഞെടുത്ത ശേഷം
ഒരാളോട് കൈകൾ രണ്ടും നീട്ടി കണ്ണടച്ചു നില്ക്കുവാൻ ആവശ്യപ്പെടു
ന്നു. രണ്ടാമനോട് ഏതെങ്കിലും ഒരു കൈ മുന്നിലേക്ക് നീട്ടിപ്പിടിക്കുവാൻ
നിർദ്ദേശിക്കുന്നു. രണ്ടാമന്റെ നീട്ടിപ്പിടിച്ച കൈയുടെ എവിടെയെങ്കിലും
ഇന്ദ്രജാലക്കാരൻ രണ്ടു തവണ സ്പർശിക്കുന്നു. തുടർന്ന് കണ്ണടച്ചു
നില്ക്കുന്ന ഒന്നാമനോട് കണ്ണുകൾ തുറക്കുവാൻ പറയുകയും എവിടെ
യെങ്കിലും സ്പർശിച്ചതായി തോന്നിയോ എന്ന് ചോദിക്കുകയും
ചെയ്യുന്നു. ഉടൻ അയാൾ പറയുന്നത് സ്പർശിച്ചു എന്നാണ്. എവിടെ
യാണ് സ്പർശിച്ചതെന്നും എത്ര തവണയാണ് സ്പർശിച്ചതെന്നും ചോദി
ക്കുമ്പോഴാണ് അത്ഭുതം സംഭവിക്കുന്ന മറുപടി വരുന്നത്. രണ്ടു തവ
ണയാണെന്നും അതും രണ്ടാമത്തെ വ്യക്തിയുടെ കൈയിൽ സ്പർശിച്ച
അതേ സ്ഥലത്താണെന്നുമാണ് കണ്ണടച്ചുനിന്ന വ്യക്തിയുടെ മറുപടി.
ഇവിടെ ഒന്നാമനൊഴികെ മറ്റെല്ലാവരും അമ്പരക്കുകയാണ്. ഒന്നാമൻ
കണ്ണടച്ചയുടൻ ആരും കാണാതെ ഇന്ദ്രജാലക്കാരൻ ഒന്നാമന്റെ
കൈയിൽ രണ്ടുതവണ സ്പർശിക്കുന്നു. രണ്ടാമൻ കൈകൾ നീട്ടുമ്പോൾ
യാതൊരു ശബ്ദവും പുറപ്പെടുവിക്കാതെ ഒന്നാമന്റെ കൈയിൽ ആദ്യം
രഹസ്യമായി സ്പർശിച്ച അതേ സ്ഥലത്തുതന്നെയാണ് ഇന്ദ്രജാലക്കാ
രൻ പരസ്യമായി സ്പർശിക്കുന്നത്. ഒന്നാമന് ലഭിച്ച സ്പർശം അയാൾ
മാത്രമേ അറിയുന്നുള്ളൂ. അയാൾ പറയുന്നത് അതിനെപ്പറ്റിയാണ്. അത
റിയാത്ത രണ്ടാമനടക്കമുള്ള കാഴ്ചക്കാർ കരുതുന്നത് രണ്ടാമന് ലഭിച്ച
സ്പർശം ഒന്നാമന് അനുഭവപ്പെട്ടുവെന്നാണ്. അതാണ് അത്ഭുതമായി
പരിണമിക്കുന്നത്. ഇവിടെ രണ്ടു യാഥാർത്ഥ്യങ്ങൾക്കും നിലനില്പുണ്ട്.
ഒന്ന് ഒരാളും ഇന്ദ്രജാലക്കാരനും മാത്രമറിയുന്നതും മറ്റൊന്ന് ഒന്നാമ
നൊഴികെ മറ്റെല്ലാവരും അറിയുന്നതും. ദ്വന്ദ്വയാഥാർത്ഥ്യത്തിന്റെ സാദ്ധ്യ
തകൾക്ക് പരിധികളോ പരിമിതികളോ ഇല്ല. കലാകാരന്റെ മെയ് വഴക്ക
ത്തിനും അവതരണശേഷിക്കുമനുസരിച്ച് അവ ഉയരങ്ങൾ താണ്ടും. അവ
തരണമികവിൽ ജ്വലിച്ചുനില്ക്കുന്ന ഒരു കലാകാരന് തന്റെ മുന്നിലുള്ള
ആസ്വാദകരെ അത്ഭുതത്തിന്റെ കൊടുമുടികളിലെത്തിക്കുന്നതിന് ദ്വന്ദ്വ
യാഥാർത്ഥ്യം എന്നും എപ്പോഴും ഉപാധികളില്ലാതെ സഹായിക്കും.

പ്രകൃതിശാസ്ത്രവും ഇന്ദ്രജാലവും

അത്ഭുതങ്ങളുടെ അതിർവരമ്പുകൾ ലംഘിച്ച് കാഴ്ചക്കാരെ വിസ്മ യത്തിന്റെ മറുകര എത്തിച്ച മാന്ത്രികൻ വിശിഷ്ട വ്യക്തിയെ സ്റ്റേജി ലേക്ക് വിളിച്ചു. ഞൊടിയിടയിൽ മാന്ത്രികന്റെ കൈകൾ ചങ്ങലയിട്ട് പൂട്ടി. തുടർന്ന് ഒരു ചാക്കിനുള്ളിലാക്കി ഭദ്രമായി കെട്ടിമുറുക്കി. ചാക്കുകെട്ടിനെ ഒരു വലിയ പെട്ടിയിലാക്കി അടച്ച് പലതരം താഴുകളിട്ട് പൂട്ടി. ഇതെല്ലാം ചെയ്ത് പെട്ടിക്ക് കാവലിരുന്ന വിശിഷ്ട വ്യക്തി കാണുന്നത് താൻ പെട്ടി യിലാക്കിയ മാന്ത്രികൻ കാണികളുടെ പിന്നിൽ നിന്നും മണികിലുക്കി കടന്നുവരുന്നതാണ്. താഴുകളിട്ട് പൂട്ടിയ പെട്ടി അതേപടി സ്റ്റേജിലിരി ക്കുന്നുണ്ടായിരുന്നു. ആഹ്ലാദാതിരേകത്താൽ കാഴ്ചക്കാർ ഓരോരുത്തരും ഇന്ദ്രജാലക്കാരനെ പ്രകീർത്തിച്ചുകൊണ്ടേയിരിക്കുന്നു.

അടച്ചുപൂട്ടിയ പെട്ടിക്കുള്ളിൽനിന്നും രക്ഷ നേടുക എന്നത് പരിശീ ലനം കൊണ്ട് ആർക്കും അനായാസം ചെയ്യുവാൻ കഴിയുന്ന ഒരു ജാല വിദ്യയാണ്. എന്നാൽ, പെട്ടിക്കുള്ളിൽനിന്നും രക്ഷനേടുന്ന ഇന്ദ്രജാല ക്കാരന് കാണികളുടെ പിന്നിലെത്തുക എന്നത് ഒരു വെല്ലുവിളി തന്നെ യാണ്. ഏറ്റവും എളുപ്പവഴി ഹാളിന്റെ നടുവിലൂടെ പോവുക എന്നതാണ്. എന്നാൽ, കാഴ്ചക്കാരുടെ മുന്നിലൂടെ അത്തരമൊരു യാത്ര സാദ്ധ്യമല്ല. അതിനുനല്കേണ്ടി വരുന്ന വില വളരെ വലുതാണ്. അടുത്ത മാർഗ്ഗ ങ്ങൾ ഹാളിന്റെ സാഹചര്യങ്ങളുമായി ബന്ധപ്പെട്ട് പരിശോധിച്ച് തീരു മാനിക്കേണ്ടതാണ്. ചിലപ്പോൾ ഹാളിന് പിറകിലെ മതിൽ കടന്ന് വെളി യിലൂടെ പോകേണ്ടതായി വരും. അല്ലെങ്കിൽ ഹാളിന്റെ ഇരുവശങ്ങളി ലൊന്നിലൂടെ കടന്നുപോകേണ്ടതായി വരും. ആൾ സഞ്ചാരമില്ലാത്തതും എന്നാൽ, താരതമ്യേന ദൂരം കുറഞ്ഞതും വേഗമെത്തുന്നതുമായ മാർഗ്ഗ മാണ് ഇവിടെ തിരിഞ്ഞെടുക്കേണ്ടത്. ചുരുക്കത്തിൽ പ്രതിസന്ധികളി

ല്ലാതെ എളുപ്പത്തിലെത്തുന്ന ഒരു വഴിയായിരിക്കണം അത്. ഇക്കാര്യ
ത്തിൽ ഇന്ദ്രജാലക്കാർ പണ്ടുമുതലേ തന്നെ അറിഞ്ഞോ അറിയാതെയോ
ശാസ്ത്രീയമായ ഒരു രീതി അവലംബിച്ചുവരുന്നു. ഇന്ദ്രജാല വിജയത്തിന്
ഇത് തികച്ചും അനിവാര്യമാണ്. അനുഭവത്തിന്റെ അടിസ്ഥാനത്തിൽ
ആർജ്ജിച്ചെടുത്ത ശാസ്ത്രീയമായ ഒരു രീതിയാണിത്. ഇക്കാര്യത്തിൽ
ഇന്ദ്രജാലക്കാരൻ കാണിക്കുന്ന ശുഷ്കാന്തി ഇന്ദ്രജാല വിജയത്തിന്
അത്യന്താപേക്ഷിതമാണ്. ഇതിലേക്കായി പ്രകൃതിയിൽനിന്നും പഠിക്കുക
എന്ന സാമാന്യ രീതി തന്നെയാണ് ഇന്ദ്രജാലക്കാർ അവലംബിക്കുന്നത്.

ആന്റ് കോളനി ഓപ്റ്റിമൈസേഷൻ അഥവാ എ സി ഒ എന്ന
പ്രകൃതിദത്തമായ ഒരു വഴിയാണ് ഇവിടെ പ്രവർത്തിക്കുന്നത്. പ്രകൃതി
യിലെ എന്തിലും ഏതിലും ശാസ്ത്രീയതയുടെ നാനാ വശങ്ങൾ ഒളി
ഞ്ഞിരിക്കുന്നു. ഉറുമ്പുകൾ ചെറിയ ജീവികളാണ്. വളരെ വലിയ സന്ദേശം
നമുക്ക് പകർന്നു തരുവാൻ ഉറുമ്പുകളോളം പോന്ന ജീവികൾ ഇല്ലെന്ന്
തന്നെ പറയാം. പരിസ്ഥിതിയെ ആശയവിനിമയത്തിനുപാധിയാക്കുന്ന
തിൽ ഉറുമ്പുകൾ വിജയം കണ്ടിരിക്കുന്നു. തങ്ങളുടെ ആവാസ മേഖല
യിൽനിന്നും ആഹാരം സമ്പാദിക്കുന്നതിനുള്ള ഇടത്തിലേക്കെത്തുന്നതിന്
ഏറ്റവും ദൈർഘ്യം കുറഞ്ഞ വഴി കണ്ടുപിടിക്കുന്നതിന് ഉറുമ്പുകൾക്ക്
അനായാസം കഴിയുന്നു. ആഹാരം തേടിയിറങ്ങുന്ന ഉറുമ്പ് ആഹാര
ത്തിന്റെ ഉറവിടം കണ്ടെത്തുന്നതിനായി ആവാസമേഖലയിലേക്കുള്ള
കുറുക്കു വഴി തേടുകയായി. ഇതിനായി ഒന്നിലധികം ഉറുമ്പുകൾ ഒരേ
സമയം ശ്രമിക്കുന്നു. ഓരോ വഴിയിലും സഞ്ചരിക്കവെ ഒരു രാസസ്രവം
ഒഴുക്കിക്കൊണ്ട് ദിശ മനസ്സിലാക്കുന്നതിനുള്ള രീതി അവലംബിക്കുക
ഉറുമ്പുകളുടെ പ്രത്യേകതയാണ്. അന്തരീക്ഷ ഊഷ്മാവിൽ ബാഷ്പീ
കരണം സംഭവിക്കുന്ന ഒന്നാണ് ഈ സ്രവം. ഏറ്റവും കുറച്ച് ബാഷ്പീ
കരണം സംഭവിച്ച വഴിയാണ് ദൈർഘ്യം കുറഞ്ഞത്. കുറുക്കുവഴി ല
ഭ്യമായാൽ പല തവണ അതുവഴി സഞ്ചരിച്ച് രാസസ്രവം നിക്ഷേപി
ക്കുക വഴി മറ്റുറുമ്പുകൾ ഈ പാതയിലൂടെ മാത്രം സഞ്ചരിച്ച് ആഹാരം
സമ്പാദിക്കുന്നു. ഈ സാങ്കേതിക വിദ്യയാണ് കമ്പ്യൂട്ടർ പ്രശ്ന പരിഹാ
രത്തിന് ഉപയോഗിക്കുന്ന ആന്റ് കോളനി ഓപ്റ്റിമൈസേഷൻ അൽഗോ
രിതം! ആധുനിക ലോകം അതിന്റെ വികസന പ്രക്രിയയിലും മാനവ
സംസ്കൃതി അതിന്റെ സാമൂഹ്യ പുരോഗതിയിലുമെല്ലാം ഇതേ തിയറി
ഫലപ്രദമായി ഉപയോഗിക്കുന്നു.

1992 ൽ മാർക്കോഡോറിഗോ (Marco Dorigo) തന്റെ പി എച്ച് ഡി
പ്രബന്ധത്തിൽ ശരിയായ ദിശ നിർണ്ണയിക്കുന്നതിന് ഉറുമ്പുകളുടെ
സാദ്ധ്യത ഉപയോഗപ്പെടുത്തിയപ്പോഴാണ് ആന്റ് കോളനി ഓപ്റ്റിമൈ
സേഷന് ഒരു പുതിയ മുഖം കൈവന്നത്. ഏറ്റവും ചുരുങ്ങിയ വഴി കണ്ടു
പിടിക്കലിലൂടെ രാസസ്രവത്തിന്റെ അളവ് കുറയ്ക്കുക മാത്രമല്ല സമയ
ലാഭവും നേടുന്നു എന്നതാണ് ഉറുമ്പുകളെ ഇതിന് പ്രേരിപ്പിക്കുന്നത്.

നൂറ്റാണ്ടുകളായി ഇന്ദ്രജാലത്തിൽ ഉപയോഗിച്ചുവരുന്നതും ഈ

ആന്റ് കോളനി ഓപ്റ്റിമൈസേഷൻ തിയറി തന്നെയാണ്. ദീർഘമായ പതിവ് വഴികളിൽ നിന്നും മാറി ഹ്രസ്വമായ ബൗദ്ധിക വഴികൾ തേടിയ വരാണ് ഇന്ദ്രജാലക്കാർ. പ്രകൃതി ശാസ്ത്രത്തിന്റെ സൂക്ഷ്മതലങ്ങൾ തേടിയുള്ള യാത്രകളായിരുന്നു ഇന്ദ്രജാല വിജയത്തിന്റെ കാതൽ. ഇതി ലേക്കുള്ള പ്രയാണം ഫലപ്രദമായി നിർവ്വഹിക്കുന്നവരാണ് ഇന്ദ്രജാല രംഗത്ത് എന്നും അറിയപ്പെടുന്നവരായി മാറുന്നത്. ഈ ഒരു ലക്ഷ്യ ബോധം സാദ്ധ്യമാക്കുന്നതിലൂടെ ഇന്ദ്രജാലക്കാരനും ഇന്ദ്രജാല ശാസ്ത്രവും ഒരു പോലെ വളരുകയാണ്.

ഇന്ദ്രജാല ശാസ്ത്രവും
ശാസ്ത്ര സമ്പന്നതയും

ഇല്ലാത്തതൊന്നും കാണുവാനാകില്ലെന്നത് ശാസ്ത്രം. ഇല്ലാത്തത് ഉണ്ടെന്ന് തോന്നിപ്പിക്കുന്നത് ഇന്ദ്രജാലം! ചേതനാചേതന വ്യത്യാസമില്ലാതെ നമ്മുടെ മുന്നിൽ പൊടുന്നനേ വസ്തുക്കൾ അപ്രത്യക്ഷമാകുന്നത് ഒരു പ്രത്യേക ദൃശ്യാനുഭവമാണ്. ഇല്ലായ്മ ദർശിക്കുന്ന വിസ്മയ ക്കാഴ്ച. ഇത് തിരസ്കരണിയുടെ ഇന്ദ്രജാലം. അപ്രത്യക്ഷമാക്കൽ ഇന്ദ്ര ജാലത്തിലെ ഒരു പ്രധാന ഇനമാണ്. ഇതിലേക്ക് നയിക്കുന്ന ശാസ്ത്രീ യമായ നിരവധി വഴികളുണ്ട്. ശാസ്ത്രതത്ത്വങ്ങളുടെ സാദ്ധ്യതയുടെ തണൽപറ്റി പ്രത്യക്ഷാപ്രത്യക്ഷങ്ങൾ സൃഷ്ടിക്കുന്ന ഇന്ദ്രജാലക്കാർ പോലും പലപ്പോഴും ഇത് ശരിയായ നിലയിൽ തിരിച്ചറിയുന്നില്ലെന്നതാണ് സത്യം. ശാസ്ത്ര സമ്പന്നമായ ഇന്ദ്രജാലം അന്ധകാരജഡിലമായ ഒരു പരിത:സ്ഥിതിയിൽ ആണ്ടുപോയതും ഈ അറിവില്ലായ്മയിലൂടെയാണ്.

ഇന്ദ്രജാല രംഗത്ത് വിപ്ലവം സൃഷ്ടിക്കുവാനുതകുന്ന സ്ഫോടനാ ത്മകമായ ഒരു മുന്നേറ്റം സമീപകാലത്ത് ശാസ്ത്രരംഗത്തുണ്ടായി. ഭൂമി യുടെ ഗുരുത്വാകർഷണ ശക്തിയെപ്പോലും വെല്ലുന്ന മെറ്റാ മെറ്റീരിയൽ കണ്ടെത്തൽ വരാൻ പോകുന്ന ചിന്താതീതമായ നിരവധി അത്ഭുത ങ്ങൾക്ക് സാക്ഷ്യം വഹിക്കുമെന്നതിൽ തർക്കമില്ല. സാധാരണ കാഴ്ച അസാദ്ധ്യമാക്കുന്ന അസാധാരണമായ ഒന്നാണ് മെറ്റാ മെറ്റീരിയൽ. വസ്തുക്കളിൽ പ്രകാശം തട്ടി പ്രതിഫലിപ്പിക്കുന്നതിലൂടെയാണ് നമുക്ക് കാഴ്ച ലഭ്യമാകുന്നത്. മെറ്റാ മെറ്റീരിയലിൽ പതിക്കുന്ന പ്രകാശ തരം ഗങ്ങൾ പ്രതിഫലന സ്വഭാവമില്ലാതാവുകയും മെറ്റാ മെറ്റീരിയലും അതു കൊണ്ട് മറയ്ക്കപ്പെടുന്ന വസ്തുവും സാധാരണ കാഴ്ചയ്ക്ക് ലഭ്യമല്ലാ താവുകയും ചെയ്യുന്നു. അകത്തേക്ക് വളയുന്ന പ്രകാശ തരംഗങ്ങളെ പുറത്തേക്ക് വളയ്ക്കുന്ന മെറ്റാ മെറ്റീരിയലിൽ പ്രകാശ തരംഗങ്ങൾ

പൊതിഞ്ഞു പിടിക്കുന്നു. പ്രതിഫലന സാദ്ധ്യതയ്ക്കിടം നല്കാതെയുള്ള ഈ അവസ്ഥയിൽ നമ്മുടെ ദൃശ്യസാദ്ധ്യതകൾ അപ്പാടെ ഇല്ലാതാവുക യാണ്. അതുല്യമായ ഇലക്ട്രോണിക് വസ്തുക്കളിൽ മെറ്റാ മെറ്റീരി യൽ ഗവേഷണ ഫലം കൂട്ടിച്ചേർക്കുമ്പോൾ പ്രകൃതിസഹജമായ നില വിലെ വ്യവസ്ഥകളിൽനിന്നും മാറി പ്രകാശത്തെയും ശബ്ദത്തെയും വളയ്ക്കുവാനാകുന്നുവെന്നതാണ് മെറ്റാ മെറ്റീരിയലിന്റെ പ്രത്യേകത.

ഇംഗ്ലണ്ടിലെയും സ്പെയിനിലെയും ശാസ്ത്രജ്ഞന്മാരാണ് നാനോ ഫിഷ് നെറ്റ് എന്ന സങ്കേതത്തിലൂടെ ആദ്യമായി പ്രകാശത്തെ അപ നിർമ്മാണം ചെയ്തത്. മെറ്റാ മെറ്റീരിയൽ സാധാരണ നിലയിൽ ക്രമീ കരിച്ചാണ് ഇത് സാദ്ധ്യമാക്കിയത്. നാനോ ഫിഷ് നെറ്റിൽ അതിന്റെ തുളകളുടെ വലിപ്പം വിവിധ തരത്തിൽ ക്രമീകരിച്ചാണ് പ്രകാശ തരംഗ വൈവിദ്ധ്യങ്ങളെ കൈകാര്യം ചെയ്തത്. ഈ രംഗത്തെ കണ്ടെത്തലിന്റെ ഒരു കേവല തുടക്കം മാത്രമായിരുന്നു ഇത്.

മെറ്റാ മെറ്റീരിയലിന്റെ അദൃശ്യമായ വാഗ്ദാനം എന്നത് അദൃശ്യ മായ ഒരു മേലങ്കി അതിനുണ്ടെന്നതാണ്. ഇതാണ് ഇന്ദ്രജാലം ആവശ്യ പ്പെടുന്നതും. ഇന്ദ്രജാലത്തിലൊഴികെ അദൃശ്യത എന്നത് ഒരു സങ്കല്പം മാത്രമായിരുന്നെങ്കിൽ ഇന്നത് യാഥാർത്ഥ്യമായി മാറുകയാണ്. അദൃശ്യ തയുടെ ഈ മഹാത്ഭുതത്തിന് മെറ്റാ മെറ്റീരിയൽ എന്ന് നാമകരണം ചെയ്തത് ടെക്സാസ് സർവ്വകലാശാലയിലെ റോഡ്ജർ എം വാൽസർ എന്ന ശാസ്ത്രജ്ഞനാണ്. യൂണിവേഴ്സിറ്റിയിലെ മെറ്റീരിയൽ സയൻസ്, നാനോ സ്കെയിൽ സയൻസ് ആന്റ് എഞ്ചിനീയറിങ് സെന്റർ എന്നിവി ടങ്ങളിലെ ശാസ്ത്രജ്ഞർ നിർമ്മിച്ച അദൃശ്യ മേലങ്കി ഉപയോഗിച്ച് വസ്തുക്കളെ പൂർണ്ണമായി മറയ്ക്കുവാനായി. നാനോ വലിപ്പത്തിലുള്ള സിലിക്കൺ ഉപയോഗിച്ചാണ് വല പോലിരിക്കുന്ന ഈ മേലങ്കി നിർമ്മി ച്ചത്. നാനോ ഫിഷ് നെറ്റിന്റെ പരിഷ്കരിച്ച രൂപമാണിത്. ഇപ്പോൾ പ്ലാസ്മോണിക്സ് സാങ്കേതികതയിലൂടെ ദൃശ്യപ്രകാശത്തിൽനിന്നും വസ്തുക്കളെ മറയ്ക്കുന്ന അദൃശ്യ മേലങ്കിയും നിർമ്മിച്ചു കഴിഞ്ഞു. വളരെ ചെറിയ വസ്തുക്കളെമാത്രമേ ഇതുകൊണ്ട് മറയ്ക്കുവാൻ കഴി യുന്നുള്ളൂ എന്നതാണ് ഒരു പരിമിതി. പത്തു മൈക്രോമീറ്റർ വലിപ്പം മാത്രമേ ഇതിനുള്ളൂ. ഇന്ന് ദ്വിമാന തലത്തിൽമാത്രം സാദ്ധ്യമായിരിക്കുന്ന അദൃശ്യത ത്രിമാന തലത്തിലേക്ക് കൂടി വ്യാപിപ്പിച്ച് പ്രകാശത്തിന്റെ സർവ്വതരംഗദൈർഘ്യങ്ങളിലും അദൃശ്യ സാദ്ധ്യമാക്കുന്നതിനുള്ള ശ്രമ ങ്ങൾ വിജയം കണ്ടെത്തിക്കൊണ്ടിരിക്കുകയാണ്.

വാനിഷിങ് അഥവാ അപ്രത്യക്ഷമാക്കൽ എന്ന ഇന്ദ്രജാല സമ സ്യയ്ക്കു മാത്രമല്ല മെറ്റാ മെറ്റീരിയൽ സഹായഹസ്തം നീട്ടുന്നത്. ട്രാൻസ്ഫോർമേഷൻ അഥവാ രൂപാന്തരത്വം എന്ന സമസ്യയ്ക്കും ഇത് സഹായകരമാണ്. ഒരു വസ്തുവിനെ മറ്റൊന്നായി കാണിക്കുവാനും മെറ്റാ മെറ്റീരിയൽ ഉപകരണങ്ങൾക്ക് കഴിയും. ഓറഞ്ചിനെ കദളിപ്പഴമാക്കുന്ന ഇന്ദ്രജാലം ഇനി അനായാസമെന്നു ചുരുക്കം!!

ഒന്നുകണ്ടാൽ മറ്റൊന്നായി തോന്നുന്ന മെറ്റാ മെറ്റീരിയൽ കുപ്പായ ങ്ങൾ വരുന്ന കാലം വിദൂരമല്ല. അദൃശ്യമായ ആയുധങ്ങളും പോരാളി കളും യുദ്ധവാഹനങ്ങളുമെല്ലാം ഇനിയുണ്ടായേക്കാം. ഇന്ദ്രജാലവും യാഥാർത്ഥ്യവും തമ്മിലുള്ള അതിർവരമ്പുകൾ നേർത്തുനേർത്ത് ഇല്ലാ താവുകയാണ്. അനവധി ഏക കേന്ദ്രവളയങ്ങൾ ഭൂകമ്പത്തിൽനിന്നും കെട്ടിടങ്ങളെയും തിരമാലയിൽനിന്നും കപ്പലിനെയും സുനാമിയിൽ നിന്ന് തീരത്തെയും അദൃശ്യമാക്കുന്നു. തരംഗങ്ങളിലെ വിനാശകാരിയായ പ്രതല തരംഗങ്ങളുടെ ഗതിമാറ്റി വഴി തിരിച്ചു വിടുകയാണിവിടെ മെറ്റാ മെറ്റീരിയിൽ ചെയ്യുന്നത്. പ്രകൃതിസഹജമായ പ്രതിഭാസങ്ങളെ നിയ ന്ത്രിച്ചിരുന്നവർ തങ്ങളാണെന്ന് അവകാശപ്പെട്ടിരുന്ന പേർഷ്യയിലെ മാജി വർഗ്ഗക്കാരുടെ പേരിൽ നിന്നാണ് മാജിക് എന്ന പദമുണ്ടായത്. ആളു കളെ ഭംഗിയായി കളിപ്പിച്ചിരുന്ന ബുദ്ധിശാലികൾ എന്ന നിലയിലാണ് മാജി എന്ന വാക്കിൽ നിന്നും മാജിക് ഉണ്ടായത്. മാജി എന്നാൽ ബുദ്ധി യുള്ള എന്നാണർത്ഥം. മേഘങ്ങളെ ചലിപ്പിക്കുകയും മഴപെയ്യിക്കുകയും കാറ്റിനെ ചെറുക്കുകയുമൊക്കെ ചെയ്തിരുന്ന മാജി വർഗ്ഗക്കാരുടെ വാദം അംഗീകരിക്കേണ്ട ഒരു സ്ഥിതിയിലേക്ക് നാം നീങ്ങിക്കൊണ്ടിരിക്കുന്നു.

വിപരീത സങ്കോചത്വം പ്രാവർത്തികമാക്കിയാണ് മെറ്റാമെറ്റീരിയൻ ഉപകരണങ്ങൾ രൂപകല്പന ചെയ്യുന്നത്. അതിനാൽ, പ്രതല തരംഗങ്ങ ളുടെ ആവൃത്തിക്കനുസരിച്ച് വളയുകയും തിരിയുകയുമൊക്കെ ചെയ്യുന്ന തരത്തിൽ ഇതിന്റെ ഇലാസ്റ്റികതയും ദൃഢതയുമൊക്കെ ക്രമപ്പെടുത്തി യെടുക്കാനാകും. അങ്ങനെ ഇവ പ്രതല തരംഗങ്ങളെ ഒരു വൃത്തഖണ്ഡ പാതയിലൂടെ പുറത്തേക്ക് കടത്തിവിടും. ഏത് ആവൃത്തിയിലുള്ള പ്രതല തരംഗങ്ങളെയും വഴിതിരിച്ചു വിടാനുള്ള കഴിവ് ഇവയ്ക്കുണ്ട്.

സയൻസും മാജിക്കും തമ്മിൽ തിരിച്ചറിയാനാകാത്തവിധം സമന്വ യിക്കുന്നു എന്ന ആർതർ സി ക്ലാർക്കിന്റെ മൂന്നാം നിയമം എത്രമാത്രം ശരിയെന്ന് നമുക്കിവിടെ കാണുവാനാകുന്നു. മാറ്റങ്ങളുടെ മഹാപ്രവാ ഹമാണ് ശാസ്ത്രം. വർത്തമാനകാല യാഥാർത്ഥ്യങ്ങൾ പലപ്പോഴും നവീ നങ്ങളായ കണ്ടെത്തലുകൾക്ക് വഴിമാറുന്നുവെന്നതാണ് ശാസ്ത്രനിയമം. നിലവിലെ പകൃതി നിയമങ്ങളെ മാറ്റിമറിക്കുമ്പോൾ അത് പ്രകൃത്യാതീ തമല്ലെന്നും ശാസ്ത്രത്തിന്റെ പുരോഗതിയുടെ പാതയിൽ നാം കാണുന്ന ദൃശ്യവിസ്മയങ്ങൾ മാത്രമാണെന്നും മനസ്സിലാക്കുമ്പോഴാണ് ഇന്ദ്രജാ ലത്തിലെ ശാസ്ത്രം നമുക്ക് ബോദ്ധ്യമാകുന്നത്.

മാന്ത്രികനായ മാൻഡ്രേക്

മാൻഡ്രേക് എന്നു കേൾക്കുമ്പോൾത്തന്നെ, മാൻഡ്രേക് തൊപ്പിയും ടെയിൽ കോട്ടും ധരിച്ച് ഇന്ദ്രജാലം കാട്ടുന്ന മാന്ത്രികനായ മാൻഡ്രേക്കിനെയാണ് നാം ഓർക്കുക. ലീഫാക്ക് അനശ്വരമാക്കിയ അത്ഭുത കഥാപാത്രം. അതിനപ്പുറം മാൻഡ്രേക്കിനെപ്പറ്റി പലരും കൂടുതൽ അന്വേഷിക്കുവാൻ ശ്രമിച്ചിരുന്നില്ല. ഒരു കഥാപാത്രം എന്നതിനപ്പുറം എന്താണ് മാൻഡ്രേക്?

ഒരു കാലത്ത് ലോകശ്രദ്ധ പിടിച്ചുപറ്റിയ ഔഷധച്ചെടിയായിരുന്നു മാൻഡ്രേക് അഥവാ മാൻഡ്രഗോറ ഒഫിസിനേറം അല്ലെങ്കിൽ അട്രോപ മാൻഡ്രഗോറ. മനോഹരമായ പൂവും ആപ്പിൾപോലുള്ള ഫലവുമുള്ള ഇത് നൈറ്റ് ഷേഡ് കുടുംബത്തിലെ ഒരംഗമാണ്. ഔഷധ രംഗത്ത് ശക്ത മായ സ്വാധീനം ചെലുത്തിയിരുന്ന മാൻഡ്രേക് ചെടിയുടെ ഔഷധവീര്യം അത്ഭുതമുളവാക്കുന്ന തരത്തിലായിരുന്നു. ഈയൊരു മേന്മ ഒന്നുകൊ ണ്ടുതന്നെ ഈ ചെടിയെ ചുറ്റിപ്പറ്റി അനവധി അന്ധവിശ്വാസങ്ങളും അത്ഭുതകഥകളുമുണ്ടായി. പാരമ്പര്യമായി വൈദ്യന്മാർ കൂടിയായിരുന്ന ഇന്ദ്രജാലക്കാർ ഈ ചെടിയുടെ ഔഷധമേന്മ ഭംഗിയായി ഉപയോഗപ്പെ ടുത്തിയിരുന്നവരായിരുന്നു. എന്നാൽ, ഇക്കാര്യം മറ്റുള്ളവരെ യഥാവിധി അറിയിക്കാതിരിക്കാനും ഇവർ ശ്രദ്ധിച്ചിരുന്നു. തന്മൂലം അന്ധവിശ്വാസ വഴികളിലൂടെ ബഹുദൂരം പിന്നിട്ട ഒരു സസ്യമായും ഇതുമാറി. മാൻഡ്രേക് ചെടികളുടെ വേരുകൾക്ക് മനുഷ്യന്റെ രൂപവുമായി ഏകദേശ സാമ്യമു ണ്ടായിരുന്നതായി കരുതിപ്പോന്നു. വേരുകളിൽനിന്നും സ്ത്രീപുരുഷ വ്യതി യാനം പോലും കണ്ടെത്തുവാൻ കഴിഞ്ഞിരുന്നുവത്രേ!

സ്നേഹം ജനിപ്പിക്കുവാനും ലൈംഗികശേഷി വർദ്ധിപ്പിക്കുവാനും സന്താനോല്പാദനശേഷിയുണ്ടാക്കുവാനും ഏതൊരാഗ്രഹവും ഉടനടി

സാധിച്ചുകൊടുക്കുവാനും ഈ വേരുകൾക്ക് കഴിഞ്ഞിരുന്നുവെന്ന് വ്യാപ കമായി പ്രചരിപ്പിച്ചു. അതിപ്രാചീന കാലം മുതൽ ഒരു മയക്കുമരുന്നാ യാണ് ഈ ചെടിയെ ഉപയോഗിച്ചിരുന്നത്. മെഡിറ്ററേനിയൻ പ്രദേശങ്ങ ളായ സിസിലി, ലെവന്റയിൻ കോസ്റ്റ്, ഇറാഖ്, വടക്കേ ആഫ്രിക്ക, സ്പെയിൻ എന്നിവിടങ്ങളിലാണ് ഈ ചെടി കണ്ടുവന്നിരുന്നത്. ഇതൊരു കാട്ടുചെടിയാണ്. ജീവന്റെ പിതാവ് എന്നാണ് അറബിയിൽ ഈ ചെടി അറിയപ്പെട്ടിരുന്നത്. ഹീബ്രുവിൽ ലവ് ആപ്പിൾ എന്നറിയപ്പെട്ടിരുന്നു. *ബൈബിളിൽ* ഈ ചെടിയെ സംബന്ധിച്ച പരാമർശങ്ങൾ കാണാനാകും. *ബൈബിളിലെ* രേഖപ്പെടുത്തലുകൾപോലെ തന്നെ മിഡിൽ ഈസ്റ്റിൽ സ്ത്രീകൾ ഈ ചെടിയെ ഉപയോഗിച്ചിരുന്നതായി 19-ാം നൂറ്റാണ്ടിൽ മദ്ധ്യ കിഴക്കൻ മേഖലകൾ സന്ദർശിച്ച മിഷനറിമാർ രേഖപ്പെടുത്തിയിട്ടുണ്ട്. പ്രശസ്തനായ ഹെർബലിസ്റ്റ് ജോൺ ജെറാഡ് (1545-1612) അദ്ദേഹ ത്തിന്റെ ഗ്രീൻ ഹൗസിൽ ഇതു കൃഷിചെയ്തിരുന്നു.

സമൂലം ഔഷധവീര്യം കൂടികൊള്ളുന്ന ഒരു ചെടിയാണ് ഇതെ ങ്കിലും ഇന്ദ്രജാലത്തിനും ആഭിചാര കർമ്മങ്ങൾക്കുമാണ് ഇത് പ്രധാന മായും ഉപയോഗിച്ചു പോന്നത്. കഴിച്ചാൽ മരണം ഉറപ്പുള്ള ഒരു വിഷ ച്ചെടിയാണ് മാൻഡ്രേക്. ഈ ചെടിയുടെ പലഭാഗങ്ങളും പ്രത്യേകിച്ച് വേരുകൾ ആഭരണമാക്കി ധരിച്ചുകൊണ്ടാണ് ഇന്ദ്രജാലക്കാർ ജാലവിദ്യ കൾ അവതരിപ്പിച്ചിരുന്നത്. വസ്ത്രങ്ങളിൽ ഒളിപ്പിച്ചും പാവയുടെ രൂപ ത്തിൽ ചെത്തിമിനുക്കിയുമൊക്കെയാണ് ഇവ കൊണ്ടുനടന്നിരുന്നത്. മാൻഡ്രേക് ചെടിയുടെ അത്ഭുതത്തെപ്പറ്റി പഴയനിയമത്തിൽ രേഖപ്പെ ടുത്തിയിട്ടുണ്ട്. പാട്രിയാർക്ക് ജേക്കബ് രണ്ടു സഹോദരിമാരെ ഒരുമിച്ച് വിവാഹം കഴിച്ചു. അദ്ദേഹത്തിന് ഏറെയിഷ്ടം ഇളയവളോടായിരുന്നു. നിർഭാഗ്യവശാൽ അവൾക്ക് കുട്ടികൾ ഉണ്ടായിരുന്നില്ല. മൂത്തവളെ ജേക്ക ബ്ബിന് ഇഷ്ടമില്ലാതിരുന്നിട്ടും അവളിൽ ധാരാളം കുട്ടികൾ ജനിച്ചു. ജേക്ക ബ്ബിന്റെ പെരുമാറ്റത്തിൽ ഏറെ ദുഃഖിതയായിരുന്നു ഇവർ. ഒരിക്കൽ ഇവ രുടെ മൂത്തമകൻ അമ്മയുടെ സങ്കടം മനസ്സിലാക്കുകയും പരിഹാരത്തി നായി മാൻഡ്രേക്ചെടിയുടെ വേര് സംഘടിപ്പിച്ചെടുത്ത് അമ്മയ്ക്ക് നല്കു കയും ചെയ്തു. തുടർന്ന് ഇവർക്ക് ജേക്കബ്ബിന്റെ സ്നേഹം പിടിച്ചെടു ക്കാനായെന്നുമാത്രമല്ല, അനുജത്തിക്ക് കുട്ടികളുണ്ടാകുന്നതിനും ഇതി ലൂടെ സാധിച്ചുവെന്നാണ് രേഖപ്പെടുത്തൽ.

ഭൂമിയിലെ എല്ലാ ചെടികളിലും മായികമായ ഒരു ശക്തി ഒളിഞ്ഞി രിപ്പുണ്ട്. ഇവയിൽ ചിലത് ഇന്ദ്രജാലവുമായി ബന്ധപ്പെട്ടിരുന്നതായി കാണാവുന്നതാണ്. പോഷകമൂല്യമുള്ളവയാണ് മിക്കചെടികളും. വേദന സംഹാരികളായും മുറിവുണക്കുന്നവയായും ഗർഭമുണ്ടാക്കുന്നതിനും ഗർഭമില്ലാതാക്കുന്നതിനും ഒക്കെ ചെടികളെ ആശ്രയിച്ചിരുന്ന ഒരു കാലം നമുക്കുണ്ടായിരുന്നു. ഉത്തേജക മരുന്നുകളും വൈഷാദിക മരുന്നുകളും ഉല്പാദിപ്പിക്കാൻ പാകത്തിലുള്ള ചെടികളും സുലഭമാണ്. ഔഷധച്ചെ ടികളുടെ ഈ സാധ്യതകൾ പരമാവധി ഉപയോഗിക്കുന്നതിൽ മുൻപ

ന്തിയിൽ നിന്നത് ഇന്ദ്രജാലക്കാരായിരുന്നു. ജനന മരണങ്ങളെ നിയന്ത്രി ക്കുന്നതുവരെ തങ്ങളാണെന്നു വരുത്തിത്തീർക്കാൻ ഈ മരുന്നു ചെടി കളുടെ ശക്തി മാന്ത്രികരെ സഹായിച്ചു. വിഷച്ചെടികൾ ഉപയോഗിച്ച് ആൾക്കാരെ കൊലപ്പെടുത്തി ഭീകരാന്തരീക്ഷം സൃഷ്ടിക്കുവാനും ഇവർക്കു കഴിഞ്ഞിരുന്നു. ഇത്തരത്തിലുള്ള ആഭിചാരച്ചെടികളിൽ ഒന്നു മാത്രമാണ് മാൻഡ്രേക്.

ശാസ്ത്ര സാങ്കേതിക സഹായം ആവോളം ലഭിക്കുന്ന ആധുനിക കാലത്തുപോലും വിഷച്ചെടികൾ അപകടകാരികളായി തന്നെ നില നില്ക്കുന്നു. ഇവയെപ്പറ്റി വ്യക്തമായ അറിവു ലഭ്യമല്ലാത്തതിനാൽ ഇതിന്റെ പാർശ്വഫലങ്ങളോ ഭീകരതയോ നാമറിയുന്നില്ല. എന്നാൽ, ആഭി ചാരക്രിയകൾ കൈവശമാക്കിയ പലരും ഇത്തരം ചെടികളെ സംബ സ്ധിച്ച വിശദമായ പഠനങ്ങൾ നടത്തിയവരും സൂക്ഷ്മമായി കൈകാര്യം ചെയ്യുവാൻ ശീലിച്ചവരുമായിരുന്നു. അപകടകാരികളായ വിഷച്ചെടികളെ പരസ്പരം കൂട്ടിയോജിപ്പിച്ച് കൊടും വിഷം നിർമ്മിക്കുന്നതിൽ വൈദഗ്ദ്ധ്യം നേടിയ പലരും ആഭിചാരക്കാരുടെ ഇടയിലുണ്ടായിരുന്നു. അതീവ രഹസ്യമായാണ് ഈ രഹസ്യങ്ങൾ കൈകാര്യം ചെയ്തിരുന്നത്. വിഷച്ചെടികളും വിഷമില്ലാത്ത ചെടികളും തിരിച്ചറിയുവാൻ പലർക്കും കഴിഞ്ഞിരുന്നില്ല. വിഷമുള്ള കുമിളുകളും വിഷമില്ലാത്ത കുമിളുകളും പരസ്പരം തിരിച്ചറിയുവാൻ പലർക്കും കഴിയുന്നില്ലല്ലോ. ഈയൊരു സാദ്ധ്യത പരമാവധി ഉപയോഗപ്പെടുത്തി മാൻഡ്രേക് ചെടികൾ എന്ന പേരിൽ വ്യാജച്ചെടികളും പ്രചാരത്തിൽ വന്നു.

യഥാർത്ഥത്തിൽ മാൻഡ്രേക് ചെടികൾ തണുപ്പുപ്രദേശങ്ങളിൽ വള രുന്നവയല്ല. എന്നാൽ, അത്തരം പ്രദേശങ്ങളിലുള്ളവർക്കും ഇതിന്റെ ആവശ്യം ഉണ്ടെന്നു കണ്ട വിരുതന്മാർ സമാനമായ രൂപമുള്ള വേരുകൾ സംഘടിപ്പിച്ച് നട്ടുമുളപ്പിച്ചു. യഥാർത്ഥത്തിൽ മാൻഡ്രേക് ചെടിയുമായി യാതൊരു ബന്ധവുമില്ലാത്ത ഇത്തരം ചെടികളും മാൻഡ്രേക് ചെടിയെന്ന പേരിൽ അറിയുവാൻ തുടങ്ങി.

ശരിയായ മാൻഡ്രേക് ചെടി ഒരുത്തമ ഔഷധ സസ്യമാണ്. ഇന്ദ്ര ജാല സമാനമായ രോഗമുക്തി വരുത്തുവാൻ കഴിയുന്ന ചെടിയെന്ന നില യിൽ ഇത് ഇന്ദ്രജാലച്ചെടിയായി അറിയുവാൻ തുടങ്ങി. ഗ്രീക്ക് ഡോക്ടർമാർ ദന്തരോഗികൾക്ക് വേദന സംഹാരിയായി ഇതിന്റെ വേര് ചവയ്ക്കുവാൻ നല്കിയിരുന്നു. ആധുനിക വൈദ്യശാസ്ത്രത്തിന്റെ പിതാ വായ ഹിപ്പോക്രാറ്റസിന്റെ രേഖപ്പെടുത്തലുകൾ പ്രകാരം മാൻഡ്രേക്ക് ചെടിയുടെ വേര് വൈനിൽ ചേർത്തുകഴിച്ചാൽ വിഷാദവും ഉൽക്ക ണ്ഠയുമകലുമെന്ന് കാണാനാകും.

ഉറക്കമില്ലാത്തവർക്ക് ഉറക്കമുണ്ടാക്കുവാൻ ഇത് ചെറിയ അളവിൽ കഴിച്ചാൽ കഴിയുന്നതാണ്. അളവുകൂടിയാൽ ഒരിക്കലുമുണരാത്ത ഉറ ക്കവുമുണ്ടാകും. പ്രാചീനകാലത്തുതന്നെ അനസ്തേഷ്യ, ആന്റിസെ പ്റ്റിക്, നാർക്കോട്ടിക്, ടോണിക് എന്നീ നിലകളിൽ മാൻഡ്രേക് ചെടി ഉപയോഗിച്ചുപോന്നിരുന്നു. ഒന്നാം നൂറ്റാണ്ടിൽ ഗ്രീസിൽ മാൻഡ്രേക് ചെടി

യുടെ വേരിന്റെ ചാറ് നേർപ്പിച്ച് മയക്കുമെരുന്നായി ഉപയോഗിച്ച് ശസ്ത്ര ക്രിയകൾ ചെയ്തിരുന്നതായി കാണാനാകും.

റോമിൽ വ്യാപകമായി നടന്നിരുന്ന ഒരു ശിക്ഷാരീതിയാണ് കുരി ശിൽ തറയ്ക്കൽ. കുരിശിൽ കയറ്റി ആണി തറയ്ക്കുമ്പോൾ വേദനയു ണ്ടാകാതിരിക്കാൻ മാൻഡ്രേക് വേരിന്റെ ചാറ് നേർപ്പിച്ചെടുത്ത് കുടിപ്പി ച്ചിരുന്നതായി രേഖപ്പെടുത്തലുകളുണ്ട്. ചിലയവസരങ്ങളിൽ അളവു കൂട്ടി നല്കി ദയാവധവും നടപ്പിലാക്കിയിരുന്നു. കുരിശിൽ തറയ്ക്കപ്പെട്ട പലരും മരണശേഷം നടന്നുപോകുന്നതായി പലരും കണ്ടുവത്രേ. ഇതുകൊണ്ട് പലരും ഭയപ്പെടുമായിരുന്നു. ഇതിന് കാരണവും മാൻഡ്രേക്കു തന്നെ! നല്ലൊരളവിൽ മാൻഡ്രേക് വേരിന്റെ ചാറ് ഒരാളിന് നല്കിയാൽ മരണ ലക്ഷണം കാണിക്കും. എന്നാൽ, ദീർഘനേരത്തിന് ശേഷം ബോധം തെളിഞ്ഞ് പൂർവ്വാവസ്ഥയിലേക്ക് തിരിച്ചുവരും. മരിച്ചുവെന്ന് കരുതി ബന്ധുക്കളെ ഏല്പിക്കുന്ന ഇത്തരം വ്യക്തികളെയാണ് പില്ക്കാലത്ത് നടന്നുപോകുന്നതായി കാണുന്നത്. ഇത്തരം സംഭവങ്ങൾ വ്യാപകമാ യതോടെ കുരിശിൽ തറയ്ക്കുന്നവരെ കാലുവെട്ടുവാനും ദേഹത്ത് കുന്തം കുത്തിയിറക്കുവാനും ഭരണാധികാരികൾ തയ്യാറായി.

മാൻഡ്രേക് ചെടിയുടെ വേര് വ്യാപകമായി ബാഹ്യ ഉപയോഗ ങ്ങൾക്കായാണ് സ്വീകരിച്ചിരുന്നത്. കിടക്കയ്ക്കടിയിൽവച്ച് സന്താന ലഭ്യ തയുറപ്പാക്കുന്നതിനും ദുർമ്മന്ത്രവാദം ചെറുക്കുന്നതിനുമൊക്കെ അന്ധ വിശ്വാസികൾ ഈ ചെടിയെ ഉപയോഗിച്ചിരുന്നു. ഒരൗഷധച്ചെടി ദുർമ്മ ന്ത്രവാദത്തിന്റെ ഭാഗമായി മാറുകയായിരുന്നു. യൂറോപ്യൻ നാടോടിക്കഥ കളിൽ ഇതിനെ സാത്താന്റെ ആപ്പിളെന്നും മോൺസ്റ്റർ റൂട്ടെന്നും പറ ഞ്ഞുവന്നു. എന്നാൽ, ഇതിന്റെ ഔഷധഗുണം മുന്നിർത്തി ഡോക്ടർ റൂട്ടെന്നും അറിയപ്പെട്ടു. ഒരു മാന്ത്രികവേരെന്ന നിലയിൽ മാൻഡ്രേക് ചെടിയെ ലോകത്ത് ഏറ്റവും കൂടുതൽ ഉപയോഗിച്ചത് ജർമ്മനിയിലാണ്. ദുർമ്മന്ത്രവാദത്തിന്റെ ദുഷ്യഫലം ഏറെയനുഭവിച്ചതും ജർമ്മനി തന്നെ. 16-ാം നൂറ്റാണ്ടിൽ ദുർമ്മന്ത്രവാദികൾ മാൻഡ്രേക് ബെയറർ (Mandrake Bearer) എന്നാണ് അറിഞ്ഞിരുന്നത്. മാൻഡ്രേക് എന്നത് ദുർമ്മന്ത്രവാ ദത്തിന്റെ പര്യായമായി മാറി. മധ്യകാലഘട്ടത്തിൽ ജർമ്മനിയിൽ എല്ലാ വെള്ളിയാഴ്ചകളിലും മാൻഡ്രേക് വേരുകളെ വീഞ്ഞിൽ കുളിപ്പിച്ച് വെള്ളപ്പട്ടുതുണികൊണ്ട് പൊതിഞ്ഞ് വീടുകളിൽ സൂക്ഷിക്കുക പതി വായിരുന്നു. മാന്ത്രിക ശക്തി വർദ്ധിപ്പിക്കുന്നതിലേക്കാണ് ഇപ്രകാരം ചെയ്തിരുന്നത്. ഈ പൊതിയിൽ നോക്കി ഏകാഗ്രതയോടെ ആഗ്രഹ ങ്ങൾ അറിയിച്ചാൽ അത് സാധിക്കുമെന്നായിരുന്നു വിശ്വാസം. ഏറക്കുറെ ഇത് ശരിയുമായിരുന്നു. പട്ടിൽ പൊതിഞ്ഞ മാന്ത്രിക സിദ്ധിയുള്ള മാൻഡ്രേക് വേരിന്റെ സഹായമുണ്ടാകുമെന്ന ആത്മവിശ്വാസം ഒന്നുമാ ത്രമാണ് ആഗ്രഹപൂർത്തീകരണത്തിന് ഹേതുവായതെന്ന കാര്യം ആരും ശ്രദ്ധിച്ചിരുന്നില്ല. കാര്യങ്ങൾ എളുപ്പം സാധിക്കുവാൻ ഈ സ്വയം പ്രത്യാ യനം കാരണമായെന്നുമാത്രം!

സ്വതേ മനുഷ്യരൂപ സാദൃശ്യമുള്ള മാൻഡ്രേക് വേരുകളെ ചെത്തി മിനുക്കി മനുഷ്യരൂപം പൂർണ്ണമാക്കി വസ്ത്രധാരണം ചെയ്ത് പ്രത്യേക മായൊരുക്കിയ പീഠത്തിൽ വച്ചാരാധിക്കുക പോലും ചെയ്തിരുന്നു. ദുർമ്മ ന്ത്രവാദികൾ ആഭിചാര പ്രയോഗത്തിനായി ഇത്തരം പ്രവൃത്തികൾ ചെയ്തിരുന്നതിനാൽ ഇപ്രകാരം ചെയ്യുന്നത് നിയമവിരുദ്ധമായിരുന്നു. എങ്കിലും രഹസ്യമായി ഇത് പലരും പാലിച്ചുപോന്നു. നമ്മുടെ നാട്ടിലും ചിലയിടങ്ങളിൽ മന്ത്രമൂർത്തി കൊടുതിക്കുശേഷം പൂജിച്ച വാൾ പ്രത്യേക പീഠത്തിൽ അലങ്കരിച്ചു സൂക്ഷിക്കുക പതിവാണല്ലോ. ഇത്തരത്തിൽ രൂപ കല്പന ചെയ്ത പാവകൾ വൻതുകകൾക്ക് കൈമാറി വ്യവസായമാ ക്കുന്ന രീതിയും അക്കാലത്ത് നിലവിലുണ്ടായിരുന്നു.

ഔഷധ സാദ്ധ്യതകൾ കൊണ്ടനുഗൃഹീതമാണ് മാൻഡ്രേക് ചെടി യെങ്കിലും അതുകൊണ്ടുതന്നെ അതിലേറെ അന്ധവിശ്വാസം നില നിന്നതും ഈ ചെടിയെ ചുറ്റിപ്പറ്റിയാണ്. വിചിത്രമായ പലവിശ്വാസങ്ങളും നിലനിന്നിരുന്നു. ഈ ചെടി പിഴുതെടുക്കുന്നതു തന്നെ ഒരു ചടങ്ങായി കരുതിപോന്നു. ഒരു വടംവലി പോലെയായിരുന്നു ഇത്. ചെടിക്ക് യാതൊ രുവിധ പോറലുപോലുമേല്ക്കാതെ ഒരല്പം പോലും പൊട്ടിമാറാതെ ഒറ്റ വലിക്ക് വേരോടെ പിഴുതെടുക്കണമെന്നായിരുന്നു വിശ്വാസം. ഒരു പക്ഷേ, ഒറ്റവലിയിൽ പിഴുതുവന്നില്ലെങ്കിൽ ചെടി തിരികെ പിടിക്കുമെന്നും പിഴു തെടുക്കുവാൻ ശ്രമിച്ചയാൾ ഭൂമിയിലേക്കാഴ്ന്നിറങ്ങി അപ്രത്യക്ഷമാകു മെന്നും കരുതിയിരുന്നു. മാത്രവുമല്ല പിഴുതെടുക്കാൻ ആദ്യം ശ്രമിക്കു ന്നയാൾ മരണപ്പെടുമെന്നും വിശ്വാസം പ്രചരിച്ചു. അത്ഭുത സിദ്ധികളുള്ള ഔഷധച്ചെടിയായതിനാൽ ആരെങ്കിലും മോഷ്ടിച്ചു കൊണ്ടുപോകു മെന്നു കരുതി ഇത് തടയുവാനും ചെടിയെ സംരക്ഷിക്കുവാനുമുള്ള നുണ പ്രചാരണമായിരുന്നു ഇതെല്ലാം. നമ്മുടെ നാട്ടിലും നീലക്കൊടുവേലി യെപ്പറ്റി ഇത്തരം കഥകൾ പ്രചരിപ്പിച്ചിരുന്നതായി കാണാം. ഇരുമ്പിനെ അനായാസം മുറിച്ചു മാറ്റുവാനും സ്വർണ്ണമാക്കി മാറ്റുവാനും നീലക്കൊ ടുവേലിച്ചെടിക്കു കഴിയുമെന്ന് വ്യാപകമായ പ്രചാരണം നിലനിന്നു. നീല ക്കൊടുവേലി കണ്ടെടുക്കുക മനുഷ്യസാദ്ധ്യമല്ലാത്തതിനാൽ ചകോരപ്പ ക്ഷികളെയാണ് ഇതിലേക്കായി ആശ്രയിച്ചിരുന്നത്. ചകോരപ്പക്ഷിയുടെ കുഞ്ഞിനെ കൂടിനോട് ചേർത്ത് ഇരുമ്പുചങ്ങലകൾകൊണ്ട് ബന്ധിച്ചാൽ കുഞ്ഞിനെ രക്ഷിക്കാൻ ചകോരപ്പക്ഷി നീലക്കൊടുവേലിയുമായി വരു മെന്നും ചങ്ങലപൊട്ടിച്ച് കുഞ്ഞിനെ രക്ഷിച്ചശേഷം നീലക്കൊടുവേലി കൂട്ടിലുപേക്ഷിച്ചുപോകുമെന്നും അങ്ങനെ ആ ചെടി കരസ്ഥമാക്കി ഇരു മ്പിനെ സ്വർണ്ണമാക്കി മാറ്റാമെന്നുമായിരുന്നു വിശ്വാസം. ആൽക്കെമി വിശ്വാസവുമായി അടുത്തുനില്ക്കുന്ന മറ്റൊരന്ധവിശ്വാസമായിരുന്നു ഇത്. ഇത്തരം കഥകൾ മാൻഡ്രേക് ചെടികളെപ്പറ്റി വ്യാപകമായി നിലനിന്നു പോന്നു.

മദ്ധ്യവേനൽ ഈവിനാണ് മാൻഡ്രേക് ചെടികൾ വിളവെടുക്കേണ്ട തെന്നും കരുതിപ്പോന്നു. ഔഷധവീര്യം കണക്കിലെടുക്കുമ്പോൾ ഇത്

ഏറക്കുറെ ശരിയാണെന്നു കാണാം. ഇപ്രകാരം സത്യവും മിഥ്യയും കൂട്ടിക്കലർത്തി ബോധപൂർവ്വം സൃഷ്ടിക്കുന്ന കഥകളായതിനാൽ ഇക്കഥകളെല്ലാം സത്യമാണെന്ന് കരുതുവാൻ മാത്രമേ കഴിയുമായിരുന്നുള്ളൂ.

മാൻഡ്രേക് ചെടിയുടെ വേരിൽ നിന്നെടുക്കുന്ന ചാറ് നിശ്ചിത അനുപാതത്തിൽ നേർപ്പിക്കുമ്പോൾ വേദന സംഹാരിയായും ശസ്ത്രക്രിയകൾക്കുള്ള മയക്കുമരുന്നായും എന്തിനേറെ ഒരു നിശ്ചിത സമയംവരെ മരണലക്ഷണം കാണിപ്പിക്കുവാനും കഴിയുമായിരുന്നു. ഈ അനുപാതക്രമം അറിഞ്ഞിരുന്നവരാണ് യഥാർത്ഥ ഇന്ദ്രജാലക്കാർ. ഒരു മരുന്നെന്ന നിലയിൽ മാൻഡ്രേക് ചെടി സൃഷ്ടിച്ച അത്ഭുതങ്ങൾക്ക് അതിരുകളില്ലായിരുന്നു. അതുകൊണ്ടുതന്നെ ഇതിനെ ചുറ്റിപ്പറ്റി അനവധി അന്ധവിശ്വാസങ്ങളും നിലനിന്നുപോന്നു. ഇവ പലതും സൃഷ്ടിച്ചത് ഈ ചെടിയിലൂടെ അത്ഭുതങ്ങൾ പ്രവർത്തിച്ചിരുന്നവർ തന്നെയാണ്. രാജ്യാതിർത്തികൾ കടന്നുപോലും ഇത്തരം വാർത്തകളും വിശ്വാസങ്ങളും ആധിപത്യം പുലർത്തി നിലനിന്നിരുന്നത് വാർത്തകൾ പ്രചരിക്കുവാൻ സാദ്ധ്യത തീരെയില്ലാതിരുന്ന ഒരു കാലത്തായിരുന്ന് മനസ്സിലാക്കുമ്പോഴാണ് അത്ഭുതം ഇരട്ടിക്കുന്നത്. ഒരമേരിക്കക്കാരന് ഈ ചെടിയുടെ പേരിൽ ഒരു കഥാപാത്രത്തെ സൃഷ്ടിക്കേണ്ടി വന്നതുപോലും ഒരത്ഭുതം തന്നെയല്ലേ.

ഓപ്പിയം പോപ്പി അഥവാ ഇന്ദ്രജാല പോപ്പി

മാൻഡ്രേക് ചെടിയെപ്പോലെ തന്നെ ഇന്ദ്രജാലവുമായി അടുത്ത ബന്ധം പുലർത്തുന്ന ഒന്നാണ് ഓപ്പിയം പോപ്പി. പേപ്പവർ സോമിനി ഫെറം എന്ന ശാസ്ത്രീയ നാമം പേറുന്ന ഈ ചെടി അപകടകാരിയായ ഒന്നുകൂടിയാണ്. അതുകൊണ്ടുതന്നെ ഈ ചെടി സ്വകാര്യ പൂന്തോട്ട ത്തിൽ നട്ടുവളർത്തുന്നതുപോലും നിയമംമൂലം നിരോധിച്ചിരിക്കുന്നു. ഓപ്പിയത്തിന്റെ സാന്നിദ്ധ്യം കൊണ്ടുതന്നെ കുപ്രസിദ്ധിയാർജ്ജിച്ച ഒന്നാണ് ഈ ഇന്ദ്രജാലച്ചെടി. മറ്റ് ഇന്ദ്രജാലച്ചെടികളെപ്പോലെ ഇതിന്റെ പൂവ്, കായ, ഇലകൾ, വേരുകൾ എന്നിവ ഫലവത്തായ ഔഷധം തന്നെ യാണ്. ശിലായുഗ കാലം മുതൽ ഇതൊരൗഷധമായുപയോഗിച്ചിരുന്നു. ഈ ഔഷധമൂല്യത്തെ ഉപയോഗിച്ച് രോഗശാന്തി നേടിക്കൊടുക്കുവാൻ പരിചയസമ്പന്നർക്ക് എളുപ്പമാണ്. വയറിളക്കം, പലതരം വേദനകൾ, ചുമ, കുടൽ സംബന്ധമായ അസുഖം എന്നിവയ്ക്ക് ശാന്തി ലഭിക്കു വാൻ പോപ്പിക്കുരുവിന്റെ സവിശേഷ പ്രയോഗത്തിനാകുന്നു. പോപ്പിക്കു രുവിൽ മോർഫിനും കൊടീനുമുണ്ട്. ആധുനിക വൈദ്യശാസ്ത്രം ഇന്നും ഇത് വേദനസംഹാരിയായി ഉപയോഗിക്കുന്നു. ഇന്ദ്രജാലക്കാർ വൈദ്യ ന്മാർകൂടിയായിരുന്ന കാലത്ത് ഈ ചെടിയുടെ ഔഷധ സാദ്ധ്യത ശരിക്കും ഉപയോഗിച്ച് അത്ഭുതം കാട്ടിയിരുന്നു. പോപ്പിച്ചെടിയിൽനിന്നും വാറ്റിയെടുക്കുന്ന ഓപ്പിയം ഉറക്കത്തിന് കാരണമാകുന്നു. വാറ്റിയെടുത്ത ദ്രാവകം വെള്ളത്തിലോ വൈനിലോ കലർത്തി നേർപ്പിച്ച് നല്കിയാണ് ചികിത്സ നടത്തുന്നത്. കാര്യമായി നേർപ്പിക്കാത്ത പക്ഷം മരണം സംഭ വിക്കാനും ഇടയുണ്ട്. ഗ്രീക്ക് റോമൻ സങ്കല്പങ്ങളിൽ പോപ്പിച്ചെടി മര ണത്തിന്റെ മുദ്രകൂടിയാണ്. ശവക്കല്ലറകളിൽ ആത്മശാന്തിക്കുള്ള മുദ്ര

യായും ഇതുപയോഗിച്ച് വരുന്നു.

മരിച്ചവരെ ഉയിർത്തെഴുന്നേല്പിക്കുവാൻ കഴിയുന്നവരായിരുന്നു ഒരുകാലത്തെ ഇന്ദ്രജാലക്കാർ! യഥാർത്ഥത്തിൽ പോപ്പിച്ചെടിയുടെ കുരു വിൽ നിന്നും വാറ്റിയെടുക്കുന്ന മോർഫിൻ മനുഷ്യശരീരത്തെ മരവിപ്പി ക്കുമ്പോൾ ആദിമമനുഷ്യൻ ഇത് മരണമാണെന്ന് വിശ്വസിച്ചു. എന്നാൽ, ഔഷധ വീര്യം കുറയുമ്പോൾ 'മരണപ്പെട്ടയാൾ' മെല്ലെ എഴുന്നേറ്റുവരും. ഈ സാദ്ധ്യതയാണ് അക്കാലത്തെ ഇന്ദ്രജാലക്കാർ ഉപയോഗപ്പെടുത്തി യത്. ഒരലങ്കാരച്ചെടികൂടിയായ പോപ്പി മരുന്നായും ആഹാരമായും ഉപ യോഗിക്കുന്നു. ഗുണപരമായ ധാരാളം ഉപയോഗം ഈ ചെടിക്കുണ്ട്. പോപ്പി ഓയിൽ ആഹാരം പാകം ചെയ്യാനുപയോഗിക്കുന്നു. പോപ്പിയുടെ ഇതര ഉല്പന്നങ്ങൾ പെയിന്റ്, വാർണിഷ്. സൗന്ദര്യ സംരക്ഷണ വസ്തു ക്കൾ എന്നിവയുണ്ടാക്കുവാൻ ഉപയോഗിച്ചുവരുന്നു. ഓയിൽ സമൃദ്ധമായ പോപ്പിച്ചെടിയിൽ കാർബോ ഹൈഡ്രേറ്റ്, കാൽസ്യം, പ്രോട്ടീൻ എന്നിവ ധാരാളമാണ്. അളവിലെ വ്യതിയാനം കൊണ്ട് രോഗമവസാനിപ്പിക്കാനാ വുമെന്നതുപോലെതന്നെ രോഗിയെ അവസാനിപ്പിക്കുവാനും കഴിയുന്നു.

ഓപ്പിയം പോപ്പിയുടെ വേരുകൾ മിനുസപ്പെടുത്തി ഇന്ദ്രജാലക്കാർ ആഭരണമായി ഉപയോഗിച്ചിരുന്നു. ഏതു സമയത്തും ഇതെടുത്തു പ്രയോ ഗിക്കുവാനുള്ള സൗകര്യത്തിനാണ് ഇവയെ ആഭരണമാക്കി സദാ കൊണ്ടു നടന്നിരുന്നത്. യഥാർത്ഥ പോപ്പിച്ചെടിയുടെ അഭാവത്തിൽ ചുവന്ന ഫലങ്ങളുള്ള സാധാരണ പോപ്പിച്ചെടിയെയും ഓപ്പിയം പോപ്പി എന്ന പേരിൽ ഉപയോഗിച്ചിരുന്നു. പെപ്പവർ സ്ട്രിംഗോസം വിഭാഗ ത്തിൽപ്പെട്ട ചെടികളെയും ഓപ്പിയം പോപ്പി എന്ന് തെറ്റിദ്ധരിച്ച് പലരും ഉപയോഗിച്ചിരുന്നു. ഓപ്പിയം പോപ്പി അത്ഭുത മാന്ത്രികച്ചെടി അഥവാ 'വിച്ച് പോപ്പി' എന്നാണറിയപ്പെട്ടിരുന്നത്.

ഓപ്പിയം പോപ്പി മിശ്രിതം തയ്യാറാക്കുന്നതിലെ പ്രാവീണ്യമാണ് ഇന്ദ്രജാലക്കാരെ സൃഷ്ടിച്ചത്. ബുദ്ധിശാലികളായ ഇന്ദ്രജാലക്കാർ ഈ ഔഷധച്ചെടിയുമായി ബന്ധപ്പെട്ട് ധാരാളം മാമൂലുകൾ സൃഷ്ടിച്ചു. മാൻഡ്രേക്ക് ചെടി പോലെ തന്നെ ഇവ പറിച്ചെടുക്കുന്നതിനും ഉപയോ ഗിക്കുന്നതിനുമെല്ലാം ചില ചിട്ടവട്ടങ്ങൾ കല്പിച്ചു. പ്രത്യേക പൂജകൾക്കു ശേഷം ഭൂമിയുടെ അനുമതി വാങ്ങി മാത്രമേ ഈ ചെടിയെ ഭൂമിയിൽ നിന്നും പിഴുതെടുത്തിരുന്നുള്ളൂ. അതല്ലാതെ പിടിച്ചു പിഴുതു കൈവശ പ്പെടുത്തിയാൽ അതൊരു ബലാല്ക്കാര പ്രയോഗമായി പരിഗണിച്ചിരുന്നു. ശാസ്ത്രീയവിധിപ്രകാരം പറിച്ചെടുത്ത ഓപ്പിയം പോപ്പിയിൽനിന്നും വാറ്റി യെടുക്കുന്ന മരുന്ന് അമരത്വം നേടുന്നതിനുള്ള അമൃതായും (Elixir) ഉപ യോഗിച്ചിരുന്നു. രാജാക്കന്മാരടക്കം ഇതിനിരകളാവുകയും ഈ ഔഷധ നിർമ്മാണത്തിനായി ലക്ഷക്കണക്കിന് തുക സർക്കാർ ഖജനാവിൽ

നിന്നും നല്കുകയും ചെയ്തിരുന്നു! വെറുമൊരു കഞ്ചാവുചെടിയുടെ അപാര സാദ്ധ്യതകൾ അപ്പാടെ ഇന്ദ്രജാലമാക്കി അവതരിപ്പിക്കുവാൻ അന്നത്തെ ഇന്ദ്രജാലക്കാർക്കു കഴിഞ്ഞിരുന്നു. ബൊട്ടാണിക്കൽ മാജിക് അതിന്റെ ഉന്നതിയിൽ നിന്നിരുന്നത് ശാസ്ത്രം വളരുന്നതിനും വികസിക്കുന്നതിനുമൊക്കെ എത്രയോ കാലം മുമ്പാണ്!

മിഥ്യാബോധവും കലയും ശാസ്ത്രവും

മിഥ്യാബോധം അഥവാ ഇല്യൂഷൻ എന്ന മാനസിക വ്യാപാരത്തിന് എന്തുകൊണ്ട് നാം വിധേയരാകുന്നു? തന്മൂലം ഇന്ദ്രജാലം സാദ്ധ്യമാ കുന്നതെങ്ങനെ? സർഗ്ഗവാസന വിപുലപ്പെടുത്തുന്നതിനും ത്വരിതപ്പെടു ത്തുന്നതിനും സഹായകമാണ് മിഥ്യാബോധം. അതിരുകളില്ലാത്ത ഭാവ നാലോകത്തേക്കുള്ള അനായാസ സഞ്ചാരം കൂടിയാണിത്. സാർത്ഥക മായ ഒരു ജീവിതം സാദ്ധ്യമാക്കുന്നതിന് മിഥ്യാബോധം കൂടിയേ കഴിയൂ. അതുകൊണ്ടുതന്നെ കേട്ടാൽ തോന്നുന്നതുപോലെ മിഥ്യാബോധം പോരായ്മയല്ല; മറിച്ച് കാവ്യാത്മകമായ ഒരു ജീവിത രീതിക്ക് അനിവാ ര്യമായ ഒന്നുകൂടിയാണ്.

കാഴ്ചയും ചിന്തയും തമ്മിലുള്ള, അതുമല്ലെങ്കിൽ രൂപവും ചിന്തയും തമ്മിലുള്ള പരസ്പര ധാരണയിൽ സംഭവിക്കുന്ന അത്ഭുതമാണ് മിഥ്യാ ബോധം. മനസ്സിന്റെ വ്യാഖ്യാന സാദ്ധ്യതകളെ മുഴുവൻ സ്വാധീനിക്കു വാൻ മിഥ്യാബോധത്തിന് കഴിയുന്നു. സാമാന്യബോധത്തെ തന്ത്രപൂർവ്വം വളച്ചൊടിച്ചുകൊണ്ടാണ് മിഥ്യാബോധം കടന്നുവരുന്നത്. അതോടെ കണ്ണിന് ലഭിക്കുന്ന വിവരം അഥവാ അറിവ് തലച്ചോറിലെത്തുമ്പോൾ യാഥാർത്ഥ്യവുമായി യാതൊരു ബന്ധവുമില്ലാത്തതായി മാറുന്നു. തല ച്ചോറു നിർദ്ദേശിക്കുന്ന തരത്തിലുള്ള രൂപം മാത്രമേ നമുക്ക് ദർശിക്കു വാനാകൂ. പൂച്ചയെ പുലിയായി ബോദ്ധ്യപ്പെടുത്തിയാൽ നമുക്ക് അത് വിശ്വസിക്കുക മാത്രമേ വഴിയുള്ളൂ. ഈ പ്രക്രിയ സജീവമായി പ്രവർത്തി ക്കുമ്പോൾ സാമാന്യബോധമുള്ള നാം അത്ഭുതത്തിന് അടിമപ്പെടുക യാണ് ചെയ്യുന്നത്. കണ്ടകാര്യവും അതിനെക്കുറിച്ച് നാളിതുവരെ നാം

മനസ്സിലാക്കിയിരുന്ന സത്യങ്ങളുമെല്ലാം തലകീഴായി മാറുന്ന നിലയിൽ തലച്ചോറിൽ നിന്ന് വ്യാഖ്യാനങ്ങളുണ്ടാകുമ്പോൾ അമ്പരക്കാതിരിക്കാൻ കഴിയുമോ? ഈ സാദ്ധ്യതയെയാണ് ഇന്ദ്രജാല കലയിൽ വ്യാപകമായി ഉപയോഗിച്ചുവരുന്നത്. ഒരു വസ്തുവിനെ കാണുന്നതിനും തലച്ചോർ അതിനെ വ്യാഖ്യാനിക്കുന്നതിനുമിടയിൽ സംഭവിക്കുന്ന ഒരു ഗതിമാറ്റ മുണ്ട്. അതാണ് ഇന്ദ്രജാലമായി പരിണമിക്കുന്നത്.

ധനിവിഡംബനം (വെൺട്രിലോക്കിസം) ചെയ്യുമ്പോൾ ധനി വിഡം ബകന്റെ പ്രവൃത്തി ഇതിനൊരുത്തമ ഉദാഹരണമാണ്. ഒരു കൈയിൽ പാവയുമായി നില്ക്കുന്ന വ്യക്തി ചോദിക്കുന്ന ചോദ്യങ്ങൾക്കെല്ലാം പാവ മറുപടി പറയുകയാണ്. ദൃശ്യം കാണുന്ന നാം ഇത് രണ്ടുപേരുടെ സംസാ രമായിത്തന്നെ വിശ്വസിക്കുന്നു. യഥാർത്ഥത്തിൽ രണ്ടുശബ്ദവും ഉണ്ടാ ക്കുന്നത് പാവയുമായി നില്ക്കുന്ന വ്യക്തി തന്നെയാണ്. പാവ സംസാ രിക്കേണ്ടതായി വരുമ്പോൾ കൈവിരലുകൾ കൊണ്ട് പാവയെ ചലിപ്പി ക്കുകയും മുഖത്തോ ചുണ്ടുകളിലോ യാതൊരുവിധ ഭാവഭേദങ്ങളും ചല നവുമില്ലാതെ ശബ്ദമുണ്ടാക്കുകയുമാണ് ചെയ്യുന്നത്. യഥാർത്ഥത്തിൽ ശബ്ദമുണ്ടാക്കുന്നത് പാവയുമായി നില്ക്കുന്ന വ്യക്തിയാണെങ്കിലും പാവയുടെ ചുണ്ടിലെ ചലനത്തിലൂടെ അത് പാവയിൽനിന്നും വരുന്ന ശബ്ദമായി നാം സങ്കല്പിക്കുന്നു. ഇതാണ് മിഥ്യാധാരണ. അഥവാ ഇല്യൂഷൻ. ശബ്ദമുണ്ടാക്കുന്ന യഥാർത്ഥ സ്ഥലത്തുനിന്നും മാറി മറ്റൊരു സ്ഥലത്താണ് ശബ്ദമുണ്ടാക്കുന്നതെന്ന മിഥ്യാധാരണ ഇവിടെ ബോധ പൂർവ്വം സൃഷ്ടിച്ചെടുക്കുകയാണ്. അതോടെ ജീവനില്ലാത്തതെന്ന് നമുക്ക് വ്യക്തമായറിയാവുന്ന ഒരു പാവ സംസാരിച്ചതായി നാം വിശ്വസിക്കു ന്നു. അതിനുള്ള സാദ്ധ്യത തീരെ ഇല്ലെന്നറിയാമെങ്കിലും നാം അതു വിശ്വസിച്ചുപോവുകയാണ്. അഥവാ അപ്രകാരം നമ്മെ വിശ്വസിപ്പിക്കു കയാണ്. ഒരിക്കലും സംഭവിക്കാൻ സാദ്ധ്യതയില്ലാത്ത ഒരു കാര്യം സംഭ വിച്ചതായി നാം കരുതുമ്പോൾ അത് ഇന്ദ്രജാലമായി. മിഥ്യാധാരണയുടെ അഥവാ ഇല്യൂഷൻ എന്ന അവസ്ഥയുടെ ഫലമായി സംഭവിക്കുന്ന ഒരു മാറ്റമാണിത്.

തിരശ്ശീലയിലെ കഥാപാത്രങ്ങൾ യഥാർത്ഥ വ്യക്തികളായി പുറ ത്തിറങ്ങുന്നത് സത്യമായി നാം കരുതുന്നതും ഇതേ മിഥ്യാധാരണ നമ്മി ലുള്ളതിനാലാണ്. തിരശ്ശീലയിലെ രൂപങ്ങൾ ഒരിക്കലും ജീവനുള്ളതായി പുറത്തുവരുവാൻ സാദ്ധ്യതയില്ലെന്നതു സത്യം. എന്നാൽ, ഒരു രൂപം പുറത്തേക്കുവരുന്നതായി ചിത്രീകരിക്കുകയും സമയത്തിന്റെ കൃത്യത പാലിച്ച് യഥാർത്ഥ രൂപം തിരശ്ശീലയ്ക്കു പിന്നിൽനിന്നും പുറത്തേക്കു വരികയും ചെയ്യുമ്പോൾ ഈ രണ്ടു കാര്യങ്ങളും തമ്മിലുള്ള പരസ്പര ബന്ധം നാം മനസ്സിലുറപ്പിക്കുകയും തിരശ്ശീലയിലെ രൂപംതന്നെയാണ്

പുറത്തേക്കുവന്ന വ്യക്തിയെന്ന മിഥ്യാധാരണയിലേക്ക് അഥവാ ഇല്യൂ ഷനിലേക്ക് ചെന്നെത്തുകയും ചെയ്യുന്നു. കമ്പ്യൂട്ടറിൽനിന്നും നോട്ട് പാഡിൽനിന്നും മൊബൈൽ ഫോണിൽനിന്നുമൊക്കെ വസ്തുക്കളെ പുറ ത്തേക്കെടുക്കുന്നതും ജാലവിദ്യകളാകുന്നത് ഇതേ മിഥ്യാധാരണയുടെ ഫലമായിട്ടാണ്. മൂകാഭിനയം നടത്തുന്നവർ ചുവരും ഗോവണിപ്പടിയും തുടങ്ങി പല രൂപങ്ങളും അവതരിപ്പിച്ചു കാണിക്കുമ്പോൾ, അതെല്ലാം അപ്രകാരം തന്നെ നമുക്കു മനസ്സിലാകുന്നതും ഈ മിഥ്യാധാരണ നമ്മി ലുള്ളതുകൊണ്ടു മാത്രമാണ്.

ജൈവബോധ ഘടനയിൽ ശക്തമായ സ്വാധീനം ചെലുത്തുന്നതിന് മിഥ്യാധാരണയ്ക്ക് കഴിയുന്നതിന് ചില പ്രത്യേക കാരണങ്ങളുണ്ട്. അത് പ്രാചീന കാലം മുതൽ മനുഷ്യന്റെ മനസ്സിൽ അടിയുറച്ച ചില വിശ്വാ സങ്ങളുടെ ഫലമായുണ്ടായതാണ്. ആത്മാവ്, പ്രേതം എന്നിവയിലുള്ള വിശ്വാസം ഇരട്ടിപ്പിക്കുന്നതിന് മതങ്ങളും പുരോഹിതന്മാരും വഹിച്ച പങ്ക് വളരെ വലുതാണ്. മതവിശ്വാസങ്ങളും അതുമായി ബന്ധപ്പെട്ട ചിന്താ രീതികളും ഇത്തരം ഒരവസ്ഥയിലേക്ക് മാനവരാശിയെ കൈപിടിച്ചു കയറ്റി എന്നുതന്നെ പറയാം. പ്ലേറ്റോയുടേതടക്കമുള്ള സൂക്ഷ്മ ശരീര ചിന്താഗ തികൾ ഇതിന് ആക്കം കൂട്ടിയിട്ടുണ്ട്. ഇതിനൊക്കെ പുറമേ ഇന്ദ്രജാല ശക്തിയിലുള്ള ഒരുറച്ച വിശ്വാസവും ഇതിനൊരു കാരണമാണ്. ആദിമ കാലം മുതൽ മതത്തിലും മാനവസംസ്കൃതിയിലും ഇന്ദ്രജാലം ശക്ത മായ സ്വാധീനം ചെലുത്തിയിരുന്നു. ജനനംമുതൽ മരണംവരെ എല്ലാ കാര്യങ്ങളിലും ഇന്ദ്രജാലസാന്നിദ്ധ്യമുണ്ടായിരുന്നു എന്നതാണ് ചരിത്ര സത്യം. കുട്ടികളുണ്ടാകുന്നതിനും ഉണ്ടാകാതിരിക്കുന്നതിനും നന്നായി ജീവിക്കുന്നതിനും പ്രതിസന്ധികൾ തരണം ചെയ്യുന്നതിനും സൗഭാഗ്യ ങ്ങൾ സിദ്ധിക്കുന്നതിനും രോഗശമനത്തിനും രോഗമുണ്ടാക്കുന്നതിനും ശത്രുവിനെ ഇല്ലായ്മ ചെയ്യുന്നതിനും മരണമില്ലാതാക്കുന്നതിനും ജീവിത മവസാനിപ്പിക്കുന്നതിനും ഒക്കെ ഇന്ദ്രജാലത്തെ ഉപയോഗപ്പെടുത്തിയിരു ന്നതായി ചരിത്രരേഖകളിലുണ്ട്. ഈയൊരു വിശ്വാസം പേറുന്ന മനസ്സു മായാണ് നാം ഏവരും ജീവിച്ചു പോരുന്നതും. അമാനുഷിക ശക്തിക ളുള്ളവരാകണം നാമെന്ന ചിന്ത എല്ലാവ്യക്തികളുടെയും മനസ്സിൽ കടന്നുകൂടുന്നതും ഇതൊക്കെക്കൊണ്ടാണ്. അതുകൊണ്ടാണ് മിഥ്യാധാ രണ ഇത്രയും പ്രബലമായി നിലനില്ക്കുന്നത്. സത്യത്തിനും എത്രയോ മേൽ വിജയത്തിന്റെ വെന്നിക്കൊടി പാറിച്ച് മിഥ്യാബോധം കടന്നുവരു വാൻ നമ്മുടെ ബോധമണ്ഡലത്തിൽ തന്നെ സാദ്ധ്യതയുണ്ടായതും ഇങ്ങ നെയാണ്.

ആധികാരികമായി അനുശാസിക്കുന്നത് ശാസ്ത്രം എന്നതാണ് ഭാര തീയ ശാസ്ത്ര സങ്കല്പം. പക്ഷികൾക്ക് പറക്കാനാവുന്നത് എന്തുകൊ

ണ്ടെന്നും അതേ സമയം പശു പറക്കാത്തതെന്തുകൊണ്ടെന്നും ഉള്ള ചോദ്യത്തിന് ശാസ്ത്രം ഉത്തരം നല്കുന്നു. വെള്ളം മഞ്ഞുകട്ടയാകുന്നതും മഞ്ഞുകട്ട വെള്ളമാകുന്നതും ആ വെള്ളം നീരാവിയാകുന്നതും നീരാവി വീണ്ടും വെള്ളമാകുന്നതും എന്തുകൊണ്ടെന്നും ശാസ്ത്രം വിശദീകരിക്കും. അതേസമയം, കലകൾ വൈകാരികാവസ്ഥകളെയാണ് വിശകലനം ചെയ്യുന്നത്. ഒരു കലാകാരന്റെ ആന്തരിക പ്രതികരണങ്ങൾ പുറം ലോകത്തോട് പങ്കുവെക്കുന്നതാണ് കല. അതിനാലാണ് ആത്മപ്രകാശനത്തിനുള്ള ഉപകരണമായി കല മാറുന്നത്. ഉള്ളിൽ വൈകാരികത സൃഷ്ടിക്കുവാൻ ചുണ്ടുകളും പുരികങ്ങളും കണ്ണുകളും മാത്രമല്ല, നാസികയും കർണ്ണങ്ങളുമൊക്കെ കൃത്യതയോടെയും ചിട്ടയായും പ്രവർത്തിപ്പിക്കുവാൻ കഴിയുമ്പോഴാണ് ഒരാൾ ഒരു അവതരണ കലാകാരനാകുന്നത്. നാട്യത്തിന്റെ ലാസ്യലയം മേലാസകലം പ്രതിഫലിക്കണം. അപ്പോൾ മാത്രമാണ് ആസ്വാദകന്റെ മനസ്സിൽ അനുരണനങ്ങൾ സൃഷ്ടിക്കുവാൻ ശാസ്ത്രത്തെപ്പോലെയോ ഒരല്പം കൂടുതലായോ കലകൾക്കു കഴിയുന്നത്. അപ്രകാരമാകുവാൻ കലകൾക്കാവണമെങ്കിൽ അത്തരം കലകളിൽ ശാസ്ത്ര സാന്നിദ്ധ്യം കൂടിയേ തീരൂ. ശാസ്ത്രപരീക്ഷണങ്ങൾ വേദികളിൽ അവതരിപ്പിക്കണമെന്നല്ല ഇതിനർത്ഥം. ശാസ്ത്രീയമായ ഒരവതരണ രീതി അവലംബിക്കണമെന്ന് മാത്രം. കലാകാരന്റെ വെറുമൊരു ചലനം അല്ലെങ്കിൽ ഒരു ചലനമില്ലായ്മ ഇതൊക്കെ ആസ്വാദകനിൽ പ്രതികരണം ജനിപ്പിക്കണം. അതിലേക്കുള്ള പരിശീലനമാണ് ഒരു കലാകാരന് അത്യന്താപേക്ഷിതമായിട്ടുള്ളത്. ഇത് സ്വായത്തമാക്കുമ്പോൾ ആരും തന്നെ അവരറിയാതെ കലാകാരന്മാരായി മാറുന്നു. അതാണ് കലയിലെ ശാസ്ത്രത്തിന്റെ തിളക്കം. അശാസ്ത്രീയമായ അവതരണങ്ങളിൽ കലയുടെ സാന്നിദ്ധ്യമോ അംശമോ കാണുവാനാവുകയില്ല. അതുകൊണ്ടാണ് നാട്യത്തിന് ഒരു ശാസ്ത്രമുണ്ടാകുന്നത്.

കൈയെവിടെയോ അവിടെയാണ് കണ്ണ്. കണ്ണെവിടെയോ അവിടെയാണ് മനസ്സ്. മനസ്സെവിടെയോ അവിടെയാണ് ഭാവം. ഭാവമെവിടെയോ അവിടെയാണ് രസം. ഒറ്റ വായനയിൽ ഇന്ദ്രജാലത്തിന്റെ വ്യാഖ്യാനമാണെന്ന് കരുതുന്ന ഒരു പ്രസ്താവമാണിത്. ക്രിസ്തുവിന് മുമ്പ് 200-ാ മാണ്ടിൽ രചിച്ചതെന്ന് കരുതുന്ന *നാട്യശാസ്ത്രത്തിൽ* കലകളെപ്പറ്റി ഭരത മുനി നല്കിയ വ്യാഖ്യാനമാണിത്. ഭാരതീയ കാവ്യതത്വ ശാസ്ത്രത്തിന്റെ ഉറവിടമെന്നു കരുതുന്ന *മഹാഭാരതവും രാമായണവും* ഉണ്ടാകുന്നതിന് മുമ്പാണ് ഈ *നാട്യശാസ്ത്രം* രൂപംകൊണ്ടതെന്നാണ് കരുതേണ്ടിയിരിക്കുന്നത്. കലയുടെ വ്യാകരണങ്ങളും വ്യാഖ്യാനങ്ങളും പിറവിയെടുക്കുന്നതിന് എത്രയോ മുമ്പ് ഇന്നും പ്രസക്തവും പ്രചോദനാത്മകവുമായ നിലയിൽ ഒരു ശാസ്ത്രഘടന നിലനിന്നിരുന്നു എന്നത്

തികച്ചും അത്ഭുതം തന്നെയാണ്. 64 വിഭാഗങ്ങളായി കലകളെ വേറെ വേറെ മാറ്റിനിർത്തി വിശദീകരിക്കുന്നതിനും വിശകലനം ചെയ്യുന്നതിനും പ്രാചീന കാലത്ത് പ്രഗത്ഭരുണ്ടായിരുന്നുവെന്നത് നിസ്സാരമായ ഒരു കാര്യ മല്ല. ആധുനിക ശാസ്ത്രസാങ്കേതിക തികവുകൾ കൂട്ടിനുണ്ടായിട്ടും അടി സ്ഥാനപരമായ നാട്യശാസ്ത്രരീതിക്ക് ഇന്നും വലിയ മാറ്റങ്ങളുണ്ടായി ല്ലെന്നുകൂടി കാണേണ്ടിയിരിക്കുന്നു. ഒരു വിഭാഗത്തിനെ ഒന്നാകെ വശീ കരിക്കാനാവുന്ന തരത്തിൽ കാര്യങ്ങളെങ്ങനെ ചിട്ടപ്പെടുത്തണമെന്ന ശാസ്ത്രീയവും മനശ്ശാസ്ത്രപരവുമായ പരീക്ഷണങ്ങൾ നടത്തുവാൻ പൂർവ്വിക മനസ്സുകൾ സജ്ജമായിരുന്നുവെന്ന് കാണുമ്പോൾ യഥാർത്ഥ ത്തിൽ ആധുനികതയുടെ അഹങ്കാരം പേറുന്ന നാം ചെറുതായി പോവു കയാണ്. മനസ്സിനെ ആധുനിക ശാസ്ത്രത്തിന്റെ സഹായത്തോടെ പഠി ക്കുവാൻ തുടങ്ങിയത് കേവലം 100 വർഷങ്ങൾക്ക് മുമ്പ് മാത്രമാണ്. അതു മനസ്സിലാക്കുമ്പോഴാണ് ആയിരക്കണക്കിന് വർഷങ്ങൾക്ക് മുമ്പ് നടന്ന ഈ ഗവേഷണം പ്രാധാന്യമർഹിക്കുന്നത്.

കലകളെല്ലാം ആത്മനിഷ്ഠവും ശാസ്ത്രം വസ്തുനിഷ്ഠവുമാണെന്ന ആധുനിക നിഗമനങ്ങൾ ശക്തമായി നില്ക്കുമ്പോഴും നാട്യം ഒരു കല യെന്നതിലുപരി ശാസ്ത്രവും കൂടിയാണെന്ന ഭരതമുനിയുടെ സങ്കല്പം മങ്ങലേല്ക്കാതെ നിലനില്ക്കുന്നു എന്നതാണ് അത്ഭുതം. ഇതെന്തുകൊ ണ്ടാണെന്നു പരിശോധിക്കുമ്പോഴാണ് കലയിലെ ശാസ്ത്രം ബോദ്ധ്യ മാകുന്നത്. കലകൾ ഭാവനാലോകത്ത് അഭിരമിക്കുന്നതിനാൽ വസ്തു നിഷ്ഠാപരമായ ഒരു വിശകലനത്തിന് വശംവദമല്ല എന്നതുകൊണ്ടാണ് കലയിൽ ശാസ്ത്രമില്ലെന്ന വാദം സജീവമാകുന്നത്. യുക്തിയുക്തമായി ചിന്തിക്കുവാൻ ശേഷിയുള്ളവരെപ്പോലും കൂട്ടത്തോടെ ഭാവനാലോക ത്തേക്ക് കൂട്ടിക്കൊണ്ടുപോകുവാൻ ഒരു കലാകാരന് അനായാസം എങ്ങനെ കഴിയുന്നുവെന്ന് പരിശോധിക്കണം. അപ്പോഴാണ് അതിലേ ക്കുവേണ്ടി അയാൾ നടത്തിയ ശാസ്ത്രീയമായ വഴികൾ നാമറിയുന്നത്. കാര്യകാരണ ചിന്തയുടെ നിഴലാട്ടത്തിനുപോലും ഇടം നല്കാതെ ആല ങ്കാരിക കല്പനകളിൽ അഭിരമിക്കുന്നവരായി ആസ്വാദകർ മാറണമെ ങ്കിൽ അവതരണ കലാകാരൻ അവതരണ ശാസ്ത്രം അഭ്യസിച്ചേ മതി യാകൂ. ആലങ്കാരിക വർണ്ണനകളിലൂടെ ഭാവനാലോകത്തേക്ക് വഴി നയി ക്കുന്നുവെന്നതാണ് കലയിൽ ശാസ്ത്രമില്ലെന്ന വാദത്തിന് ആക്കം കൂട്ടി യത്. തെറ്റും ശരിയും വേർതിരിച്ച് വ്യക്തമാക്കുവാൻ പ്രാപ്തിയുള്ളവ രെപ്പോലും ഭാവനാലോകത്തേക്ക് കൈപിടിച്ചാനയിക്കാൻ അവതരണ കലയിലെ ശാസ്ത്രീയതയ്ക്ക് മാത്രമേ കഴിയുകയുള്ളൂ. പ്രയത്നം എത്ര കഠിനമായാലും ശാസ്ത്രീയമായ സമീപനം കൂട്ടിനില്ലെങ്കിൽ ഏതൊരു കലയും പരാജയമാണ്. അവതാരകന്റെ ഭാഗത്തുനിന്നുമുള്ള ശാസ്ത്രീ

യമായ ഒരു സമീപനം നാട്യകലകളിൽ അനിവാര്യമാണ്. ക്രമീകരണ രീതി, വസ്ത്രധാരണ രീതി, സംവിധാനം എന്നീ കാര്യങ്ങൾ ശ്രദ്ധാ പൂർവ്വം നിർവ്വഹിക്കേണ്ടതാണ്. ഇന്ദ്രജാലത്തിൽ ഇത് വളരെ പ്രാധാന്യ മർഹിക്കുന്നു. പിന്നെ അഭിനയം. അഭിനയത്തെ ആംഗികം, വാചികം, വസ്ത്രധാരണം, ചമയം എന്നിങ്ങനെ നാലായി തരംതിരിച്ച് മനസ്സിലാ ക്കുകയും വേണം. ആംഗികത്തിൽ ശരീരഭാഷയും (Body Language) വാചികത്തിൽ ഭാഷണ രീതിയും (Sound Modulation) എങ്ങനെ ചിട്ട പ്പെടുത്തണമെന്നും നിശ്ചയിക്കണം. അനുവാചകന്റെയുള്ളിൽ വൈകാ രികത സൃഷ്ടിക്കുന്നതിന് ചുണ്ടുകളും പുരികങ്ങളും നാസികയും മാത്ര മല്ല ചെവികൾ പോലും ശാസ്ത്രീയമായി ഉപയോഗപ്പെടുത്തേണ്ടതുണ്ട്. ശബ്ദസ്ഫുടതയും ശബ്ദക്രമീകരണവും അവസരത്തിനൊത്ത് പ്രാവർത്തികമാക്കുമ്പോൾ അവിടെയും ശാസ്ത്രീയത കടന്നുവരുന്നു. നാട്യകലകളുടെ അവതരണവഴികളിൽ രസങ്ങൾ ഓരോന്നും മിന്നിമറ യുക സ്വാഭാവികമാണ്. അതിലൂടെ കടന്നുകയറിയാണ് മുഖ്യമായ രസ ത്തിൽ ചെന്നെത്തുന്നത്. ഓരോ വൈകാരികാവസ്ഥയേയും പ്രതിപാദി ക്കുന്ന സമയത്ത് അവ അനുവാചകനിൽ പ്രതിഫലിപ്പിക്കുവാൻ അതി ന്റേതായ ചില ഉപാധികൾ അവലംബിച്ചേ മതിയാകൂ. നീട്ടിയും കുറു ക്കിയും വാക്കുകൾ ഉപയോഗിക്കുമ്പോൾത്തന്നെ അതിന് ആനുപാതി കമായി ശബ്ദം ഉയർത്തുവാനും താഴ്ത്തുവാനും ശ്രദ്ധിക്കേണ്ടതുണ്ട്. ഇത്തരം വ്യതിയാനങ്ങളുണ്ടാവുന്ന ഓരോ സന്ദർഭത്തിലും അതിനനു സരിച്ച് ശരീരഭാഷയിലും മാറ്റങ്ങളുണ്ടാകണം. ഈയൊരു സംഗമം ശരി യായ അനുപാതത്തിൽ കടന്നുവരുമ്പോഴാണ് ആസ്വാദകനെ ആകർഷി പ്പിക്കുവാനാകുന്നത്. കറിയിൽ ഉപ്പെന്ന പോലെ സസൂക്ഷ്മം നിർവ്വഹി ക്കേണ്ടതാണിവയൊക്കെയും. കൂടുവാനോ കുറയുവാനോ ഇടം നല്കാതെ ക്രമപ്പെടുത്തണമെന്ന് ചുരുക്കം.

മനസ്സ് ഇടപെട്ട് മനസ്സിൽത്തന്നെ സൃഷ്ടിക്കുന്ന അനവധി ജാല വിദ്യകളും നമുക്കു പരിചിതമാണ്. പക്ഷേ, അതിന്റെ ഇന്ദ്രജാലവഴികൾ ക്രമമായി നാം അറിയുന്നില്ല എന്നതാണ് അത്ഭുതം. ഇതെങ്ങനെ സംഭ വിക്കുന്നു എന്നു നോക്കാം. ഒന്നിനും പത്തിനുമിടയിൽ ഇഷ്ടമുള്ള ഒരു നമ്പർ മനസ്സിൽ വിചാരിക്കുവാൻ ഇന്ദ്രജാലക്കാരൻ ആവശ്യപ്പെടുന്നു. ആസ്വാദകർക്ക് സ്വന്തം ഇഷ്ടപ്രകാരം ഈ നമ്പർ നിശ്ചയിക്കാമെന്നതും സത്യമാണ്. അങ്ങനെ ഒരു നമ്പർ നിശ്ചയിക്കുന്നു. ഉദാഹരണം 7. അതിനെ രണ്ടുകൊണ്ട് ഗുണിക്കുവാൻ ആവശ്യപ്പെടുന്നു. 7 X 2=14. അപ്പോൾ നമുക്ക് 14 എന്ന ഒരു സംഖ്യ ലഭിക്കുന്നു. അതിനോടൊപ്പം 8 കൂട്ടുവാൻ ആവശ്യപ്പെടുകയാണ്. 14+8=22. അപ്പോൾ ഉത്തരം 22 ആകുന്നു. തുടർന്ന് പ്രസ്തുത സംഖ്യയെ 2 കൊണ്ട് ഹരിക്കുവാൻ പറ

യുന്നു. 22/2=11. ഉത്തരം 11. അതിൽ നിന്നും ആദ്യം വിചാരിച്ച സംഖ്യ കുറയ്ക്കുവാനാണ് അടുത്ത നിർദ്ദേശം. 11-7=4. അപ്പോൾ ഉത്തരം 4. ഇന്ദ്രജാലക്കാരൻ ഒന്നുമറിയാത്തെ പോലെ പറയും ഇപ്പോൾ നിങ്ങളുടെ മനസ്സിൽ ഒരു നമ്പറുണ്ട്. പ്രസ്തുത നമ്പർ 26 ന് താഴെയുള്ളതാണെ ങ്കിൽ ആ നമ്പറിന്റെ സ്ഥാനത്തുള്ള ഇംഗ്ലീഷ് അക്ഷരം കണ്ടെത്തുക. നമ്മുടെ നമ്പർ നാലായതിനാൽ നാം D എന്ന അക്ഷരത്തിൽ ചെന്നു നില്ക്കും. അതാണല്ലോ നാലാമത്തെ അക്ഷരം. ഇനി ആ അക്ഷരം ഉപ യോഗിച്ച് ഒരു രാജ്യത്തിന്റെ പേരെഴുതുക എന്നാണ് നിർദ്ദേശം. ഒട്ടുനേരം ആലോചിച്ച് നാം ഡെന്മാർക്ക് എന്ന രാജ്യത്തിന്റെ പേരെഴുതുന്നു. തുടർന്നുള്ള നിർദ്ദേശം രസകരമാണ്. രാജ്യത്തിന്റെ രണ്ടാമത്തെ അക്ഷരം ഉപയോഗിച്ച് ആറക്ഷരത്തിൽ കൂടുതലുള്ള ഒരു മൃഗത്തിന്റെ പേരെഴുതുക എന്നതാണത്. ഇവിടെ E എന്ന അക്ഷരം ഉപയോഗിച്ച് നാം ഒരു മൃഗത്തിനെ ആലോചിക്കും. അപ്പോൾ നമ്മുടെ മുന്നിൽ El-ephant എന്ന മൃഗം മാത്രമേ വന്നെത്തുകയുള്ളൂ. ഇനിയാണ് ഇന്ദ്രജാ ലം. മുൻകൂട്ടി ഒട്ടിച്ചുവച്ച ഒരു കവർ കാണികൾക്കിടയിൽ തൂക്കി ഇട്ടിട്ടു ണ്ടായിരിക്കും. ആ കവറെടുത്ത് തുറന്നുനോക്കുമ്പോൾ അതിൽ An El-ephant in Denmark City എന്നെഴുതിയിട്ടുണ്ടാകും. ഇവിടെ അത്ഭുതം കൈയടിയിലൂടെ ഉയർന്നുയരുകയാണ്.

എന്തുകൊണ്ടാണ് ഇത് സംഭവിക്കുന്നത്. നമുക്ക് ആദ്യം മുതൽ പരിശോധിക്കാം. ഒന്നിനും പത്തിനുമിടയിലെ ഇഷ്ടമുള്ള നമ്പർ ഒരാൾ വിചാരിക്കുന്നു. അത് ഏതായാലും കുഴപ്പമില്ല. കാരണം ആ നമ്പറിന് ഇവിടെ പ്രസക്തിയേ ഇല്ല. അടുത്ത പടി അതിനെ 2 കൊണ്ട് ഗുണി ക്കുക എന്നതാണ്. അതോടെ ആ നമ്പറിന്റെ ഇരട്ടിയാകും. ഉദാഹരണ ത്തിന് അഞ്ചാണെങ്കിൽ പത്താകും. അടുത്തതായി 8 കൂട്ടുകയാണ്. അതോടെ പതിനെട്ടായി. തുടർന്ന് രണ്ടു കൊണ്ട് ഹരിക്കുമ്പോൾ അത് നേർ പകുതിയായ 9 ആകും. അതിൽ നിന്ന് ആദ്യം വിചാരിച്ച നമ്പർ കുറയ്ക്കുന്നു. അതോടെ ഉത്തരം നാല് എന്നതിൽ എത്തും. ആസ്വാദ കൻ വിചാരിച്ച സംഖ്യ തുടർന്നുള്ള ക്രിയകളിലൂടെ അപ്രസക്തമാവുക യാണ്. ഇവിടെ ഇന്ദ്രജാലക്കാരൻ പറഞ്ഞ 8 എന്ന നമ്പരും അതിന്റെ പകുതിയായ നാലും മാത്രമേ പ്രസക്തമാകുന്നുള്ളൂ. അതിനാൽ, ഇന്ദ്ര ജാലക്കാരൻ കൂട്ടുവാൻ പറയുന്ന സംഖ്യയുടെ പകുതിയായിരിക്കും എപ്പോഴും ഉത്തരമായി വരുന്നത്. 8 കൂട്ടിയതിനാൽ ഉത്തരം നാല് ആകു ന്നു. നാലാമത്തെ ഇംഗ്ലീഷ് അക്ഷരം D ആണല്ലോ. D യിൽ തുടങ്ങുന്ന അനവധി രാജ്യങ്ങളില്ല. അതോടെ നാം Denmark ൽ എത്തുന്നു. രാജ്യ ത്തിന്റെ രണ്ടാമത്തെ അക്ഷരത്തിൽ തുടങ്ങുന്ന ഒരു മൃഗം. രണ്ടാമത്തെ അക്ഷരം E. പിന്നെ ആലോചനയിൽ Elephant വരാതിരിക്കുന്നതെങ്ങനെ?

E യിൽ തുടങ്ങുന്ന മറ്റ് മൃഗങ്ങൾ ദുർല്ലഭമാണ്. ഒരല്പം ആലോചിച്ചാൽ ഈ രണ്ടു സാദ്ധ്യതകളും നമുക്ക് വളരെ പെട്ടെന്ന് മനസ്സിലാക്കാവുന്ന തേയുള്ളൂ. എങ്കിലും നാമത് മനസ്സിലാക്കുന്നില്ല. എന്താണ് ഇതിന് കാരണം. അതിന്റെ ശാസ്ത്രീയതയിലേക്ക് തിരിയുമ്പോഴാണ് അമ്പര പ്പിക്കുന്ന ചില സത്യങ്ങൾ നാം മനസ്സിലാക്കുന്നത്.

തലയോട്ടിയുടെ മുൻഭാഗത്ത് സ്ഥിതിചെയ്യുന്ന പ്രീഫ്രോണ്ടൽ കോർട്ടെക്സ് (Prefrontal Cortex) സമുചിതമായി പ്രവർത്തിക്കുന്നു എന്ന ഒറ്റക്കാരണം കൊണ്ടാണ് നാം നല്ല വ്യക്തികളായി മാറുന്നത്. ഒരാളിന്റെ വ്യക്തിത്വം നിശ്ചയിക്കുന്നത് ഈ ഭാഗമാണ്. തീരുമാനങ്ങളെടുക്കുക, സാമൂഹ്യബോധത്തോടെ പെരുമാറുക, പ്രശ്നങ്ങൾ പരിഹരിക്കുക, കാര്യകാരണബോധം ജനിപ്പിക്കുക എന്നീ പ്രക്രിയകൾ ഈ ഭാഗത്താണ് വരുന്നത്. നല്ലതും ചീത്തയും തിരിച്ചറിയുന്നത് പ്രീഫ്രോണ്ടൽ കോർട്ടെക്സിന്റെ ഇടപെടലുകളിലൂടെയാണ്. Short Term മെമ്മറിയുടെ സൂക്ഷിപ്പും ഇവിടെത്തന്നെയാണ്. ഈ ഭാഗത്ത് ഏല്ക്കുന്ന ക്ഷതം ഒരു പക്ഷേ, ഓർമ്മശക്തിയെപ്പോലും തകരാറിലാക്കിയേക്കാം. ഒരു ഓർമ്മ യുടെ ഉറവിടം കൂടിയാണീ പ്രദേശം. അവശ്യം വേണ്ട സമയത്ത് ഓർമ്മി ക്കേണ്ട കാര്യങ്ങൾ യഥാവസരം നമ്മെ ബോദ്ധ്യപ്പെടുത്തുന്നതും പ്രീഫ്രോണ്ടൽ കോർട്ടെക്സ് ആണ്. പ്രീഫോണ്ടൽ കോർട്ടെക്സ് പ്രവർത്തിച്ചാൽ മുകളിൽ സൂചിപ്പിച്ച ജാലവിദ്യ ഒരു കാരണവശാലും സാദ്ധ്യമാവുകയില്ല. എന്തെന്നാൽ, നാം ഒരോ ക്രിയകൾ നടത്തുമ്പോഴും അതിന്റെ പരിമിതിയും അതിലൂടെ ഇന്ദ്രജാലക്കാരൻ ഉദ്ദേശിക്കുന്ന സാദ്ധ്യതയും നമുക്കുടനടി മനസ്സിലാക്കുവാൻ സാധിക്കും. എന്നിട്ടും നാമെന്താണ് അവിടെ ഇതൊന്നും ചിന്തിക്കാതെ അല്പബുദ്ധികളായി മാറുവാൻ കാരണം. അതിന് ഹേതുവായി ഒരു പ്രധാന സംഭവം ഇതോ ടൊപ്പം നടക്കുന്നു എന്നതാണ് സത്യം.

ഇവിടെ നാം എമിഗ് ദല എന്തെന്ന് അറിയണം. ബദാമിന്റെ രൂപ ത്തിൽ സെറിബ്രത്തിൽ സ്ഥിതിചെയ്യുന്ന രണ്ട് അർദ്ധഗോളങ്ങളാണ് എമിഗ് ദല. അടിസ്ഥാന വികാരങ്ങളെ നിയന്ത്രിക്കുന്ന മസ്തിഷ്ക ഭാഗ വുമായി ബന്ധപ്പെട്ടതാണ് എമിഗ് ദല. വൈകാരിക ഭാവങ്ങളെ ഉത്തേ ജിപ്പിക്കുന്ന പ്രവർത്തനം ഇടതടവില്ലാതെ ഇവിടെ സംഭവിക്കുന്നു. വൈകാരിക പ്രവർത്തനങ്ങളും പ്രതിപ്രവർത്തനങ്ങളും ഇവിടെയാണ് നിയന്ത്രിക്കുന്നത്. എമിഗ് ദലയുടെ വലത് അർദ്ധഗോളം പ്രതികൂല വികാ രങ്ങളായ ഭയം, സങ്കടം എന്നിവയാണ് ഉത്തേജിപ്പിക്കുന്നത്. എന്നാൽ, ഇടത് അർദ്ധഗോളത്തിന് അനുകൂല വികാരങ്ങളായ സന്തോഷം, ഉത്സാ ഹം എന്നിവ ജനിപ്പിക്കുവാൻ കഴിയുന്നു. എമിഗ് ദലയുടെ ഇടത് അർദ്ധ ഗോളം തലച്ചോറിന്റെ പ്രവർത്തനങ്ങളിൽ നിർണ്ണായകമായ സ്വാധീനം

ചെലുത്തുന്നു. സ്വന്തമായി മെമ്മറി സംവിധാനം എമിഗ് ദലയ്ക്കുണ്ടെ
ന്നതാണ് പ്രത്യേകത. വൈകാരികതകളുമായി ബന്ധപ്പെട്ട ഓർമ്മകൾ
ഇവിടെ സൂക്ഷിക്കുന്നു. എമിഗ് ദലയുടെ ശക്തമായ സ്വാധീനവും ഇട
പെടലും കൊണ്ട് പ്രീഫ്രോണ്ടൽ കോർട്ടെക്സിലെ സാമാന്യ ചിന്ത
കൾക്കും യുക്തിക്കും പ്രവർത്തിക്കുവാൻ കഴിയാത്ത ഒരു സാഹചര്യം
സൃഷ്ടിക്കുകയും പ്രീഫ്രോണ്ടൽ കോർട്ടെക്സ് നിഷ്പക്ഷമായി അഥവാ
നിർജ്ജീവമായി മാറുകയും ചെയ്യുന്നു. വൈകാരികാവസ്ഥകളെ സമൂലം
ഉത്തേജിപ്പിച്ച് മുൻനിർത്തി, വിവേക ബോധത്തെ തടഞ്ഞുനിർത്തിക്കു
ന്നതിൽ, എമിഗ് ദല വഹിക്കുന്ന പങ്കാണ് കാര്യകാരണ ബോധത്തിൽ
നിന്നും നമ്മെ മാറ്റി നിർത്തുന്നത്. വിവേകത്തിനുമേൽ വികാരം ആധി
പത്യം നേടുന്നു. ഇത് സംഭവിക്കുന്നത് നാം ഓരോരുത്തരുടേയും അറി
വോടും സമ്മതത്തോടും കൂടിയാണ്. അപ്രകാരം മാത്രമേ അത് സംഭ
വിക്കുകയുള്ളൂ. ജാലവിദ്യ കാണുവാൻ പോകണമെന്ന് തീരുമാനിക്കു
മ്പോൾത്തന്നെ പ്രീഫ്രോണ്ടൽ കോർട്ടെക്സിനെ മറികടന്ന് എമിഗ് ദല
ആധിപത്യം ഏറ്റെടുക്കുന്നു. തുടർന്നുള്ള ഓരോ പ്രവർത്തനങ്ങളിലും
മുൻ നിന്ന് പ്രവർത്തിക്കുന്നത് എമിഗ് ദലയാണെന്നതിനാൽ യുക്തി
പൂർവ്വം ചിന്തിക്കുക എന്നത് അസാദ്ധ്യമായി മാറുകയാണ്. എമിഗ്
ദലയുടെ ശക്തമായ പ്രവർത്തനത്തിലൂടെ അത്ഭുതത്തിന് അടിയറവു
പറയിക്കുവാൻ പാകത്തിൽ നമ്മുടെ മനസ്സിനെ സജ്ജമാക്കുകയാണ്.

ഇന്ദ്രജാലത്തിൽ മാത്രമല്ല സിനിമയിലും നാടകത്തിലും കഥയിലും
കവിതയിലുമൊക്കെ ഇത് സംഭവിക്കുന്നു. പ്രീഫ്രോണ്ടൽ കോർട്ടെക്സും
എമിഗ് ദലയും സൂര്യനും ചന്ദ്രനും പോലെയാണ്. ഒന്ന് സജീവമാകു
മ്പോൾ മറ്റൊന്ന് മറഞ്ഞു നില്ക്കുന്നു. കലയിലും സാഹിത്യത്തിലുമെല്ലാം
ഈ നാഡീകോശ മനശ്ശാസ്ത്രം ഫലപ്രദമായി ഇടപെടുന്നു. അതുകൊ
ണ്ടാണ് അവയെല്ലാം നമുക്കാസ്വദിക്കാനാകുന്നതും.

ഇപ്പറഞ്ഞ കാര്യങ്ങളെല്ലാം ആധുനിക നിരീക്ഷണങ്ങളായി അംഗീ
കരിക്കപ്പെട്ടവയാണ്. എന്നാൽ, ആയിരക്കണക്കിന് വർഷങ്ങൾക്ക് മുമ്പ്
ഭരതമുനി തയ്യാറാക്കിയ നാട്യശാസ്ത്രത്തിൽ ഇവ ഓരോന്നും ഇഴപിരിച്ച്
വിസ്തരിക്കുന്നു എന്നതാണ് അത്ഭുതം. ഏതൊരു കലയിലും രസാസ്വാ
ദനത്തിന് വഴികളുണ്ട്. എന്നാൽ ഓരോന്നിലും ഏതെങ്കിലുമൊരു രസം
മുന്നിൽ നില്ക്കുന്നു. അപ്രകാരമാണ് ഇന്ദ്രജാലത്തിൽ അത്ഭുതം മുന്നിട്ട്
നില്ക്കുന്നത്. കലയിലെ ശാസ്ത്രം ദർശിക്കുവാൻ അധികദൂരം സഞ്ച
രിക്കേണ്ട കാര്യമില്ല. അത് ആവോളം ലഭിക്കുവാൻ ഭരതമുനിയുടെ നാട്യ
ശാസ്ത്രം ഒന്നു മാത്രം മതി. ആ പേരിൽത്തന്നെ അതിന്റെ ആകെ അന്ത
സ്സത്ത ഒളിഞ്ഞിരിക്കുകയും ചെയ്യുന്നു. 'ഭ' എന്നാൽ ഭാവം. 'ര' എന്നാൽ
രാഗം 'ത' എന്നാൽ താളം. മുനിയെന്നാൽ ജ്ഞാനി. അങ്ങനെ ഭാവരാ

ഗതാളങ്ങളുടെ സമന്വയം സിദ്ധിച്ച വ്യക്തി എന്നാണ് ഭരതമുനി എന്ന
തിനർത്ഥം. ഭാവരാഗതാളങ്ങളുടെ സമന്വയത്തിന്റെ അനുപാതം ഹൃദി
സ്ഥമാകണമെങ്കിൽ അതിലടങ്ങിയിരിക്കുന്ന ശാസ്ത്രം ശരിയായി
ബോദ്ധ്യപ്പെടണം. അതില്ലാതെ വരുമ്പോൾ അത് അശാസ്ത്രീയമാകും.
ഇന്ദ്രജാലം അവതരിപ്പിക്കുമ്പോൾ ഭരതമുനിയുടെ *നാട്യശാസ്ത്രമെന്ന*
പ്രാചീനഗ്രന്ഥത്തിലെ ഉള്ളടക്കം ഒരലയായി അടിച്ചുയരണം. അപ്പോൾ
പാലിൽ പഞ്ചസാരയെന്നപോലെ കലയിൽ ശാസ്ത്രം അലിഞ്ഞു ചേരു
കയും അതൊരു കൂടിച്ചേരലാവുകയും ചെയ്യുന്നു. ഒരിക്കലും വേർപെടു
ത്താനാകാത്ത ഇത്തരമൊരു കൂടിച്ചേരലാണ് കലയും ശാസ്ത്രവും തമ്മി
ലുള്ളത്.

ശാസ്ത്ര സമ്പുഷ്ടമായ ഇന്ദ്രജാലം

രംഗം 1

ഒരു ഗ്ലാസിൽ നിന്നും കുറച്ചു വെള്ളമെടുത്ത് ഒഴിഞ്ഞ ഒരു ഗ്ലാസിൽ ഒഴിച്ച് മാന്ത്രികൻ മാറിനിന്നു. ഇന്ദ്രജാലക്കാരന്റെ മാന്ത്രിക വടി ഉയർന്നു താണുവന്നപ്പോൾ...... അത്ഭുതം! പച്ചവെള്ളം മുന്തിരിച്ചാറായി! പച്ച വെള്ളത്തെ മുന്തിരിച്ചാറാക്കുന്ന അത്ഭുതവിദ്യ! രുചികരമായ മുന്തിരി ച്ചാറു കുടിക്കുവാൻ ചുണ്ടോടടുപ്പിക്കുമ്പോൾ അടുത്ത അത്ഭുതം. മുന്തി രിച്ചാർ വീണ്ടും പച്ചവെള്ളമായി മാറി! ഇന്ദ്രജാലത്തിന്റെ ഇടനാഴികളിൽ സഞ്ചരിച്ചിട്ടുള്ള ആർക്കും തന്നെ അനായാസം ചെയ്യുവാനാകുന്ന അത്ഭു തവിദ്യ! കണ്ട നിമിഷം തന്നെ കാണികൾ അറിയാതെ കൈയടിച്ചുപോവു കയാണ്.

രംഗം 2

തിരക്കേറിയ സ്കൂൾ ലബോറട്ടറി. അദ്ധ്യാപകർ ഒരു നുള്ള് സോഡിയം കാർബണേറ്റെടുത്ത് ഒഴിഞ്ഞ ഗ്ലാസിലിടുന്നു. എന്നിട്ട് മെല്ലെ കുലുക്കി ഗ്ലാസിനടിയിൽ എല്ലായിടത്തുമായി വിന്യസിക്കുന്നു. ഒരല്പം ഫിനോഫ്തലിൻ കലർത്തിയ വെള്ളം (ഇൻഡിക്കേറ്റർ സൊലൂഷൻ) ഒഴിഞ്ഞ ഗ്ലാസിലേക്കൊഴിക്കുന്നു. അതാ വെള്ളത്തിന്റെ നിറം ചുവപ്പായി മാറുന്നു. ഒരു രസതന്ത്ര സിദ്ധാന്തം മനസ്സിലാക്കിയ കുട്ടികൾ വിവര ങ്ങൾ കുറിച്ചെടുത്ത് സംശയനിവാരണം വരുത്തുന്നു. ഉടൻ തന്നെ ഫാനിന്റെ റഗുലേറ്റർ പരമാവധി വേഗത്തിലാക്കിയ അദ്ധ്യാപകൻ ചുവന്ന ലായനിയുമായി ഫാനിനു കീഴിലെത്തുമ്പോൾ വീണ്ടും ലായനി വെള്ള നിറമായി മാറുന്നു.

മുകളിൽ സൂചിപ്പിച്ച രണ്ടുരംഗങ്ങളും നാം നിത്യജീവിതത്തിൽ സ്ഥിരം കാണുന്ന കാഴ്ചകളാണ്. സോഡിയം കാർബണേറ്റും ഫിനോ ഫ്തലിൻ പൗഡറും ഗവേഷണശാലയിൽ നാം കാൺകെ പ്രയോഗിക്കു മ്പോൾ അതൊരു പരീക്ഷണം മാത്രമായി മാറുന്നു. എങ്കിൽപ്പോലും അതിന്റെ ഫലം നമുക്കു ലഭിക്കുകയാണ്. എന്നാൽ, ഒരിന്ദ്രജാലക്കാരൻ തന്റെ അഭിനയമികവിന്റെ പിൻബലത്തിൽ ഇതേ ഗവേഷണവിദ്യ ഒരല്പം ഗതിമാറ്റി പ്രയോഗിച്ചപ്പോൾ കണ്ടുനിന്നവർ മൂക്കത്തുവിരൽ വയ്ക്കു കയും തുടർന്ന് അത്ഭുതാതിരേകത്താൽ കൈയടിച്ച് അംഗീകരിക്കുകയും ചെയ്യുന്നു. സോഡിയം കാർബണേറ്റും ഫിനോഫ്തലിനും വരുന്ന വഴി ആസ്വാദകൻ അറിയുന്നില്ല. തന്മൂലം ഇവയുടെ പ്രവർത്തന ഫലം അവ നിൽ അത്ഭുതം ജനിപ്പിക്കുന്നു. യഥാർത്ഥ രാസപ്രവർത്തനം ഇന്ദ്രജാല ക്കാരന്റെ അത്ഭുതമാണെന്ന കണ്ടെത്തലാണ് ഇവിടെ നടക്കുന്നത്. അതോടെ സോഡിയം കാർബണേറ്റും ഫിനോഫ്തലിനും ചേരുന്ന രാസ പ്രവർത്തനം ഇന്ദ്രജാലക്കാരന്റെ മേന്മയായി വാഴ്ത്തപ്പെടുന്നു! പട്ടു നൂൽച്ചെടിയിൽ പട്ടുനൂൽപ്പുഴു നടത്തുന്ന രാസപ്രവർത്തനം ശാസ്ത്ര സാന്നിദ്ധ്യം കൊണ്ട് വസ്ത്രമായി മാറുന്നപോലെ ഒരു മാറ്റം. ഉത്തോല കങ്ങൾക്ക് ഒരു തത്ത്വമുണ്ട്. അത് ഭൗതികശാസ്ത്രമായി നാം മനസ്സി ലാക്കുന്നു. അതുപോലെതന്നെ ഓരോ പ്രവർത്തനങ്ങളിലും പ്രതിപ്ര വർത്തനങ്ങളിലും ശാസ്ത്രമുണ്ട്. അവയെല്ലാം ഓരോരോ ശാസ്ത്രമായി നിലനില്ക്കുന്നു.

നിലനില്ക്കുന്ന ഒരു ശാസ്ത്രത്തെ അത്ഭുതത്തിന്റെ പരകോടിയി ലെത്തിച്ച് അനുവാചകരെ അമ്പരപ്പിക്കുന്ന ഇന്ദ്രജാലക്കാരൻ യഥാർത്ഥ ത്തിൽ ഒരു സയന്റിസ്റ്റുകൂടിയാണ്. ശാസ്ത്രസാദ്ധ്യതകളെ ശാസ്ത്രീയ മായി കൈകാര്യം ചെയ്യുന്ന ഒരാൾ ശാസ്ത്രജ്ഞനല്ലാതെ വരുന്നില്ല. പരീക്ഷണനിരീക്ഷണാനന്തരം അത്ഭുത സാദ്ധ്യതയുള്ള ഒരു പ്രവർത്തന രീതി ചിട്ടപ്പെടുത്തുന്നത് യഥാർത്ഥ ഗവേഷണം തന്നെയാണ്. ഇവിടെ യാണ് ഇന്ദ്രജാലത്തിലെ ശാസ്ത്രം ബോദ്ധ്യമാകുന്നത്. ആയിരം രൂപ യുടെ ഒരു നോട്ട് സിഗരറ്റ് ലൈറ്റർ ഉപയോഗിച്ച് കത്തിക്കുമ്പോൾ അത് പൂർണ്ണമായി കത്തുന്നു. മാന്ത്രിക അംഗവിക്ഷേപങ്ങളോടെ ഇന്ദ്രജാല ക്കാരൻ കൈയൊന്നുവീശുമ്പോൾ തീയണയുകയും യാതൊരു പരിക്കു മില്ലാതെ ആയിരം രൂപാ നോട്ട് അഗ്നിയിൽ സ്ഫുടം ചെയ്ത് തിളങ്ങി പഴയപടി തന്നെ നില്ക്കുകയും ചെയ്യുന്നു. ഇവിടെ ആസ്വാദകനിൽ അത്ഭുതം ഉളവാകുന്നത് തികച്ചും സ്വാഭാവികം. ഇന്ദ്രജാലക്കാരനെ കൈയടിച്ചംഗീകരിക്കുന്നതും സാർവത്രികം! 70% റബ്ബിങ് ആൽക്കഹോ ളിൽ ഒരല്പം ഉപ്പുപൊടി കൂടിയിട്ടതിനുശേഷം അതിൽ മുക്കിയെടുത്ത കറൻസി ഉണങ്ങിയശേഷം കത്തിച്ചാൽ ആൽക്കഹോൾ മാത്രമേ കത്തു കയുള്ളൂ. കറൻസി യാതൊരു പരിക്കും കൂടാതെ നിലനില്ക്കുകയും ചെയ്യും. ഇതൊരു ശാസ്ത്രമാണ്. ഈ ശാസ്ത്രത്തെയാണ് അത്ഭുത മായി രൂപാന്തരം വരുത്തി ഇന്ദ്രജാലക്കാരൻ ഉപയോഗപ്പെടുത്തുന്നത്.

അങ്ങനെ ഇന്ദ്രജാലത്തെ മെച്ചപ്പെടുത്തുന്നത് ശാസ്ത്രം കൊണ്ടാണ്. അതുകൊണ്ടുതന്നെ ശാസ്ത്ര സമ്പുഷ്ടമാണ് ഇന്ദ്രജാലം. ശാസ്ത്ര സഹായമില്ലാതെ ഇന്ദ്രജാലത്തിന് നിലനില്പുതന്നെ ഇല്ലെന്നതാണ് സത്യം. ഇന്ദ്രജാലത്തിലെ ശാസ്ത്രസാന്നിദ്ധ്യമറിയാതെ ആസ്വാദകൻ അത്ഭുതംമാത്രം ദർശിച്ച് അതിൽ മതിമറന്നിരിക്കുന്നു. ഈയൊരവസ്ഥ യിൽ ആസ്വാദകനെ കൊണ്ടെത്തിക്കുന്നതും ഇന്ദ്രജാലക്കാർ തന്നെ യാണ്. ശാസ്ത്ര സാന്നിദ്ധ്യം അറിയാതിരിക്കുമ്പോൾ അത്ഭുതം ഇരട്ടി ക്കുന്നു. ഇന്ദ്രജാലക്കാരന്റെ തെറ്റിദ്ധരിപ്പിക്കലിന്റെ ശക്തിയിൽ അനുവാ ചകൻ ഈ നിലയിലെത്തുകയാണ്. എന്നാൽ, ഇതേ ശാസ്ത്രം തലങ്ങും വിലങ്ങും ഉപയോഗിച്ച് അത്ഭുതം സൃഷ്ടിക്കുന്ന ഇന്ദ്രജാലക്കാർ തന്നെ ഇന്ദ്രജാലത്തിൽ ശാസ്ത്രമില്ലെന്ന് പറയുമ്പോൾ കഷ്ടം! എന്നല്ലാതെ എന്തുപറയുവാനാണ്.

അപ്രത്യക്ഷമായ ഒരു രൂപ

പണ്ടുപണ്ടൊരിക്കൽ ഒരു മുറിയിൽ മൂന്നുപേർ താമസിച്ചിരുന്നു. മാസാവസാനം വാടകയിനത്തിൽ ഓരോരുത്തരും പത്തുരൂപാ വീതം നല്കി. ആകെ ലഭിച്ച മുപ്പതു രൂപയുമായി വാല്യക്കാരൻ മുറിയുടമയുടെ അടുത്തെത്തി തുക നല്കി. മുറിയുടമ ഇരുപത്തിയഞ്ചുരൂപയെടുത്ത ശേഷം അഞ്ചുരൂപ വാല്യക്കാരനെ ഏല്പിച്ചു. ഈ അഞ്ചുരൂപയുമായി തിരികെ വന്ന വാല്യക്കാരൻ ആകെ വിഷമത്തിലായി. അഞ്ചു രൂപ മൂന്നു പേർക്കായി വിതരണം ചെയ്യാനാകാതെ വിഷമിച്ച വാല്യക്കാരൻ ഒരു പാധി കണ്ടെത്തി. രണ്ടുരൂപയെടുത്ത് സ്വന്തം പോക്കറ്റിൽ നിക്ഷേപിച്ച ശേഷം ബാക്കി വന്ന മൂന്നുരൂപ താമസക്കാരായ മൂന്നുപേർക്കായി വീതിച്ചു നല്കി. ഇവിടെ മുറിയിൽ താമസിക്കുന്ന ഓരോ വ്യക്തിക്കും ചെലവായ വാടകത്തുക ഒമ്പതു രൂപാ വീതമാണ്. അങ്ങനെ ആകെ 27 രൂപ. വാല്യക്കാരൻ കൈവശം വച്ചത് രണ്ടുരൂപ. മൊത്തം തുക 27 + 2 = 29 രൂപ. മുപ്പതുരൂപയിൽ ബാക്കി ഒരു രൂപ എവിടെയാണ് അപ്രത്യക്ഷ മായത്! കണക്കിൽ വലിയ പിടിപാടൊന്നുമില്ലെങ്കിലും കണക്കുകൂട്ടലിൽ പിഴവുപറ്റാത്ത വാല്യക്കാരൻ ആകെ ധർമ്മസങ്കടത്തിലുമായി!

വ്യക്തവും സുനിശ്ചിതവുമായ ഉത്തരം നല്കുന്ന ശാസ്ത്രമാണ് ഗണിതശാസ്ത്രം. അതേ ഗണിതശാസ്ത്രത്തിന്റെ പ്രയോഗവേളയിലാണ് ഇവിടെ ഒരു രൂപ അപ്രത്യക്ഷമായതും. പ്രയോഗത്തിലെ ചെറിയൊരു വ്യതിയാനം അത്രെ ചെറുതായാലും ചിലപ്പോൾ നമ്മെ സത്യത്തിൽ നിന്നും ബഹുദൂരം അകറ്റി നിർത്തും. അതാണിവിടെ സംഭവിച്ചതും. മൂന്നു രൂപ തിരികെ നല്കിയെന്നും രണ്ടുരൂപ താനെടുത്തെന്നും 25 രൂപ വാടക നല്കിയെന്നും പറയുന്നതിന് പകരം ഒരു രൂപാവീതം തിരികെ ലഭിച്ച പ്പോൾ ഒമ്പത് രൂപ വീതം ചെലവായെന്നും അത് മൊത്തം 27 രൂപയാ

ണെന്നും പറയുന്നതിനൊപ്പം താനെടുത്ത രണ്ടുരൂപാ പറഞ്ഞ് തെറ്റിദ്ധ
രിപ്പിക്കുകയാണ്. വാടകക്കാരും മുറിയുടമയും വാല്യക്കാരനും തലപുക
ഞ്ഞാലോചിച്ചിട്ടും ഈ പ്രതിസന്ധിക്ക് ഉത്തരം ലഭിച്ചില്ല.

ശാസ്ത്രത്തിന്റെ വളർച്ചയിലും പ്രയോഗത്തിലും ഒക്കെ ഇത്തരം
പഴുതുകൾ സ്വയമേ സംഭവിക്കാറുണ്ട്. ഈ അപൂർവ്വ സന്ദർഭങ്ങൾ അവ
സരോചിതമായി ഉപയോഗിക്കുമ്പോഴാണ് ഇന്ദ്രജാലം സംഭവിക്കുന്നത്.
ശ്രദ്ധാസ്വാധീനം (Direction of Attention) അനായാസം പ്രയോഗത്തിൽ
വരുത്തുമ്പോൾ ഇത്തരം അത്ഭുതങ്ങൾ സ്വയം ജനിക്കുന്നു. ഗണിത
ശാസ്ത്രത്തിൽ അപൂർവ്വ സുന്ദരങ്ങളായ ഇത്തരം സന്ദർഭങ്ങൾ അനവ
ധിയാണ്. ഇന്ദ്രജാലം ജ്വലിക്കുന്ന മനസ്സുകൾ അറിയാതെ ഇവിടേക്ക്
കടന്നുവരുന്നു. ഇന്ദ്രജാലത്തിൽ സ്ഫുടം ചെയ്ത ഗണിതശാസ്ത്രത്തെ
ഗണിതശാസ്ത്രജ്ഞർ പോലും തിരിച്ചറിയാതെ പോകുന്നുവെന്നതാണ്
ഏറെ ശ്രദ്ധേയം. ഒരു കുഴിയാന ചിത്രശലഭമായി പറന്നുയരുമ്പോൾ
അതൊരു ശാസ്ത്രവും സത്യവും മാത്രമേ ആകുന്നുള്ളൂ. എന്നാൽ, കുഴി
യാനയെ ചിത്രശലഭമാക്കുന്ന ഇതേ ശാസ്ത്രം ഇന്ദ്രജാലാഗ്നിയിൽ പതി
ക്കുമ്പോൾ ശാസ്ത്രം ഉരുകി അതൊരത്ഭുതമായി പരിണമിക്കുന്നു. ഇന്ദ്ര
ജാലത്തിന്റെ മേലങ്കി വീഴുമ്പോൾ ശാസ്ത്രം മറയുന്നുവെന്നുസാരം.
ഇവിടെ ശാസ്ത്രം അദൃശ്യമാവുക മാത്രമേ ചെയ്യുന്നുള്ളൂ. ശാസ്ത്രമോ
ശാസ്ത്ര സാന്നിദ്ധ്യമോ ഇല്ലാതാകുന്നില്ല. ഇന്ദ്രജാലക്കാരന്റെ അഭിനയ
മികവിലും അവതരണ മികവിലും ശാസ്ത്രം ഒളിഞ്ഞിരിക്കുന്നുവെന്ന്
കാണുവാൻ ഒരു പ്രയാസവുമില്ല. ഈ നിലയിൽ ചിന്തിക്കുവാൻ ആസ്വാ
ദകനെ അനുവദിക്കാതിരിക്കുമ്പോഴാണ് ഇന്ദ്രജാലം വിജയിക്കുന്നത്.
അതിനാൽ, ഇന്ദ്രജാലത്തിൽ ശാസ്ത്രമേയില്ലെന്ന് വിളിച്ചു പറയുമ്പോൾ
അന്ധൻ ആനയെ കണ്ടതുപോലാണോ എന്ന് തിരിച്ചറിയാൻ കൂടി നാം
പരിശ്രമിക്കേണ്ടതുണ്ട്.

പ്രവചന ശാസ്ത്രം

മഹാഭാരത യുദ്ധത്തിന് നിമിത്തമായത് ഒരു പകിട കളിയാണെന്ന് പലരും പറയാറുണ്ട്. പകിട കളിയിൽ രാജ്യവും സമ്പത്തും നഷ്ടപ്പെട്ട പാണ്ഡവർ വനവാസം അനുഭവിച്ചുവെന്ന് മാത്രമല്ല മാനഹാനിയും നേരിട്ടു. ശകുനിയുടെ കള്ളച്ചൂതിൽ യുധിഷ്ഠിരൻ എല്ലാം നഷ്ടപ്പെടു ത്തിയെന്ന് കഥ! പകിട കളിയിലെ അതി വിദഗ്ദ്ധരെപ്പോലും അമ്പരപ്പി ക്കുന്ന ഒരു രഹസ്യം ഓരോ പകിടയിലുമുണ്ട്. അത് ഗണിത ശാസ്ത്ര വുമായി ബന്ധപ്പെട്ടതാണ്. ഈ തത്ത്വം മനസ്സിലാക്കിയാണ് ശകുനി യുധി ഷ്ഠിരനെ നേരിട്ടത്. എല്ലാം അറിയുന്ന കൃഷ്ണനുപോലും ഇത് മനസ്സി ലായില്ല. അതാണ് അതിലടങ്ങിയ ഇന്ദ്രജാല രഹസ്യം.

പകിട (Die) ഇന്നും വ്യാപകമായി ഉപയോഗിക്കുന്നു. ഇന്ദ്രജാല രംഗത്ത് പ്രത്യേകിച്ചും. ഗണിതശാസ്ത്ര സാദ്ധ്യതകളെ അവസരോചി തമായി അനുനയിപ്പിച്ച് അടുക്കും ചിട്ടയുമായി അവതരിപ്പിച്ചാൽ അത് ഇന്ദ്രജാലമായി. മൂന്ന് പകിടകൾ (Dice) ഇഷ്ടാനുസരണം തറ യിലെറിഞ്ഞ് അതിന്റെ മുകളിലെ ആകെ നമ്പരുകൾ കൂട്ടുക. തുടർന്ന് ഇഷ്ടമുള്ള ഏതെങ്കിലും ഒരു പകിട (Die) എടുത്ത് അതിന്റെ എതിർവ ശത്തെ നമ്പർ ആദ്യത്തെ ഉത്തരത്തോട് കൂട്ടുക. എന്നിട്ട് അതേ പകിട വീണ്ടും എറിയുക. അപ്പോൾ ലഭിക്കുന്ന നമ്പർ നിലവിലെ ഉത്തരത്തോട് കൂടി കൂട്ടുക. ലഭിക്കുന്ന ആകത്തുക ഇതൊന്നും കാണാതെ തിരിഞ്ഞു നില്ക്കുന്ന മജീഷ്യൻ അനായാസം പറയുന്നു! പകിടയിലെ ഈ ഗണിത സൂത്രമാണ് ശകുനിയെന്ന ഗണിത വിശാരദൻ അവസരോചിതമായി ഉപ യോഗിച്ചത്.

ഗണിത കൗതുകം എപ്പോഴും അദൃശ്യമാണെന്നതാണ് അതിന്റെ പ്രത്യേകത. തന്മൂലം സാധാരണക്കാർക്കെന്നല്ല സാമാന്യം അസാധാര

ണത്വമുള്ളവർക്കും ഇതു കണ്ടെത്തുവാൻ സാദ്ധ്യമല്ല. ഈയൊരു സാഹ ചര്യമാണ് ഇന്ദ്രജാലക്കാർ മുതലാക്കുന്നത്. അവതരണ മികവോടെ ഇത വതരിപ്പിക്കുമ്പോൾ മാത്ത മാജിക് അഥവാ ഗണിതജാലം രൂപപ്പെടുന്നു. ശകുനിയുടെ മുന്നിൽ അറിവിന്റെ അക്ഷയഖനിയായ യുധിഷ്ഠിരൻ പക ച്ചതു പോലെ ഗണിത ശാസ്ത്രവിദഗ്ദ്ധർ പോലും ഇവിടെ തെല്ലൊന്ന് അമ്പരക്കുന്നു. ശാസ്ത്രത്തെ പിന്നിലാക്കി പ്രവചനമെന്ന ഇന്ദ്രജാലം മുന്നിലെത്തുമ്പോൾ ശാസ്ത്ര സാമീപ്യം പലരും അറിയാതെ പോകുന്നു.

പകിടയുടെ ആകത്തുക ഏഴാണ്. എതിർവശങ്ങൾ കൂട്ടുമ്പോൾ അത് ഏഴുതന്നെയായിരിക്കും. ഈയൊരു സത്യത്തെയാണ് ഇന്ദ്രജാല മാക്കുന്നത്. വലിച്ചെറിയുന്ന പകിടകളിൽ മുകളിൽ വന്ന സംഖ്യകൾ യഥാക്രമം മൂന്ന്, ആറ്, നാല്, എന്ന് സങ്കല്പിക്കുക. ആകത്തുക 13. അതിൽ ഏതെങ്കിലും ഒരു പകിടയുടെ എതിർവശം കൂട്ടുവാനാണ് പറ യുന്നത്. ഉദാഹരണത്തിന്, നാലെന്ന പകിടയാണെടുക്കുന്നതെങ്കിൽ, മൂന്നു കൂടി കൂട്ടുന്നു. അപ്പോൾ ഉത്തരം 16. അതേ പകിട വീണ്ടുമെറി യുന്നു. മുകളിൽ അഞ്ച് വന്നെന്ന് കരുതുക. ഇവിടെ ഇതുകൂടി കൂട്ടു മ്പോൾ ഉത്തരം 21. ഈ പ്രക്രിയകളൊന്നുമറിയാത്ത ഇന്ദ്രജാലക്കാരൻ കാണുന്നത് മൂന്നു പകിടകളാണ്. അയാൾ ആകെ ചെയ്യുന്നത് നിലവിൽ കാണുന്ന പകിടകളുടെ മുകളിലത്തെ സംഖ്യകൾ മനസ്സിൽ കൂട്ടുക യാണ്. നിലവിൽ മൂന്ന്, ആറ്, അഞ്ച് എന്നീ ക്രമത്തിലാണ് പകിടകൾ കിടക്കുന്നത്. ആകെ തുക 14. അതിനോടൊപ്പം ഒരു പകിടയുടെ ആകെ ത്തുകയായ ഏഴു കൂടി കൂട്ടിയാൽ 21. ഇതായിരിക്കും ഉത്തരം. ഒരു പകി ടയുടെ ആകത്തുക കൂട്ടുകയെന്ന മർമ്മം അറിയുന്നവർ വിരളമാ ണെന്നതിനാലാണ് ഇത് പ്രവചന ജാലവിദ്യയായി കണക്കാക്കാൻ കാരണം. ശാസ്ത്ര സാദ്ധ്യതകളെ കലാ മേന്മയോടെ അവതരിപ്പിക്കുന്ന രീതിയാണ് ഇന്ദ്രജാലമെന്ന് പറയുന്നതും ഇതുകൊണ്ടു തന്നെയാണ്. ഇതൊന്നും കാണാതെ മുന്നോട്ടു പോകുമ്പോഴാണ് ആന തുണായും വിശറിയായുമൊക്കെ മാറുന്ന ഇന്ദ്രജാലം നാം കാണുന്നത്.

അഗ്നിശുദ്ധി

അഗ്നിശുദ്ധിയിൽ സ്ഫുടം ചെയ്യുന്നതെന്തും പവിത്രമാണ്. അഗ്നി ശുദ്ധിയിലൂടെ പവിത്രത തെളിയിച്ച സീതയെ നാം അറിയും. ഈ പുരാണ സങ്കല്പം അടിയുറച്ചിരിക്കുന്ന നമ്മുടെ മനസ്സിലേക്ക് ഒരു സമാന സംഭവം കടന്നുവരുമ്പോൾ നാം അറിയാതെ അത്ഭുതപ്പെടും! ഈയൊരു സാദ്ധ്യത കൈമുതലാക്കിക്കൊണ്ടാണ് പലപ്പോഴും ഇന്ദ്രജാ ലക്കാർ വിജയം കൈവരിക്കുന്നത്.

അത്ഭുത പരിവേഷത്തോടെ സ്വതസിദ്ധമായ ശൈലിയിൽ അഭി വാദ്യം ചെയ്ത് കടന്നുവരുന്ന മാന്ത്രികൻ ഒരു കടലാസു കത്തിച്ച് ചാമ്പ ലാക്കി. അതിൽനിന്നും നൂറുരൂപ നോട്ട് സൃഷ്ടിച്ച് അത്ഭുതം കാട്ടി! കള്ള നോട്ടുകൾ വ്യാപകമായി വിപണിയിലുള്ളതിനാൽ യഥാർത്ഥനോട്ടാണോ ഇതെന്ന് സംശയമുണ്ടാകാനിടയുണ്ടെന്ന് പറഞ്ഞതും ജാലവിദ്യക്കാരൻ തന്നെയാണ്. നോട്ടിന്റെ പവിത്രതയും പരിശുദ്ധിയും ബോദ്ധ്യപ്പെടുത്താൻ ഇതാ ഞാൻ ഈ നോട്ടിനെ അഗ്നിശുദ്ധിക്ക് വിധേയമാക്കുന്നു എന്ന പ്രസ്താവനയോടെ അദ്ദേഹം പരസ്യമായി നോട്ടിനെ കത്തിക്കുകയാ ണ്. ആളിപ്പടർന്ന അഗ്നി നൂറുരൂപ നോട്ടിനെ നക്കിത്തുടച്ചുവെങ്കിലും നോട്ടിന് ഒരു ചെറിയ പോറലുപോലുമേല്ക്കാതെ ഒരു ചൂടുള്ള നൂറുരൂ പയായി അത് മാറി! കണ്ടിരുന്ന കാണികളുടെ കണ്ണുകളിൽ അഗ്നി പടർന്നു! അവിശ്വനീയമായ അത്ഭുതം ദർശിച്ച അവരൊന്നാകെ ആർപ്പു വിളികളോടെ ഒന്നിച്ചു കൈയടിച്ചു. കാണികളെ താണുവണങ്ങിയ ഇന്ദ്ര ജാലക്കാരൻ പടപടപ്പുള്ള, അഗ്നിയിൽ സ്ഫുടം ചെയ്തെടുത്ത നൂറു രൂപ സ്വന്തം കീശയിൽ തിരുകി.

അഗ്നിസാക്ഷിയായി നടന്ന ഈ സംഭവം അത്ഭുതാതിരേകത്തോ ടുകൂടി മാത്രമേ ആർക്കും ദർശിക്കുവാനാവുകയുള്ളൂ. ഇന്ദ്രജാലക്കാരന്റെ

കൈയടക്കത്തിന്റെ മെയ് വഴക്കമെന്നെല്ലാം കരുതി നാം സ്വയം സമാ
ധാനിക്കുന്നു. നാം പ്രൈമറി ക്ലാസിൽ പഠിച്ച ഒരു രസതന്ത്ര സങ്കേത
മാണ് നമ്മുടെ മുന്നിൽ ഇന്ദ്രജാലമായി കടന്നുവന്ന് നാമേവരെയും അത്ഭു
തത്തിന്റെ മറുകരയെത്തിച്ചത്. ശുദ്ധമായ ചാരായവും വെള്ളവും സമാ
സമം (1:1) ചേർത്ത ലായനിയിൽ മുക്കിയ നൂറുരൂപയാണ് ഇവിടെ അഗ്നി
ശുദ്ധിക്ക് വിധേയമാക്കിയതെന്ന് നാം അറിയുന്നില്ല. ഈയൊരറിവ്
ഓർക്കാതിരിക്കാനുള്ള എല്ലാ വഴികളും ഇന്ദ്രജാലക്കാരൻ ഉപയോഗി
ക്കുന്നു. അതുകൊണ്ട് കാണികളുടെ അജ്ഞതയിൽ കലാകാരൻ
നേടുന്ന വിജയമാണ് ഇന്ദ്രജാലമെന്ന് പറയാം. ആൽക്കഹോളും ജലവും
സമാസമം ചേർത്ത മിശ്രിതത്തിൽ മുക്കിയെടുത്ത നൂറുരൂപ കത്തിക്കു
മ്പോൾ ആദ്യം ആൽക്കഹോൾ കത്തുന്നു. ആൽക്കഹോൾ കത്തു
മ്പോഴുണ്ടാകുന്ന ചൂടിന്റെ സാന്ദ്രത ജലത്തെ ബാഷ്പീകരിക്കുന്നതിനു
വേണ്ട ചൂടിന്റെ സാന്ദ്രതയേക്കാൾ വളരെ കുറവായതിനാൽ ജലാംശം
നിറഞ്ഞ നൂറുരൂപ കത്താതെ നിലനില്ക്കുന്നു. ഈ ശാസ്ത്ര സത്യത്തെ
മറച്ചുവെച്ചാണ് ഇന്ദ്രജാലക്കാർ അത്ഭുതം സൃഷ്ടിക്കുന്നത്. അഗ്നിശുദ്ധി
നേടിയ സീതയെന്ന മിത്ത് മനസ്സിലുള്ള നാം ശാസ്ത്രത്തിന്റെ വഴികൾ
തേടാതെ മിത്തിനുപിന്നാലെ കടന്നുപോകുന്നു. അതോടുകൂടി ഒരു
ശാസ്ത്രജാലവിദ്യപോലും അമാനുഷികമായ ഒരത്ഭുതമായി മാറുകയാ
ണ്. ഇതേ ശാസ്ത്രം നാം പഠിക്കുകയും പരീക്ഷണശാലകളിൽ പരി
ശോധിക്കുകയും ചെയ്തിട്ടുള്ളതാണെങ്കിൽക്കൂടി ഇന്ദ്രജാലത്തിന്റെ മേല
ങ്കിയിൽ ഇതൊക്കെ വിസ്മരിക്കപ്പെടുന്നു. അതോടെ ഇന്ദ്രജാലം ശാസ്ത്ര
മല്ലെന്നും ശാസ്ത്രത്തെപ്പോലും വെല്ലുന്ന മറ്റെന്തോ ആണെന്നും നാം
വിലയിരുത്തുന്നു. ഈ ജാലവിദ്യയിലെ ശാസ്ത്ര സഹായം നന്നായനു
ഭവിച്ച ഇന്ദ്രജാലക്കാരൻ വശ്യമായൊരു ചിരിയിൽ തന്റെ മറുപടിയൊ
തുക്കി ഭദ്രായി ഭാണ്ഡം മുറുക്കുകയാണ്.

9 789386 364937